यशस्वी, आनंदी, समाधानी जीवनासाठी
7 मनोधारणा

आयआयटी आणि आयआयएम या संस्थांचे माजी विद्यार्थी **स्वामी मुकुंदानंद** हे जगद्विख्यात आध्यात्मिक गुरू आहेत. आनंद आणि समाधान यांच्या वाटेवर असलेल्या जगभरच्या लक्षावधी लोकांना मार्गदर्शन करण्यासाठी त्यांनी आपले आयुष्य वेचले आहे. स्व-सुधारणा घडवून आणण्याच्या क्षेत्रात त्यांनी अद्वितीय आणि सखोल प्रयत्न केले. वैदिक ग्रंथांवरील गेल्या कित्येक वर्षांच्या प्रभुत्वामुळे त्यांनी शास्त्रीय सिद्धान्त आणि परिपूर्ण तर्कशास्त्र यांचा मिलाफ घडवून आणला. स्वामी मुकुंदानंद हे मनाचे व्यवस्थापन आणि योगशास्त्र यांमधील तज्ज्ञ असल्याने जीवनात परिवर्तन घडवून आणण्यासाठी ते अनेक प्रभावी; पण साधी तंत्रे शिकवतात. आठवड्याचे सात दिवस ते व्याख्याने देतात. सेमिनार्स व वर्कशॉप्स घेतात, तसेच फॉर्च्युन फाइव्ह हंड्रेड कॉर्पोरेशन्स आणि जगभरातील आयव्ही लीग युनिव्हर्सिटीज येथे ते जात असतात.

यशस्वी, आनंदी, समाधानी जीवनासाठी 7 मनोधारणा

स्वामी मुकुंदानंद

अनुवाद : माधुरी तळवलकर

MANJUL

मंजुल पब्लिशिंग हाउस

MANJUL
मंजुल पब्लिशिंग हाउस

पुणे संपादकीय कार्यालय
फ्लॅट नं. 1, पहिला मजला, समर्थ अपार्टमेंट्स,
1031 टिळक रोड, पुणे – 411 002

व्यावसायिक आणि संपादकीय कार्यालय
दुसरा मजला, उषा प्रीत कॉम्प्लेक्स, 42 मालवीय नगर, भोपाळ – 462 003

विक्री आणि विपणन कार्यालय
7/32, अंसारी रोड, दर्यागंज, नवी दिल्ली – 110 002
www.manjulindia.com

वितरण केंद्रे
अहमदाबाद, बंगळुरू, भोपाळ, कोलकाता, चेन्नई,
हैदराबाद, मुंबई, नवी दिल्ली, पुणे

स्वामी मुकुंदानंद लिखित 7 *माइंडसेट्स फॉर सक्सेस, हॅपिनेस ॲन्ड फुलफिलमेंट*
या मूळ इंग्लिश पुस्तकाचा मराठी अनुवाद

7 MINDSETS FOR SUCCESS, HAPPINESS AND FULFILMENT by SWAMI MUKUNDANAND – Marathi Edition

कॉपीराइट © राधा गोविंद धाम, 2019
सर्वाधिकार सुरक्षित

मूळ इंग्लिश आवृत्ती वेस्टलॅंड पब्लिकेशन्स प्रा.लि. तर्फे
2019 साली प्रथम प्रकाशित

प्रस्तुत मराठी आवृत्ती 2021 साली प्रथम प्रकाशित

ISBN : 978-93-90085-70-5

मराठी अनुवाद : माधुरी तळवलकर

या पुस्तकात मांडण्यात आलेली मते आणि दृष्टिकोन लेखकाचे स्वतःचे आहेत. त्यातील तथ्ये त्यांच्या सांगण्यानुसार त्यांनी पर्याप्त स्वरूपात तपासून पाहिली आहेत. त्यासाठी प्रकाशक कोणत्याही प्रकारे जबाबदार असणार नाही.

सदर पुस्तकाची विक्री पुढील अटींवर झाली आहे - ज्या बांधणी आणि मुखपृष्ठासह पुस्तकाचे प्रकाशन झाले आहे, त्याव्यतिरिक्त इतर कोणत्याही स्वरूपात त्याची खरेदी-विक्री प्रकाशकाच्या पूर्वपरवानगीशिवाय केली जाऊ नये, उधार दिले जाऊ नये, पुनर्विक्री किंवा भाडेतत्त्वावर दिले जाऊ नये, तसेच वितरण केले जाऊ नये. या अटींसह इतर सर्व अटी खरेदीदारासही लागू होतात.

हे पुस्तक जगद्गुरू श्री कृपाळूजी महाराज यांना अर्पण.
ज्यांनी मला अक्षय टिकणारे शास्त्रशुद्ध ज्ञान सुस्पष्टपणे शिकवले.
ज्यांच्यामुळे मानवजातीच्या कल्याणार्थ दिव्य ज्ञानाचा प्रसार करण्याच्या पवित्र कार्यास माझे जीवन अर्पण करण्यास प्रेरणा मिळाली.

अनुक्रमणिका

प्रस्तावना — १
  मनोधारणेचे महत्त्व — १
  मनोधारणा कशा तऱ्हेने विकसित करावी? — २
  वाईट दृष्टिकोन नाशास कारणीभूत ठरतात — ४
  योग्य मनोधारणा आध्यात्मिक आनंदाचा खजिना खुला करते — ६
  निरपेक्ष विरुद्ध सापेक्ष सत्य — ७
  समस्या जग ही नसून, आपली मनोधारणा ही आहे — १०
  'सात' मनोधारणाच का? — १५

१. आशावादी दृष्टिकोनाची मनोधारणा — १७
  आशावादी दृष्टिकोन आपल्याला अधिक आनंदी बनवतो — १९
  कामातील उत्कृष्टता — २३
  भावना आणि आरोग्य यांमधला संबंध — २६
  सकारात्मक विचारसरणीची कला — ३०

२. आपल्या भावनांची जबाबदारी घेणारी मनोधारणा — ३५
  परिस्थिती आणि आपल्या भावना यांमधील अंतर — ३६
  परिपक्व विरुद्ध अपरिपक्व वागणूक — ३९
  सगळ्यात मोठा दोष म्हणजे आपला छिद्रान्वेषी स्वभाव — ४१
  आपल्या कृती परमेश्वर ठरवतो काय? — ४४

आपल्या जीवनातील नियतीची भूमिका	४७
ज्योतिषशास्त्र	४९
कृती करण्याची हीच वेळ आहे!	५१
पुरुषार्थाची परिवर्तन करण्याची ताकद	५२

३. प्रेरणेची मनोधारणा — ५७

अंतःस्फूर्ती असलेल्यांना कोणतीही समस्या मोठी नसते	५८
प्रेरणा ही काहींना जन्मजात मिळते का?	६१
असे कोणते घटक आहेत की, जे आपल्याला ध्येयसिद्धीपासून दूर नेतात?	६३
उद्युक्त होण्यास कारणीभूत ठरणारे अंतर्गत विरुद्ध बाह्य घटक	६५
आतून प्रवृत्त होण्याची किल्ली	६७
बुद्धिमत्तेत योग्य ज्ञान भरणे	७०
आध्यात्मिक मार्गावर आपल्याला प्रेरित कसे राहता येईल?	७१
सुवर्णसंधी निघून जाते आहे	७३

४. हेतूच्या शुद्धतेची मनोधारणा — ७९

जीवनात यश म्हणजे काय?	८०
आपण जितके चांगले होऊ शकतो तितके उत्तम होणे	८३
हाती घेतलेले काम जितके उत्कृष्टरीत्या आपण करू शकतो, तितके करणे	८७
जीवनातील आनंद आणि समाधान यांचा अनुभव घेणे	८८
शुद्ध हेतू म्हणजे काय?	९१
हेतू अशुद्ध असतो, तेव्हा आपला आत्मा ते आपल्या लक्षात आणून देतो	९४
आधुनिक काळातील सर्वव्यापी ताण	९५
ताण येण्याचे मूळ कारण	९६
ताणतणावावर उपाय	९८
कर्मयोग – दिव्य जाणिवेत काम करणे	१००
ईश्वराच्या अस्तित्वाची सवय	१०४

हेतूची शुद्धता मनावरचा ताण घालवते	१०६
निष्कर्ष	१०८

५. ज्ञानाची प्राप्ती करणारी मनोधारणा — १०९

व्यावहारिक अंमलबजावणीपेक्षा सैद्धान्तिक ज्ञान अधिक योग्यतेचे आहे	१११
आधुनिक काळातील माहितीचा विस्फोट	११३
ज्ञानाचे अर्थशास्त्र	११५
आध्यात्मिक ज्ञानाची गरज	११७
निखळ सत्याचा शोध	११९
भौतिक ज्ञानाच्या मर्यादा	१२२
'स्व'विषयीचे ज्ञान	१२४
जग अस्तित्वात कसे आले?	१२५
विज्ञान आणि आध्यात्मिकता यांचे एकीकरण	१२८
आध्यात्मिक मार्गावरील ज्ञानाचे महत्त्व	१३१
आध्यात्मिक ज्ञानाचा मार्ग	१३४
निष्कर्ष	१३९

६. शिस्तीची मनोधारणा — १४१

स्व-नियंत्रण आणि यश यांमधला परस्परसंबंध	१४२
मन आणि बुद्धी यांच्यातील लढाई	१४४
यशाची किंमत	१४६
लहानपणापासून आत्मसंयमनाचे महत्त्व	१५०
फर्बरायझेशनचे तंत्र	१५२
इच्छाशक्तीचा स्नायू	१५३
आपल्या इच्छाशक्तीची वाढ	१५६
सवयींचे मोल	१६०
चांगल्या सवयींना पुढे कसे नेता येईल?	१६२
निष्कर्ष	१६४

७. समोर उभे ठाकलेल्या समस्यांवर मात करण्याची मनोधारणा	१६५
समस्या अटळ आहेत	१६६
समस्यांची अपेक्षा करा	१६७
समस्येसाठी तयार राहा	१६८
समस्येला तोंड द्या	१६९
प्रश्नाकडे योग्य दृष्टिकोनातून पाहा	१७०
अडचणींचे मोल स्वीकारा	१७२
शिकण्याचा दृष्टिकोन ठेवा	१७५
अडथळ्यांना तोंड देणे हीच सुधारणेची किंमत आहे	१७९
अडचणींचा सामना करताना देवाची कृपा पाहा	१८१
मनात अढी ठेवू नका	१८२
टीकाकारांना हाताळण्यास शिका	१८५
अंतिम परिपूर्णतेकडे जाण्याचा रस्ता	१८७
सारांश	**१८९**
समारोप	**१९३**
अनंत संभाव्यतेचा कायदा	१९३
शब्दसूची	१९७
आमच्याशी जोडलेले राहा	१९९
लेखकाची अन्य पुस्तके	२००

प्रस्तावना

मनोधारणेचे महत्त्व

यशस्वी जीवनासाठी कोणता घटक आवश्यक आहे? अशी कोणती एक गोष्ट आहे, जी आपल्याला व्यावसायिक उत्कृष्टता, चांगले आरोग्य, कौटुंबिक सुख आणि आत्मिक आनंद बहाल करू शकते?

पैसा ही ती गोष्ट नव्हे; कारण कित्येक श्रीमंत माणसे अनुत्पादक, आरोग्य चांगले नसलेले आणि दुःखी असलेले आपल्याला आढळून येतात. कुणाकुणाशी असलेल्या ओळखीपाळखीसुद्धा त्यासाठी उपयोगी पडतात असे नाही. कारण, अशांची मुलेसुद्धा बेजबाबदार, निरुपयोगी व उनाड होतात. उच्च दर्जाची बुद्धिमत्ताही यासाठी उपयोगाची नाही. कारण, अनेक बुद्धिमान माणसे भावनिकदृष्ट्या नाजूक, हळवी असलेली दिसून येतात व ती सामाजिक जीवनातही तशी सुस्तच असतात. या सर्व गुणांची यशस्वी होण्यासाठी मदत होते, यात काही शंका नाही. तथापि, 'तो' एक आवश्यक घटक असल्याशिवाय यशाची खात्री नाही देता येत.

आयुष्यात काही संपादन करायचे असेल, आनंदी व्हायचे असेल आणि परिपूर्णता हवी असेल तर त्याची गुरूकिल्ली म्हणजे आपल्या भावनांवर आपला ताबा असणे. असं म्हटलं जातं की, 'तुमची जशी पाहण्याची दृष्टी असेल, तसे तुम्ही तितक्या उंचीवर पोहोचू शकता.' जे आपल्या भावनांना काबूत ठेवण्यात तरबेज असतात, ते अडथळ्यांना न जुमानता, त्यांच्या क्षेत्रात यशाकडे झेप घेतात. विचारांची निवड करण्याची क्षमता त्यांच्या अंगी असल्याने ते विश्वास आणि प्रेरणा आपल्यामध्ये भरून घेतात आणि त्यांचा उपयोग ते आपल्या कार्यामध्ये आनंदाने करून घेतात. मोठी आव्हाने पेलतानादेखील ते निग्रही राहतात आणि

आपली मूळची आनंदीवृत्ती धारण करतात. बौद्धिकदृष्ट्या आणि मानसिकदृष्ट्या खंबीर असलेल्या वीरवृत्तीने आश्चर्यकारक यश संपादन करणाऱ्या व्यक्ती आपल्या बांधवांमध्ये ताठ मानेने वावरतात. काही जण असे म्हणू शकतील की, हे लोक नशीबवान असतात; पण खरं तर कोणत्याही परिस्थितीत टिकून राहिलेला त्यांचा प्रबळ दृष्टिकोन हाच हा मोठा फरक घडवून आणतो.

उलटपक्षी, स्वतःच्याच विचारांमध्ये गुरफटणारी माणसे एक कोश तयार करतात. अशी माणसे पुनःपुन्हा अस्वस्थता, औदासीन्य, चीड या भावनांना गोंजारत बसण्यातच आपला मूल्यवान वेळ वाया घालवतात. अशा नकारार्थी भावना त्यांच्या आरोग्याचे नुकसान करतात. त्यांच्या मित्रमंडळींमध्ये ते नावडते होतात आणि त्यांचे कामही ते धडपणे करू शकत नाहीत म्हणजेच त्यांचे स्वतःचे मनच त्यांचा सगळ्यात वाईट शत्रू बनते. त्यांच्या वैफल्याचे कारण हे त्यांचे निराशाजनक विचारच असतात, हेही त्यांच्या लक्षात येत नाही. आपल्या विचारांमधली ही कमतरता लक्षात येते, तेव्हा मनाला कुरतडणाऱ्या या विषादावर कशी मात करावी हे त्यांना माहीत नसते. ते असेच म्हणत राहतात की, आमचे भाग्य कधी उजळणारच नाही; पण प्रत्यक्षात भावनांचे व्यवस्थापन योग्य तऱ्हेने करता न आल्याने त्यांचा जीवनप्रवास व्यर्थ ठरतो.

आपला दृष्टिकोन सुधारण्यासाठी आपल्याला पुढील गोष्टींची गरज आहे :

१. कोणत्या भावना, जाणिवा, संवेदना आपल्याला मदत करतात किंवा आपल्याला त्रासदायक ठरतात याचे ज्ञान.
२. ज्या लोकांशी आपले आदानप्रदान चालते ते लोक, जीवनात येणारे प्रसंग आणि आपण करीत असलेले काम... या साऱ्यांशी सकारात्मक तऱ्हेने प्रतिक्रिया व्यक्त करण्याची क्षमता.
३. आपली मनोभूमिका अशा इष्ट भावनांची करून ठेवण्याची गरज आहे की, त्यामुळे नकळत सकारात्मक दृष्टिकोन विनासायास तयार होईल.

मनोधारणा कशा तऱ्हेने विकसित करावी?

स्वतःमध्ये ज्या प्रकारच्या भावना आपण रुजवलेल्या असतात, त्यातून आपली मनोधारणा तयार होते. त्या मार्गाने विचार करण्याची पद्धत ही आपल्या व्यक्तिमत्त्वाचा एक अविभाज्य भाग बनून जाते. काही शारीरिक सवयी पुनःपुन्हा करीत राहिल्यावर त्या आपल्याकडून आपोआप घडू लागतात; त्याच्याशी या गोष्टीची तुलना करून पाहावी. काही विशिष्ट मानसिक सवयी पुनःपुन्हा विशिष्ट दृष्टिकोनांची सवय लागल्याने आतमध्ये मुरतात व पुढे त्या आपल्याकडून नैसर्गिकपणे होत राहतात. या मनोधारणा एक तर आपल्या जाणिवा सकारात्मकतेने भरून टाकून आपल्याला अनुकूल ठरतात किंवा मग त्या आपल्या मनाला नकारार्थी भावनांकडे खेचून नेतात.

सुदैवाने बाहेर कोणतीही परिस्थिती किंवा प्रसंग असो; आपण आपली त्रासदायक मनोधारणा बदलून निर्मितीशील मनोधारणा तयार करू शकतो. त्यासाठी आपल्याला जे वाटते, जाणवते, फक्त ती पद्धत बदलण्याची गरज आहे. **मनोधारणेच्या ताकदीचे हेच तर सौंदर्य आहे की, हे साधन आपल्यामध्येच अंतर्भूत असते.** आपले मन आणि बुद्धी यांना योग्य तऱ्हेने प्रशिक्षण दिले, तर त्यांची मोठ्या प्रमाणात असलेली सुप्तशक्ती खुली होईल. मग या लाभदायक मनोधारणेमुळे आपण प्रत्येक प्रकारच्या परिस्थितीत उपयुक्त ठरू शकेल अशा तऱ्हेने सहजपणे विचार करू शकू.

जीवनात यशस्वी ठरलेल्या व्यक्तिमत्त्वांचा अभ्यास केला तर त्या साऱ्यांच्यात एकाच प्रकारची वैशिष्ट्यपूर्ण मनोधारणा दिसून येते. उदाहरणासाठी थॉमस एडिसन यांची प्रेरणादायक गोष्ट आपण पाहू या.

थॉमस एडिसन पाच वर्षांचा असताना त्याच्या शिक्षकांनी त्याच्या आईला बोलावून घेतले आणि सांगितले, 'तुमच्या या छोट्या टॉमीला घरी घेऊन जा. त्याला काही शिकवायचे म्हटले तर तो फारच मठ्ठ आहे.' यावर त्याची आई म्हणाली, 'माझा छोटा टॉमी काही मूर्ख नाही. मी स्वतः त्याला शिकवेन.' त्यानंतर थॉमस पुन्हा कधीही शाळेत गेला नाही. त्याला घरी त्याच्या आईनेच शिक्षण दिले. गरिबीमुळे पुढे त्याने रेल्वेमध्ये फिरून, कँडी वगैरे विकून कमाई केली. लहान असताना त्याला गोवर, कांजिण्या झाल्या आणि त्यात त्याला एका कानाने ऐकू येईनासे झाले. एका रेल्वेच्या कंडक्टरने जेव्हा त्याच कानावर त्याला थप्पड दिली, तेव्हा त्याची ही समस्या विकोपाला गेली आणि तो एका कानाने ठार बहिरा झाला.

पुढे एडिसनने एका तीन वर्षांच्या मुलाचे प्राण वाचवले. त्याच्या वडिलांनी कृतज्ञता म्हणून थॉमसला एका तारखात्यात ऑपरेटरची नोकरी मिळवून दिली. एडिसनच्या आयुष्यात या एका प्रसंगाने मोठाच बदल झाला. संशोधनात त्याची कामगिरी सुरू झाली. अमेरिकन इतिहासातील सगळ्यात मोठा संशोधक म्हणून त्याची कारकीर्द सुरू झाली. या काळात त्याने १०९३ अमेरिकन पेटन्ट्स स्वतःच्या नावावर मिळवली. या पेटन्ट्सचा त्याच्या पुढील संशोधनावर व मानवजातीचे जीवन सुखकर होण्यावर चांगला परिणाम घडून आला.

असे म्हटले जाते की, इलेक्ट्रिक बल्बचा शोध लावण्यासाठी काम करीत असताना थॉमस एडिसनला सातत्याने अपयश येत होते. अखेरीस चार हजारावा प्रयत्न यशस्वी ठरला. त्याचा तीन हजार नऊशे नव्याण्णवा प्रयोग फसला, तेव्हा त्याला एका पत्रकाराने विचारले, 'मि. एडिसन, तुमचे प्रयत्न सातत्याने अयशस्वी ठरल्यामुळे तुम्हाला निराशा आली नाही का?'

तो ठामपणे उत्तरला, 'अरे तरुण माणसा, तुझ्या जीवनात उपयोगी पडेल असा एक धडा मी तुला शिकवतो. मी तीन हजार नऊशे नव्याण्णव वेळा अयशस्वी ठरलो

नाही. फक्त कोणत्या तीन हजार नऊशे नव्याण्णव प्रकारांनी इलेक्ट्रिक बल्ब बनू शकत नाही हे माझ्या लक्षात आलं.'

थॉमस एडिसनची सकारात्मकता, विधायक दृष्टी आणि आशावाद ही मनोधारणाच त्याला पुढे उपयोगी पडली आणि पुढच्याच प्रयत्नात, आजच्या जगात ज्याशिवाय जीवन जगणे अशक्य वाटते, तो इलेक्ट्रिक बल्ब विकसित करण्यात तो यशस्वी झाला.

अशा तऱ्हेने योग्य मनोधारणा हा यशस्वी माणसांचा विशेष गुण असतो. ते त्यांच्या भावनांचे मालक असतात आणि कोणत्याही परिस्थितीत आपल्या मनःस्थितीचे व्यवस्थापन कसे करावे हे ते जाणतात. यशस्वी लोकांच्या सकारात्मक मनोधारणेच्या गोष्टी उदाहरण म्हणून आपणा सर्वांना उपलब्ध असतात. बरोबर दृष्टिकोन विकसित होण्यासाठी त्या इतरांना मदत करू शकतात आणि तरीही आपल्या अंगी असलेल्या या सुप्त क्षमतेचा उपयोग फारच थोडे जण करू शकतात. असे का होते?

वाईट दृष्टिकोन नाशास कारणीभूत ठरतात

यशस्वी जीवन जगणारी माणसे असतात, तशी आयुष्य विदीर्ण झालेली माणसेही असतात. त्यांनाही चांगले जीवन जगण्याची इच्छा असते; पण त्यांच्या स्वतःच्याच मनातील वाईट भावना यामध्ये अडथळा बनतात, त्यामुळे त्याच त्या फोल कल्पनांमध्ये असे लोक भरकटत राहतात. एक तर आपल्या विचारांमध्ये सुधारणा करायला हवी हे त्यांच्या लक्षात येत नाही किंवा नकारार्थी भावनांनी ते इतके भारलेले असतात की, सकारात्मक भावना त्यांच्या आसपासही येऊ शकत नाहीत. अमेरिकेचे थोर अध्यक्ष रूझवेल्ट यांनी या दयनीय अवस्थेचे वर्णन बरोबर केले होते. ते म्हणाले, 'मनुष्य दैवाचा बंदिवान नाही; तो केवळ त्याच्या स्वतःच्या मनाचाच कैदी असतो.'

त्याचप्रमाणे, ताब्यात नसलेले मन, हे अपयशाचे एक मुख्य कारण असल्याचे प्रसिद्ध ब्रिटिश लेखक सॅम्युएल जॉन्सन याने सांगितले आहे. 'मन अशांत असेल तर व्यायाम, आहार, शरीरसौष्ठव या कशाचाही फारसा उपयोग होऊ शकत नाही.'

वाईट दृष्टिकोनाची काही उदाहरणे :

- **'मी' किंवा 'मला' एवढाच विचार करण्याचा रोग** : या रोगाने पछाडलेली माणसे इतकी आत्मकेंद्री बनून जातात की, त्यामुळे आपण इतरांना नकोसे होतो हेही त्यांच्या लक्षात येत नाही.
- **क्षुद्र मत्सर** : या प्रकारच्या भावनेमुळे इतरांचे यश यांना आवडत नाही. त्यांना वाटते, अंगी कसब किंवा क्षमता कशीही असली तरी सर्व जण सारखेच यश मिळवण्यास पात्र आहेत.

- **क्षमा करू न शकणारे** : ज्यांच्यामुळे त्रास झाला असेल त्यांच्याबद्दल कायमच हे लोक मनात अढी ठेवतात. दुसऱ्यांपेक्षा जास्त हे स्वतःच त्यामुळे दुखावतात हेही त्यांना कळत नाही.
- **छिद्रान्वेषी स्वभाव** : या प्रकारची माणसे अगदी उत्तम गोष्टीतसुद्धा काहीतरी खोड काढण्यात तरबेज असतात. त्यांच्याजवळ तक्रारींची एक लांबलचक, थकवणारी यादी असते आणि त्यांनी कितीही चांगले यश संपादन केले तरी ते कधीही समाधानी राहू शकत नाहीत.

मनाच्या एका कोपऱ्यात असा निकृष्ट दृष्टिकोन सांभाळून ठेवणाऱ्या माणसांची ही फक्त काही थोडी उदाहरणे. दुर्दैवाने, काही संपादन करण्यामध्ये आणि आध्यात्मिक जीवनाची दारे खुली करण्यामध्ये असे दृष्टिकोन नेहमीच अडथळे ठरतात. एक उदाहरण घेऊन आपण हा दृष्टिकोन समजावून घेऊ यात.

एका सुंदर सकाळी एक मनुष्य, आपण जास्त वेळ झोपलो, हे लक्षात येऊन अंथरुणातून धडपडत उठला. त्या दिवशी ऑफिसमध्ये त्याची एक महत्त्वाची भेट ठरलेली होती, त्यामुळे त्याने भराभर सकाळचे प्रातर्विधी उरकून कसाबासा नाश्ता केला आणि गाडीत घुसला.

लगेच इंजिनकडे वळला आणि ॲक्सिलरेटर दाबला. कार आता पुढे झेपावेल असे त्याला वाटत असताना ती तशीच उभी राहिली. वैतागून त्याने पायडलवर आणखी जोर दिला; पण उपयोग झाला नाही. त्याला रबर जळल्याचा वास आला आणि इंजिनातून धूर येत असल्याचे लक्षात आले. तो कारमधून बाहेर आला आणि त्याच्या लक्षात आले की, रबराचे ब्रेक्स वितळू लागले आहेत. मग एकदम त्याच्या डोक्यात प्रकाश पडला... पार्किंग ब्रेक काढायचा तो विसरलाच होता.

आयुष्याचा अनुभवही अगदी असाच असतो. आपण आपल्या ध्येयांपर्यंत पोहोचण्यासाठी जोरात जातो; पण प्रगती काही झालेली दिसत नाही. भावनांचे ब्रेक्स चालूच असल्याचे लक्षात न घेता आपण आणखी जोर वाढवतो. कशाचे ब्रेक्स असतात हे? हावरेपणा, असमाधान, भय, अस्वस्थता, ताण आणि राग. मनाचे हे ब्रेक लागलेले असताना कितीही जोरात प्रयत्न केले तरी आपण पुढे जाऊ शकत नाही. उलट कदाचित स्फोट होऊन शारीरिक पीडा किंवा मानसिक त्रास सुरू होतात. अशा वेळी हे रहस्य जाणून घ्यायला हवे की, आपण नुसताच जोर न लावता हुशारीने वागले पाहिजे. आतमध्ये वसती करून राहिलेले उपद्रवी दृष्टिकोनांचे ब्रेक्स काढून दूर केले पाहिजेत.

एका समर्पक गोष्टीची आपण नोंद घेतली पाहिजे... ती अशी की, आपण काही खिन्न मनःस्थिती घेऊन जन्माला आलो नाही. कळतनकळत वारंवार उदास भावना

जागृत करून अशी मनोधारणा नंतर तयार केली गेली. आता काही शहाणपणाच्या भावना आणि उदात्त विचार वारंवार मनामध्ये जागवून त्यांमध्ये सुधारणा करता येईल. याचाच अर्थ अपयशाचा दृष्टिकोन जसा निर्माण करता येतो, तसाच यशाचा दृष्टिकोनही तयार करता येतो. दोन्हीच्या परिणामांमध्ये मात्र पुष्कळच फरक असतो.

आपण आतापर्यंत योग्य मनोधारणेचे भौतिक फायदे काय असतात, याविषयी चर्चा केली. आता यातून आध्यात्मिक लाभ कोणते होतात ते पाहू या.

योग्य मनोधारणा आध्यात्मिक आनंदाचा खजिना खुला करते

योग्य दृष्टिकोन केवळ भौतिक बाबींमध्येच मदत करतो असे नाही, तर दिव्य ज्ञान, स्वर्गीय सुख आणि सर्वोत्तम प्रेम हे आध्यात्मिक लाभ तो आपल्याला बहाल करतो. ज्ञानप्रकाशाकडे जाणाऱ्या प्रवासात प्रगती होण्यासाठी भावनांवर ताबा असणे ही आवश्यक पूर्वअट आहे. **तत्त्व अगदी साधे आहे – अधिक चांगले विचार शिकल्यामुळे आपण अधिक चांगली व्यक्ती होण्याचे शिकतो.**

धार्मिक बाबतीत ही आत्मप्रत्ययाची वस्तुस्थिती लक्षात घेण्याचे नेहमी राहून जाते. मनामध्ये त्यागमय भावना न जोपासताच माणसे बाह्य धार्मिक कर्मकांडे करीत राहतात. मनामध्ये भौतिक गोष्टींकडे लक्ष ठेवून हे लोक शरीराने पवित्र स्थानांना भेटी देतात. देवतांना पुष्कळ आरास करतात; पण मनातील भावनांना भूषविण्याचे विसरून जातात. मनात असलेल्या पापविचारांचे क्षालन करण्याकडे दुर्लक्ष करतात आणि पवित्र नद्यांमध्ये शरीराला स्नान घडवतात. होमामध्ये शुद्ध तुपाची समिधा अर्पण करतात; पण परमेश्वरापुढे लीन होऊन शरणागत होण्याचे नाकारतात.

सर्व वैदिक पवित्र ग्रंथ आपल्याला हेच शिकवतात की, आध्यात्मिकता हा आपला स्वतःच्या आतला प्रवास आहे. आपल्यात असलेल्या जन्मजात दिव्यत्वाची प्रचिती आल्यावर तो घडून येतो आणि त्यासाठी मनाचे शुद्धीकरण होणे आवश्यक असते. बाह्य आध्यात्मिक उपचार हे केवळ आपले विचार उदात्त होण्यासाठी उपयुक्त ठरतात; पण सुंदर आणि शहाण्या विचारांची रुजवण न करता पोकळ उत्सवीकरणाचा काहीही उपयोग नाही. *पंचदशीमध्ये* म्हटले आहे :

मन एव मनुष्याणां कारणं बंधमोक्षयोः

बंधन आणि मोकळीक हे आपल्या मनःस्थितीवर अवलंबून असते. श्रीमद् भागवतम्‌मध्ये म्हटले आहे :

चेतः खल्वस्य बंधेया मुक्तये चेतमनो मतम
गुणेशु सक्तमबंधेयरातम वे पुमसी मुक्तये (३.२५.१५)

'बंधन आणि मोकळीक हे मन ठरवते. *त्रिगुणाच्या* क्षेत्रात मनाची असलेली जवळीक बंधन बनते; तर भौतिक गोष्टींबद्दलचा अलिप्तपणा मायापासून (देवाची भौतिक ऊर्जा) मुक्तता करते. जगाचे पाचवे मूळ जगद्गुरू कृपालूजी महाराज म्हणतात,

बंधन और मोक्ष का कारण मन ही बखाना
याते कौतूँ भक्ती करूँ मन ते हरि ध्यान (*भक्ती शतक*, श्लोक १९)

'मायेचे बंधन आणि त्यापासून मुक्ती याला मन जबाबदार आहे म्हणून ज्या कुठल्या प्रकारची भक्ती तुम्ही करीत असाल, परमेश्वर आपल्याजवळच आहे हे न विसरता लक्षात ठेवा.'

दिव्य मनोधारणा आपल्या मनामध्ये रुजवण्याचे कसे शिकायचे हे आपण आतापर्यंत पाहिले आणि ते आयुष्यात करण्याचे सगळ्यात महत्त्वाचे कार्य आहे. यामुळेच संपादन, आनंद आणि परिपूर्णता मिळते. या उदात्त कलेविषयी आपण या पुस्तकात तपशीलवार चर्चा करणार आहोत. मात्र या प्रक्रियेच्या दिशेने जाण्यास सुरुवात करण्यापूर्वी आपली मनोधारणा निवडण्याची क्षमता आपल्याला कशातून मिळते हे आधी समजावून घेऊ या.

निरपेक्ष विरुद्ध सापेक्ष सत्य

आपल्या भोवतालच्या जगाचे आकलन करण्याचे आपले काही विशिष्ट मार्ग आहेत. कुणाला वाटते ही फार धोकादायक जागा आहे. काही जणांना वाटते की, इथे सर्वत्र प्रेम भरलेले आहे. काहींना हे जग दुष्टाव्याने प्रभावित आहे असे वाटते, तर काहींना सर्व प्राणिमात्रात ईश्वराचा अंश असल्याचे आढळते. एकच निर्मिती सगळ्यांना वेगवेगळी का बरं दिसते?

अशी तफावत दिसते याचे कारण म्हणजे सत्ये दोन प्रकारची आहेत. **आपल्याभोवती दिसणारे बाह्य जग म्हणजे वस्तुनिष्ठ सत्य आहे.** परमेश्वराने जसे ते बनवले आहे तसेच ते प्रत्येकासाठी आहे. मात्र या बाह्य जगाविषयीचा आपला दृष्टिकोन ही आपली निवड आहे. हा दृष्टिकोन आपले व्यक्तिगत सत्य स्थापित करतो. जगाचे आकलन कसे करून घ्यायचे हे तो ठरवतो. आपण सर्व जण जगाकडे वेगवेगळ्या दृष्टिकोनातून पाहत असल्याने आपले वैयक्तिक सत्यसुद्धा वेगवेगळे आहे.

उदाहरणार्थ, लागोपाठ तीन वकिलांकडून आपली फसगत झाली, तर सगळे वकील फसवतात, असा आपण निष्कर्ष काढतो. मात्र त्या वेळी आपण हे लक्षात घेत नाही की, हा आपला दृष्टिकोन आहे; हे काही वस्तुनिष्ठ सत्य नाही.

त्याचप्रमाणे काही लोक जगाकडे खिन्न मनःस्थितीने पाहत असतात, त्यामुळे त्यांच्या जीवनात येणारे प्रसंग प्रत्यक्षात ते जसे आहेत, त्यापेक्षा त्यांनी जो दृष्टिकोन अंगीकारला असेल तसे वेगळे असू शकतात. समस्या अशी आहे की,

जेव्हा लोक कोणत्याही परिस्थितीबाबत नकारार्थी भावना मनात धरून ठेवतात, तेव्हा ते हे विसरतात की, ही केवळ त्यांची व्यक्तिगत संकल्पना आहे. याच परिस्थितीत इतर काही जण आनंदी आणि सकारात्मक होण्याची निवड करू शकतात.

दोन व्यक्तींच्या मनोधारणेमधला फरक पुढील उदाहरणावरून दिसून येईल. दोन तरुण एकाच खोलीत राहत होते, त्यामुळे त्यांचे वस्तुनिष्ठ सत्य सारखेच होते. तरीसुद्धा त्यांच्या मनातले दृष्टिकोन विरुद्ध असल्याने त्यांची वैयक्तिक सत्ये दोन टोकाची होती.

संतोष आणि चंचल हे गंभीर आजारी असलेले दोन रुग्ण एका रुग्णालयात दोन खाटांवर शेजारीशेजारी एकाच खोलीत होते. ते दोघे एकमेकांना आपले बालपण, शाळेतले दिवस, व्यवसाय, सहचारिणी, मुले, स्वप्ने, यश, अपयश अशा कितीतरी गोष्टी एकमेकांजवळ सांगत असल्यामुळे त्यांच्यामध्ये एक जवळीक निर्माण झाली होती.

दोघेही अंथरुणाला खिळलेले होते; पण दररोज नर्सेस येऊन संतोषला उठवून बसवत व त्याच्या फुप्फुसांवर उपचार करीत. खोलीतल्या एकमेव खिडकीशेजारी त्याची खाट असल्याने त्या तासाभरात तो बाहेर पाहत असे आणि त्याचे वर्णन तो चंचलजवळ करीत असे.

बाहेर, शांततेच्या वातावरणात एका बागेत वैविध्यपूर्ण झाडे आणि काही बाके होती. त्या बाकांवर अनेक प्रकारची माणसे येऊन बसत. बागेच्या मधोमध सुशोभित तलाव होता आणि त्यात कारंजे होते. त्या शांत पाण्याने आकर्षित होऊन स्थलांतर करून आलेले पक्षी आंघोळीसाठी तिथे जमत असत. सुंदर गुलाब, ट्युलिप्स, गवती फुले, डॅफोडिल्स अशा फुलांनी बाग बहरलेली असे.

संतोषने केलेले बागेचे वर्णन ऐकून चंचलचे जगही उजळून निघे. रुग्णालयातील खिन्न करणारे वातावरण, कडवट औषधांचे वास यांच्यापेक्षा हे बाहेरचे जग अगदी वेगळे, मनोहारी होते. आज काय नवीन बागेच्या सौंदर्याचे वर्णन ऐकायला मिळते, असे चंचलला वाटत असे व संतोषने उठून, खिडकीत बसून केलेले वर्णन ऐकण्यासाठी चंचल त्या एका तासाची वाट पाहू लागला.

एक दिवस चंचलच्या मनात एक दुष्ट विचार आला. 'मी माझ्या बिछान्यात खितपत पडलेलो असताना एकट्या चंचललाच बाहेरील जगाचे सुंदर दर्शन का घडावे? देवाने त्याच्यावरच एवढी कृपा का करावी?' चंचलने असा विचार करायला नको होता; पण त्याने असाच विचार केला. या नकारार्थी विचारांना आपल्या मनात त्याने चांगलेच मूळ धरू दिले आणि त्याच्या लक्षात येण्यापूर्वीच या नकारार्थी भावनांनी त्याच्या मनात विखारी भावना आणि क्रोध यांचे गलिच्छ डबके तयार केले. 'मला तो अजिबात आवडत नाही,' तो मनाशी म्हणाला, 'त्यालाच केवळ सगळी मजा मिळते. किती अयोग्य आहे हे!'

प्रस्तावना ९

चंचलची मनःस्थिती इतकी अधोगतीस गेली की, त्याला त्याच्या या मित्राची संगत नकोशी वाटू लागली. एके रात्री संतोषला खोकला येऊ लागला. त्याला जरी नेहमी खोकला येत असला तरी या वेळी तो जास्त तीव्रतेने खोकत होता. त्याला श्वास घ्यायला त्रास होत होता. जीव गुदमरल्यासारखा झाला. विव्हळ होऊन त्याने उशी व चादर घट्ट पकडली; पण खोकला कमी होण्याचे लक्षण दिसेना. अशा प्रसंगी संतोषने आणीबाणीच्या वेळी वाजवावयाची घंटी वाजवायला हवी होती; पण वेदनांनी तो इतका बेजार झाला होता की, त्याला काही ते सुचले नाही.

निदान चंचलने तरी आणीबाणीची घंटी वाजवायला हवी होती; पण चंचलच्या मनात शत्रुत्वाच्या भावनेने इतके ठाण मांडले होते की, त्याच्या मनात विचार आला, 'त्याला इतके सहन करावे लागते आहे ते बरेच आहे. तीच त्याची लायकी आहे. मला नाहीच आवडत तो!'

काही वेळ संतोष खोकत राहिला आणि मग गप्प झाला. रात्रीच्या वेळी खोलीतली शांतता गडद होत गेली. दुसऱ्या दिवशी सकाळी रुग्णालयाचा कर्मचारी आला, तेव्हा संतोषचा मृत्यू झाल्याचे त्याच्या लक्षात आले. फारसा काही गाजावाजा न करता, तो त्याचे शव घेऊन गेला.

आपल्यावर कोणताही संशय येऊन नये म्हणून चंचलने दोन दिवस वाट पाहिली आणि मग त्याने विनंती केली, 'माझा बिछाना दुसऱ्या बाजूला, खिडकीजवळ नेता येईल का?'

'हो, चालेल.' परिचारक म्हणाला आणि त्यांनी त्याची खाट खिडकीजवळ ठेवली.'

दुसऱ्या दिवशी चंचलने आणखी एक विनंती केली. म्हणाला, 'मी आता बरा आहे. थोडा वेळ बसू शकतो का मी?'

'हो, चालेल बसलात तरी,' ड्यूटीवरची परिचारिका म्हणाली. तिने त्याला उठवून मग नीट बसवले.

चंचल अधीर झाला होता. संतोष वर्णन करत होता, ती जादूमयी बाग आता अखेरीस त्याला पाहता येणार होती. मात्र त्याने जेव्हा बाहेर डोकावून पाहिले, तेव्हा त्याला धक्काच बसला. त्याला शेजारच्या इमारतीची फक्त एक मोठीच्या मोठी भिंत तिथे दिसली. 'हे काय?' तो पुटपुटला.

परिचारिका म्हणाली, 'रुग्णालयाला लागूनच एक मोठे गोदाम आहे. ते जवळ असल्याने खिडकीतून काहीही दिसू शकत नाही.'

'मग माझ्या खोलीत राहणारा जो दुसरा रुग्ण होता तो कशाचे वर्णन करीत होता?' मति गुंग झालेल्या चंचलने विचारले.

'ते त्याच्या मनातले सौंदर्य होते,' परिचारिका उत्तरली.

संतोषने जे पाहण्याचे ठरवले, ती काही रुग्णालयाच्या खिडकीबाहेरच्या जगातली वस्तुस्थिती नव्हती; पण ती रमणीयता त्याच्या मनात होती. त्याच्या मनातले जग इतके सुंदर होते की, रुग्णालयातील खिन्नता उत्पन्न करणारे वातावरण त्याने मनावर घेतले नाही. त्याऐवजी त्याने सौंदर्य, मनोहारी दृश्य, सुसंवाद आणि प्रेम यांना पसंती दिली. असे म्हटले जाते की,

दोन पुरुष तुरुंगाच्या गजातून बाहेर पाहतात
एकाने चिखल पाहिला; दुसऱ्याने तारे.

नोंद करून घेण्यासारखा मुद्दा असा की, आपल्या आजूबाजूचे वातावरण, नातेवाईक आणि काम यांच्याकडे हवे तसे पाहण्याची आपल्याला मोकळीक आहे. आपण ज्या प्रकाराने त्याकडे पाहू, तसे आपल्याला त्याचे परिणाम मिळतील. आपण विशिष्ट प्रकारच्या भावना सातत्याने मनात आणत राहिलो, तर तोच आपला दृष्टिकोन बनतो. मग हे विचार आपल्या मनात घट्ट रुतून बसतात आणि आपल्या स्वभावाचा एक नैसर्गिक भाग बनतात. तशीच आपली मनोधारणा बनते.

समस्या जग ही नसून, आपली मनोधारणा ही आहे

आपण जेव्हा त्रासलेले असतो किंवा निराश होतो, तेव्हा भोवतालच्या परिस्थितीस जबाबदार धरणे साहजिक आहे. मात्र तितकेच हेही आश्चर्यकारक आहे की, अस्तित्वात असलेल्या भोवतालच्या जगात कोणतेही वैगुण्य नाहीय. अपरंपार करुणा असलेल्या आणि सर्वज्ञ व परिपूर्ण असलेल्या परमेश्वराने ते निर्माण केलेले आहे म्हणून त्याने निर्माण केलेले जगही आपल्या आत्म्यासाठी पूरक आहे. वेदांमध्ये म्हटले आहे :

पुरुष एवदम सर्वम यद्भूतम यच्छा भव्यम

(*श्वेताश्वतार उपनिषद* ३.१५)

'आतापर्यंत जे काही अस्तित्वात होते, आत्ता वर्तमानात जे अस्तित्वात आहे आणि भविष्यात जे अस्तित्वात असेल, ते सर्व परमेश्वराची प्रचिती देणारेच आहे.'

वासुदेवः सर्वमिती (भगवद् गीता ७.१९)

'तो सर्वोच्च परमेश्वर श्रीकृष्ण जगामध्ये सर्वत्र आहे.'

यानुसार, ज्यांनी आपले दृष्टिकोन शुद्ध केले आहेत आणि त्यांच्या भावना उदात्त केल्या आहेत, त्यांना अणू-रेणूत परमेश्वराचे अधिष्ठान असल्याचे लक्षात येईल. वृंदावनमधल्या गोपींची श्रीकृष्णावर श्रद्धा होती. त्याची स्तुती करताना त्या म्हणतात :

वटनमें, घातनामें, विथिनामें, बागनमें
बेलिनामें, वाटिकामें, पुलनामें, वनमें
दरनामें, दिवारनमें, देहारी दरिचनमें
हिरानामें, हरानामें, भूषणामें, तानामें
काननमें, कुंजनमें, गोपनमें, गायनमें
गोकुलमें, गोधनमें, दामिनीमें, घनमें
जहन जहन देखूं तहन श्याम ही दिखायी देता
मेरो श्याम छाया रहियो नैननामें तानामें

'जिथे कुठे मी पाहते, मला माझ्या प्रिय श्रीकृष्णाचे चैतन्यमय दर्शन होते. मी त्याला वाटा, टेकड्या, गल्ल्या आणि बागांमध्ये पाहते. तो लतावेली, बागा, फुले आणि वनांमध्ये राहतो. दरवाजे, भिंती, सामान आणि खिडक्या हे सर्व त्याच्या अस्तित्वाने युक्त आहे. तो माझ्या गळ्यातल्या हारामध्ये, दागिन्यांमध्ये आणि माझ्या देहातही वसतीला आहे. श्रीकृष्णाचे पवित्र रूप मी वनांमध्ये पाहते, उपवनांमध्ये पाहते, गवळी गोपांमध्ये आणि गायींमध्येसुद्धा पाहते. गोकुळाच्या पवित्र भूमीत, गायींमध्ये, चमकणाऱ्या विजांमध्ये आणि ढगांमध्ये मला त्याचे अस्तित्व जाणवते. मी जिथे कुठे पाहते, तिथे मला माझा श्यामसुंदर दिसतो. माझ्या दैवताने माझ्या डोळ्यांमध्ये आणि मनात घर केले आहे.'

जगामध्ये विशुद्ध अंतःकरणांचे संत अशा प्रकारे देवाला पाहतात. ही पवित्र दृष्टी हा काही त्यांचा केवळ कल्पनाविलास नाही. वस्तुतः ईश्वर सर्वव्यापी आहे. ज्यांनी आपले मन विशुद्ध केले असेल अशा संतांनाच केवळ या सर्वव्यापी देवाची प्रचिती येते.

जिथे संतांचे वास्तव्य आहे, त्या जगात आपणही राहतो. असे असताना आपण विमनस्क मनःस्थितीत राहून भावना गढूळ का करायच्या? आपण माणसांना किंवा परिस्थितीला कितीही दोष दिला तरी खरा दोष आपल्या कटू भावनेतच आहे. मनातील ही उदासीनाता हुसकावून सावण्यासाठी दरिद्री विचारांऐवजी उत्तम विचार मनात आणण्याचे काम फक्त आपल्याला करायचे आहे. पुढे दिलेल्या गोष्टीवरून तुमच्या हे लक्षात येईल :

एक खूप निराश झालेला माणूस एकदा अगदी हतबल होऊन माझ्याकडे आला. भारतातील ओडिशामधील कटक येथील आमच्या सत्संगचा तो गेली सहा वर्षे सभासद असल्यामुळे मी त्याला चांगला ओळखत होतो.

'काय झालं आहे तुला?' मी त्याला विचारले.

'स्वामीजी, माझ्या बाबतीत केवढी भयानक गोष्ट घडली आहे, याची तुम्हाला कल्पना नाही. गेल्या दोन वर्षांपासून माझ्या सासुरवाडीची मंडळी माझ्याकडे राहायला

आली आहेत आणि त्यामुळे मी फार वैतागलो आहे. मी त्यांना जा म्हणूनही सांगू शकत नाही; कारण तसे सांगितलेले माझ्या बायकोला अजिबात चालणार नाही. माझं तिच्यावर प्रेम आहे; पण मी माझ्या सासू-सासऱ्यांबरोबर राहू शकत नाही. त्यांची नकोशी वाटणारी उपस्थिती मला इतकी दुःख देते की, मी नैराश्याच्या खोल गर्तेत बुडेन की काय अशी मला भीती वाटते.'

त्याच्या दुःखावर मी काहीतरी तोडगा काढावा अशी त्याने मला विनवणी केली.

मी त्याला विचारले, 'तुमच्या घरी कुत्री आहेत का?'

'नाही,' तो उत्तरला.

'मग अगदी सोपं आहे,' मी म्हणालो, 'कुत्र्यांची पिलावळ घरी घेऊन जा.'

त्या माणसाने आज्ञापालन केले. तो लगेच बाजारात गेला आणि कुत्र्याची चार पिल्ले घरी घेऊन गेला. पाच दिवसांनंतर तो माझ्याकडे आला.

मी विचारले, 'आता कशी आहे तुझी मनःस्थिती? तुझं मन शांत होण्यासाठी त्या पिल्लांची काही मदत झाली का?'

'दुर्दैवाने, माझी मनःस्थिती आणखी बिघडली आहे,' तो उद्गारला, 'ती पिल्लं घरभर पळत असतात आणि गोंधळ करून ठेवतात.'

'हरकत नाही. मांजरं आहेत का काही तुमच्या घरी?'

'नाही,' तो उत्तरला.

मी म्हणालो, 'मग माझ्याकडे एकदम रामबाण उपाय आहे. एक पांढरं आणि एक काळं अशी दोन मांजरं आण आणि ती परसदारी ठेवून दे.'

पुन्हा एकदा माझ्या अनुयायाने माझी आज्ञा शिरसावंद्य मानली. मात्र तीन दिवसांनी तो परत माझ्याकडे आला. 'तुझी समस्या दूर झाली का?' मी विचारले.

'स्वामीजी, माझी समस्या तर आणखी वाढली आहे आता. कुत्र्यांच्या पिलांना मांजरं अजिबातच चालत नाहीत आणि परसात जाऊन त्यांचा पाठलाग करण्याची एकही संधी ते सोडत नाहीत. कुत्री घरातच राहावीत, यासाठी मला त्यांच्यावर सारखं लक्ष ठेवावं लागतं.'

'काळजी करून नको. तुमच्याकडे गायी आहेत?'

'नाही.'

'तीच तर खरी अडचण आहे. आता लक्षात आलं माझ्या. तुम्ही आता एक सवत्स धेनू घरी आणा. तिची चांगली काळजी घ्या आणि गायीचं दूध घरच्यांना, घरातील प्राण्यांना द्या.'

माणूस जरा काळजीत पडला; पण मी त्याला आग्रहाने सांगितल्यामुळे तो घरी गेला आणि माझ्या सल्ल्यानुसार त्यानं सारं केलं. थोड्याच दिवसांत तो रागाने माझ्याकडे तावातावाने आला.

'कसले आहात तुम्ही स्वामीजी?' तो बोलला, 'मी माझ्याबरोबर राहणाऱ्या सासुरवाडीच्या माणसांचा प्रश्न घेऊन तुमच्याकडे आलो होतो आणि तुम्ही तर आख्खं प्राणिसंग्रहालय करून टाकलंत त्याचं.'

'काही हरकत नाही. आता समस्येतून सुटका होण्यासाठी तुम्हाला एकच पाऊल टाकायचंय. हे सगळे प्राणी तुम्ही घरातून बाहेर काढून टाका.'

घाईघाईने त्या माणसाने घरी आणलेले सगळे पाळीव प्राणी विकले किंवा कुणाकुणाला देऊन टाकले. मग चार दिवसांनंतर तो माझ्याकडे आला.

'आता तू कसा आहेस? आनंदात आहेस ना?' मी विचारलं.

'होय स्वामीजी. आता मला घरात एकदम शांत वाटतं.'

त्या माणसाची सासुरवाडीची मंडळी अजूनही घरातच होती. आधी हीच परिस्थिती असताना तो वैतागला होता. आता मात्र त्याला सुटका झाल्यासारखे वाटत होते आणि आधीच्या मानाने तो पुष्कळच शांत झाला होता. हे घडून आले ते केवळ त्याच्या दृष्टिकोनात फरक झाल्यामुळे.

गोष्टीचे तात्पर्य असे की, बाह्य परिस्थिती नेहमीच आपल्या हातात असते असे नाही. आपली इच्छा नसलेल्या गोष्टीसुद्धा होत असतात आणि नकोशी माणसे किंवा परिस्थितीही आपल्या आयुष्यात उद्‌भवत असतात. जे बदलू शकत नाही, त्याबद्दल दुःख वाटून घ्यायचे की आहे त्याच्याशी आपण जुळवून घ्यायचे इतकेच आपल्या हातात असते. जसा आपला दृष्टिकोन असेल त्यावर सारे अवलंबून आहे.

असे म्हटले जाते की, आयुष्य म्हणजे आपल्याबाबत जे घडते ते दहा टक्के असते आणि आपण त्यावर कशी प्रतिक्रिया व्यक्त करतो, ते नव्वद टक्के असते. म्हणजेच आपण जितके ठरवू तितके आपण सुखी होऊ शकतो. दुसऱ्या शब्दांत सांगायचे झाले, तर सुखी होण्यासाठी मौजमजाच केली पाहिजे असेही नाही किंवा आपण कोट्यधीश असले पाहिजे असेही नाही. वस्तुतः मनावर जर आपला पुरेसा ताबा असेल तर सुखी होण्यासाठी आपल्याला कशाचीही गरज असण्याची अट नाही.

मी जेव्हा पहिल्यांदा अमेरिकेला गेलो, तेव्हा 'टीजीआयएफ' असे नाव असलेली बरीच उपाहारगृहे मी पाहिली. हे कसले नाव आहे, काय अर्थ त्याचा, मला कळेना. मी चौकशी केल्यावर कळले की, 'टीजीआयएफ' म्हणजे थँक गॉड इट्स फ्रायडे. सोमवारपासून शुक्रवारपर्यंत सतत काम केल्यामुळे माणसे जेरीस आलेली असतात. मग शुक्रवारी संध्याकाळी पुढे दोन दिवसांची सुटी असल्यामुळे ते आनंदात असतात.

या प्रकारची विचारसरणी फारशी चांगली म्हणता येणार नाही. आपण जर फक्त सुटीच्या काळात सुखी राहणार असलो तर त्याचा अर्थ असा होतो की, आपण सगळे कामाचे दिवस दुःखात काढणार म्हणजे आठवड्याचे साडेचार दिवस दुःखात

जाणार आणि पुढचे अडीच दिवस आनंदात जाणार. योग्य मनोधारणा ठेवल्यास सुखी होण्यासाठी शुक्रवारची वाट पाहण्याची गरज पडता कामा नये. आठवड्यातील प्रत्येक दिवशी आनंदाचे विचार करण्याची निवड आपण करायला हवी आणि म्हटले पाहिजे, 'देवाचे आभार आहेत, आज सोमवार आहे' किंवा 'देवाचे आभार आहेत, आज गुरुवार आहे'. सुखी होण्याची कला आपण शिकून घेतली पाहिजे. दिवस कोणताही असो किंवा वेळ कोणतीही असो, त्याने काही फरक पडत नाही.

दुःख निर्माण करणाऱ्या काही गोष्टी विस्मरणात टाकण्याची कलाही आपण शिकून घ्यायला हवी. दुःख निर्माण करणं म्हणजे काय हे स्पष्ट करण्यासाठी मी एक गोष्ट सांगतो :

एकदा मी दुबईहून विमानाने दिल्लीला येत होतो. शेजारीच एक भारतीय जोडपे होते. त्यातला पुरुष होता तो आनंदात आणि आरामात होता. मात्र त्याच्या पत्नीची प्रत्येक गोष्टीबद्दल सारखी कुरकुर चालली होती. तिला चहा गार वाटत होता. शीतपेये हवी तशी गार नव्हती. बसण्याची जागा खराब होती इ. इ.

या सद्गृहस्थांशी माझे संभाषण सुरू झाल्यावर कळले की, त्यांच्या मालकीची आयटी कंपनी आहे आणि भारत व अमेरिका इथे त्यांची कार्यालये आहेत. मग ते म्हणाले, 'माझी पत्नी उत्पादनाच्या व्यवसायात आहे.'

तिच्याकडे बघून तर ती काही व्यावसायिक वगैरे मला वाटली नाही, त्यामुळे मला हे ऐकून आश्चर्य वाटले आणि मी उत्सुकतेने विचारले, 'कशाचे उत्पादन करतात त्या?'

पती उत्तरले, 'ती दुःखाची निर्मिती करते. ती जिथे कुठे जाते, तिथे ती दुःखी होते.'

किती बरोबर बोलले ते! औदासीन्य निर्माण करण्याच्या व्यवसायातून आपण बाहेर पडण्याची गरज आहे. आपण जर अशा प्रकारचा धंदा करीत असलो, तर आपण स्वतःला बदलायला हवे आणि आनंदी व्हायला हवे. असाच सहज म्हणून गमतीने मी तुम्हाला आणखी एक किस्सा सांगतो.

प्रसिद्ध विनोदी हिंदी कवी काका हथरासी एकदा रडत होते.

'काका, तुम्ही का रडता आहात?' एकाने विचारले.

'माझ्या मामांचे निधन झाले आणि त्यांनी माझ्यासाठी एक कोटी रुपये ठेवले,' काका म्हणाले.

'खरंच?' तो उद्गारला. 'मग त्यात रडण्यासारखं काय आहे?'

'माझे दुसरे मामा वारले आणि त्यांनी माझ्यासाठी दोन कोटी रुपये ठेवलेत.'

'मग? मला कळत नाही, तुम्ही का रडताय?' त्या माणसाने विचारलं.

'माझे तिसरे मामाही निवर्तले, ' काका म्हणाले, 'त्यांच्या मृत्युपत्रात त्यांनी मला चार कोटी रुपये द्यावेत असं म्हटलं आहे.'

'ही सगळी कारणं तर तुम्ही न रडण्याची आहेत!' तो मनुष्य म्हणाला.

'नाही, मी फार दुःखी आहे. आता ज्याचा मृत्यू होईल आणि माझ्यासाठी त्याची दौलत ठेवेल, असा मला एकही मामा उरलेला नाही,' काका दुःखाने म्हणाले.

हे प्रकरण नक्कीच दुःखाचे उत्पादन करणारे आहे. काका हथरासी यांनी रडावे, अशी कोणतीही परिस्थिती नव्हती. त्यांचे दुःख हे केवळ त्यांनी मनात जी संकल्पना रुजवली होती त्याचाच परिणाम होता. ते स्वतः अनुभवत असलेल्या दुःखाची निर्मिती त्यांच्याच मनाने केली होती.

आपली मनःशांती आणि आनंद आपल्या अशा विचारांनी हिरावून घेऊ देऊ नका. मनोधारणेवर ताबा ठेवून आपण हे सुख हक्काने घेऊ शकतो. या पुस्तकात मी दिलेल्या युक्त्यांनी आपल्या भावनांवर नियंत्रण ठेवू यात आणि मग सुखी होण्याची लाखो कारणे आपण शोधून काढू या.

परिस्थितीविषयी तक्रारी करणाऱ्या लोकांनी हे जग व्यापलेले आहे. ते असे समजतात की, बाह्य परिस्थिती सुधारणे ही त्यांच्या आयुष्यातील सर्वांत जास्त प्राधान्याने करावयाची एकमेव गोष्ट आहे. मात्र त्याऐवजी या प्रयत्नांपैकी अगदी कणभर जरी प्रयत्न त्यांनी स्वतःच्या भावना सुधारण्यासाठी केला, तर सुख त्यांच्या दारी उभे असल्याचे त्यांच्या लक्षात येईल. असे म्हटले जाते की, वेदना अटळ असल्या तरी त्याबद्दल दुःख करायचे की नाही हा पर्याय आपल्याच हातात असतो. आपण सुखी राहायचे ठरवलेले असेल, तर दुःखी होण्याची आपल्यावर कोणीही सक्ती करू शकणार नाही.

यश, आनंद आणि प्रगल्भता वाढण्यासाठी या पुस्तकात तुम्हाला सगळ्यात महत्त्वाच्या अशा सात मनोधारणा कळतील. त्यांच्याविषयी चर्चा करण्यापूर्वी तुमच्या मनात उद्‍भवलेला एका मुद्दा असा असेल, 'मनोधारणा सातच का... सातपेक्षा कमी किंवा जास्त का नाही?'

'सात' मनोधारणाच का?

प्रिन्स्टन विद्यापीठात सखोल विचार करणारे मानसशास्त्रज्ञ जॉर्ज मिलर होते. १९५६मध्ये त्यांनी मानसशास्त्रावर आपला मुद्दा सांगताना उदाहरणादाखल काही महत्त्वाचे पुरावे आपल्या निबंधात सादर केले. निबंधाचे नाव होते, *द मॅजिकल नंबर सेव्हन, प्लस ऑर मायनस टू : सम लिमिट्स ऑन अवर कपॅसिटी फॉर प्रोसेसिंग इनफॉर्मेशन*. हा त्यांचा निबंध *सायकॉलॉजिकल रिव्ह्यू* या नियतकालिकात प्रकाशित झाला.

मिलर यांनी असे शोधून काढले की, लोकांना जेव्हा दोन-तीन तपशील असलेले माहितीचे काही तुकडे दिले जातात, तेव्हा अशा सात तुकड्यांपर्यंत त्यांचा मेंदू चांगले काम करतो. त्यानंतर मात्र माहितीचे आकलन करण्याच्या प्रक्रियेची मेंदूची कार्यक्षमता मंदावते.

या संशोधनावरून मिलर यांनी हेही शोधून काढले की, नावे, अक्षरे किंवा शब्द यांची यादी लोकांना दिली आणि नंतर ती त्यांना पुन्हा म्हणायला सांगितली, तर ते त्यातल्या सात गोष्टी सांगू शकतात. सातपेक्षा जास्त मोठी यादी झाली तर मात्र ते विसरू लागतात. अशा प्रकारे प्रौढ तरुण माणसांची सर्वसाधारण तात्पुरती स्मृती ही सात वस्तूंपुरती असते. एखाद दुसऱ्या संख्येने त्यात कमी-जास्त होऊ शकते; पण साधारणपणे ती सातच असते आणि म्हणूनच अमेरिकेतले दूरध्वनी क्रमांक सुरुवातीला सात अंकी होते.

हा स्मृतीचा आवाका यादीतील वस्तूंचे स्वरूप बदलले तरी वर्गीकरणाच्या दृष्टीने पाहिल्यास तेवढाच राहतो. मिलरने यावरून असा निष्कर्ष काढला की, स्मृतीचा हा आवाका माहितीच्या अगदी छोट्या तुकड्यांपुरता मर्यादित नसतो; तो मोठ्या मुद्द्यांच्या बाबतीत खरा असतो. आठवायला सोपे पडावे म्हणून मेंदू माहितींचा गट करून त्याचा गठ्ठा करून वापरतो.

मिलर यांनी शोधून काढलेले निष्कर्ष आता 'मिलर्स लॉ' म्हणून प्रसिद्ध आहेत. त्यातून हे स्पष्ट झाले आहे की, तात्पुरत्या कामासाठी लागणारी सर्वसामान्य माणसाची स्मृती ही सात बाबींपुरती मर्यादित असते.

त्यानुसार मी सात मनोधारणा निवडल्या आहेत म्हणजे त्या तुम्हाला सहजपणे आठवतील आणि तुमच्या जीवनात त्या तुम्हाला अमलात आणता येतील. यश, आनंद आणि जीवनाची इतिकर्तव्यता साधण्यासाठी योगायोगाने या सात पायऱ्यांमध्ये या सात मनोधारणांचा पूर्णपणे वापर करून घेता येतो. आता आपण या सात मनोधारणा कोणत्या आहेत आणि आपले जीवन विकसित करण्यासाठी त्यांचा कसा उपयोग करून घेता येईल, ते शिकून घेऊ या.

प्रकरण एक

आशावादी दृष्टिकोनाची मनोधारणा

विधायक दृष्टिकोन आणि आनंदाचे विचार रुजवण्याचा मानसिक स्वभाव म्हणजे आशावादी दृष्टिकोन होय. ज्यांचा दृष्टिकोन आशावादी असतो, ते नेहमी आनंदात असतात. त्यांना जीवनाविषयी एक आत्मविश्वास असतो. पाण्याचा अर्धा पेला ते अर्धा भरलेला पेला असे समजतात तर निराशावादी लोक तो अर्धा रिकामा आहे हे पाहतात. आशावादी दृष्टिकोन असलेले येणाऱ्या अडचणींमुळे कुढत बसत नाहीत; तर आपल्याला नेमके काय हवे आहे हे ते पक्के जाणून असतात आणि ते कसे मिळवायचे हेही त्यांच्या डोळ्यासमोर स्पष्ट असते. यामुळे त्यांचे काम परिणामकारक होते आणि नातेसंबंधांमध्येही ते मजेत असतात.

सकारात्मक विचार करणारे आनंदी होण्यासाठी कोणतीही पूर्वअट ठेवत नाहीत. आशावादी आणि आनंदी राहण्यासाठी आपल्याला आयुष्यात आता कधी हिरवा कंदील दिसणार म्हणून वाट बघत बसत नाहीत. दुःखी होण्यासारखी अनेक कारणे समोर असल्याने जीवन आव्हानात्मक बनले तरीही उत्साहात राहण्याची कला त्यांना अवगत असते. परस्परविरोधी गोष्टींनी जग भरलेले आहे आणि त्यातून नकारार्थी गोष्टी बाजूला काढणे शक्य नसते, याची त्यांना कल्पना असते. रामायणामध्ये म्हटले आहे,

जरा चेतना गुणा दोषमया, विश्व किन्हा करतारा
संत हंस गुणा गहनी पाया, परिहारी वारी विकारा

'निर्मात्याने या जगात विरोधी गोष्टी भरलेल्या आहेत. इथे जिवंत आणि निर्जीव अशा अनेक गोष्टी आहेत. प्रत्येक गोष्टीत काही गुणदोष आहेत. मात्र, संतवृत्तीच्या लोकांना हे माहीत असते की, वाईट सोडून द्यावे आणि चांगले ते घ्यावे. ज्याप्रमाणे हंसाला नीरक्षीरविवेक असतो म्हणजेच दूध व पाणी मिसळून त्याला दिल्यास त्यातले तो फक्त दूध पितो, तसे हे संत असतात.

अशा प्रकारे विधायक दृष्टिकोन विचार हा एक संतांचा गुण आहे. त्याची ताकद पुढे दिलेली गोष्ट वाचल्यावर लक्षात येईल.

डॉ. प्रसाद या वृद्ध गृहस्थांची पत्नी नुकतीच वारली होती. त्यांची मुले परदेशात स्थायिक झाली होती आणि आपापल्या जीवनक्रमात गुंग होती, त्यामुळे मुलांना आपला भार नको, असा विचार करून डॉ. प्रसाद यांनी उर्वरित आयुष्याची वर्षे एखाद्या वृद्धाश्रमात व्यतीत करण्याचे ठरवले. एका वृद्धाश्रमाच्या व्यवस्थापकाशी बोलणी करून त्यांनी तेथे राहण्याचे नक्की केले. व्यवस्थापकांनी एका परिचारिकेला त्यांना त्यांची खोली दाखवण्यास सांगितले.

खोलीकडे त्यांना घेऊन जात असताना परिचारिकेने त्यांची खोली किती आरामशीर आहे, ते सांगण्यास सुरुवात केली. 'त्या खोलीत उंची प्रकारचा गालिचा आहे.'

'वा, छान!' डॉ. प्रसाद उत्तरले.

'आकर्षक विटांचा तिथे एक फायरप्लेस ठेवला आहे.'

'आवडलं मला हे!' डॉ. प्रसाद म्हणाले.

'खोलीच्या भिंती रमणीय भूप्रदेशाच्या चित्रांनी सजवल्या आहेत,' परिचारिका म्हणाली.

'अरे वा, किती सुंदर!'

'तुम्ही तर अजून तुमची खोली बघितलीही नाही,' नर्स नवलाने म्हणाली, 'न पाहताच ती कशी काय सुंदर वाटते तुम्हाला?'

डॉ. प्रसाद म्हणाले, 'मला पाहण्याची गरज नाही. खोली आवडली की नाही आवडली हे त्या खोलीवर मी अवलंबून ठेवलेलंच नाही. ते माझ्यावर अवलंबून आहे.'

खोली प्रत्यक्षात कशी आहे, याचा विचार न करता वरील गोष्टीतील डॉ. प्रसाद यांनी आनंद दृष्टिकोन निवडला होता. आशावादी दृष्टिकोनाचे हे उदाहरण. अशा सकारात्मक भावनांची सवय होण्याचा सराव केला, तर आपल्या स्वभावाचा तो एक अविभाज्य भाग बनून जातो. हा विधायक दृष्टिकोन आपल्याला तीन अर्थपूर्ण प्रकारांनी मदत करतो :

१. तो आपल्याला अधिक आनंदी बनवतो.
२. यामुळे कामातली कार्यक्षमता वाढते.
३. शारीरिक आरोग्य सुधारते.

आता आपण या तीनही मुद्यांचा तपशीलवार परामर्श घेऊ.

आशावादी दृष्टिकोन आपल्याला अधिक आनंदी बनवतो

मूलतः आपणा सर्वांनाच सुखी व्हायचे असते. हे एकमेव उद्दिष्ट साध्य करण्यासाठी आपण आयुष्यभर झटत असतो. दुःखी होणे हे काही कुणाच्या जीवनाचे ध्येय असू शकत नाही. सुखी होण्याऐवजी यातना सहन करण्याची इच्छा असलेले लोक असतीलच तर ते लपून राहण्यात तरबेज असणार; कारण आपल्याला तर ते काही कुठे दिसत नाहीत.

काही वेळा असे दिसते की, लोक मुद्दाम दुःख ओढवून घेतात. मात्र ते अशासाठी की, काही थोडा काळ त्रास सहन केल्यावर ते पुढे बराच काळ जीवनाचा आनंद घेऊ शकणार असतात. उदाहरणार्थ, एका महिलेला शारीरिक व्यायाम आवडत नाही; पण तरीही आरोग्यासाठी सर्व नियम ती काटेकोरपणे पाळते. हा जुलुमाचा रामराम ती अशासाठी सहन करीत असते की, यामुळे आपले पुढील जीवन आरोग्यदायी जाईल आणि त्यातून आनंदच मिळेल, असा तिला विश्वास वाटत असतो, त्यामुळे काही लोकांना दुःखी आयुष्य कंठायला हवे असते असे म्हणणे हे चुकीचे विधान होईल. विश्वभरातील मानवजातीची आत्यंतिक इच्छा आपले जीवन सुखी, समाधानी आणि आनंदी असावे हीच असते.

आनंदाच्या अनुभूतीबाबत आपली मनोधारणा कशी असायला हवी? आपल्याजवळ असलेल्या भौतिक गोष्टींवर आपला आनंद अवलंबून असतो, असे आपण बहुतेकदा मानत असतो. आपली अशी खात्री असते की, पोर्श्, पाच बेडरूमचे घर किंवा मल्टिनॅशनल कंपनीत सीईओ असले की आपण सुखी असणार. आपल्याभोवतालचे वातावरण आणि परिस्थिती यांमुळेच आपल्याला आनंद मिळतो असा आपल्याला विश्वास वाटत असतो. दुर्दैवाने आपण भरपूर श्रीमंत असलेल्या लोकांचे विचार वाचू शकत नाही आणि त्यामुळे त्यांच्या जीवनाचा फार उत्तम तऱ्हेने उपभोग घेत आहेत असे आपण समजतो; पण आपण जर त्यांच्या मनात डोकावून पाहिले तर आपण असे म्हणू, 'अरे बापरे... केवढे दुःख! मी यांच्यापेक्षा किती सुखी आहे!'

अमेरिकेतील आधुनिक इतिहासातील सर्वांत श्रीमंत जॉन डी. रॉकफेलर हे मृत्युशय्येवर असताना ही दयनीय अवस्था त्यांनी उघड केली. त्यांनी मान्य केले की, 'मी खूप पैसा मिळवला; पण त्यातून मला कोणतेही सुख मिळाले नाही.' वस्तुस्थिती अशी आहे की, तुमच्याजवळ थोडे असताना जर त्यात तुम्हाला

समाधान वाटत नसेल, तर पुष्कळ काही मिळाल्यावरही तुम्हाला समाधान मिळत नाही आणि तुमच्याजवळ थोडे असताना जर तुम्ही ते कुणाशी वाटून घेऊ शकला नाहीत तर तुमच्याजवळ पुष्कळ असतानाही कोणाला त्यात सहभागी करून घेत नाही. लहानपणी तुम्ही 'मिडासराजा आणि सोन्याचा स्पर्श' ही गोष्ट वाचली असेल.

मिडासराजाकडे सोन्याची कमतरता नव्हती; पण त्याची हाव अपरिमित होती. एकदा एक देवदूत त्याच्यापुढे अवतीर्ण झाला आणि म्हणाला, 'तुला हवा तो वर मागून घे.'

मिडास म्हणाला, 'मी ज्या कशाला स्पर्श करेन त्याचे रूपांतर सोन्यात व्हायला हवे.'

देवदूताने त्याला तसे वरदान केले. मात्र मिडासला त्याचे लवकरच वाईट वाटले. कारण, त्याने खाण्याचा प्रयत्न केला, तर त्याचे ताट आणि खाद्यपदार्थ सोन्याचे झाले. त्याने पाणी पिण्याचा प्रयत्न केला, तर ते भांडे व पाण्याचे रूपांतर सोन्यात झाले. थोड्याच वेळात मिडासराजाची मुलगी त्याच्याकडे तक्रार घेऊन आली. तिला समजावण्यासाठी त्याने तिला स्पर्श केला, तर तिचा सोन्याचा पुतळा होऊन गेला. निराश होऊन त्याने देवदूताला परत बोलावले आणि सोन्याचा हा भयानक वर परत घेण्यास त्याला विनवले.

देवदूताने त्याला विचारले, 'सोने हीच गोष्ट जगात सगळ्यात मोठी आहे, असे तुला अजूनही वाटते काय?'

'नाही, नाही!' मिडास उत्तरला, 'मी धडा शिकलो. मला आता सोने नको. मला शांती आणि आनंद हवा.'

लहानपणी ऐकलेली ही जुनी गोष्ट पुढील काळात चालूच राहिली आहे. मानसशास्त्रज्ञांचे सल्लागार कक्ष, धनिक आणि विख्यात रुग्णांनी कायम गजबजलेले असतात. मनःशांती आणि सुख यासाठी सुसज्ज घर, देखणा जोडीदार, महागड्या गाड्या आणि सामाजिक मान्यता एवढेच पुरेसे नसते हे कटू सत्य आता त्यांना कळू लागले आहे. मात्र असे असूनसुद्धा वेड्यासारखी स्पर्धा चालूच आहे. ते इतकाही विचार करीत नाहीत की, 'स्पर्धेमध्ये माझ्यापुढे गेलेले लोक सुखी का नाहीत?'

व्हर्जिना ब्रेसर यांची एक कविता माझ्या वाचनात आली. तिचे नाव आहे, 'वेड्या अणूची वेळ'. पहिल्यांदा ही १९४९मध्ये प्रकाशित झाली; पण सध्याच्या आधुनिक काळातील भौतिक गोष्टींसाठी चाललेली उरस्फोड ती यथार्थपणे चित्रित करते.

अर्धे पान वाचणाऱ्याचा हा काळ आहे.
भराभर तुकडे आणि वेड्यासारख्या रेघा.

नसा आखडलेली झगमगती रात्र.
छोट्या छोट्या थांब्यांवरून उड्या मारणारी विमाने.
लहान अवकाशातला पिवळट दिवा.
चांगल्या ठिकाणावरचा मोठ्ठा शॉट.
मेंदूवर ताण आणि हृदयात वेदना.
मांजर डुलक्या काढते वसंत फटकारेपर्यंत-
आणि सगळीच मजा केली जाते!

दुर्दैवाने, सुख हे पंचतारांकित मॉलमधून विकत घेता येत नाही. एखादा पोस्टमनदेखील आपल्याकडे ते बक्षीस म्हणून पोहोचते करीत नाही. रुडयार्ड किपलिंग हा कवी एकदा म्हणाला होता,

प्रसिद्धी, सत्ता किंवा पैसा यांच्याकडे फार नका लक्ष देऊ.
या कशाचीच, पर्वा नसणारा तुम्हाला एखाद्या दिवशी भेटेल
आणि मग तुम्ही किती दरिद्री आहात हे तुम्हाला कळेल.

सुखी होण्याची हाती न लागणारी चपळ चावी ही कुठे बाहेर मिळत नाही, तर ती आपल्या आतच असते. योग्य तो दृष्टिकोन विकसित करून तिच्यापर्यंत पोहोचता येते. पुढील कथेवरून आपण त्यातले मर्म समजावून घेऊ या.

मध्ययुगीन काळात एका लहान देशाचा एक राजा होता. एकदा संध्याकाळी तो आपल्या राजवाड्याच्या गच्चीत सहज फेऱ्या मारत असताना त्याला हास्यविनोद करीत असतानाचे आवाज आले. त्याच्या महालाला लागूनच असलेल्या भिंतीजवळ असलेल्या एका झोपडीतून हे मौजमजेचे आवाज येत होते. तिथे एक गरीब कुटुंब राहत असे. इतक्या गरिबीतही ते एकमेकांच्या सहवासाचा आनंद घेत होते, हसत होते आणि वेळ साजरी करीत होते.

राजाला आश्चर्य वाटले. त्याने विचार केला, 'हे इतके दरिद्री कुटुंब एवढ्या आनंदात कसे काय राहू शकते? मी या भूप्रदेशाचा राजा असूनही मी तर किती दुःखी आहे!'

राजाने त्याच्या एका हुशार मंत्र्याला बोलावले आणि त्याला विचारले, 'या गरीब कुटुंबाच्या सुखाचे रहस्य काय आहे; हे तुम्ही मला सांगू शकाल काय?'

मंत्री म्हणाला, 'हे राजन, तुम्ही विचारलेला प्रश्न म्हणजे दुर्मीळ आणि मौल्यवान बुद्धिमत्तेचे रत्न आहे. मी हे रहस्य तुम्हाला उघड करून सांगेन; पण त्यासाठी मला नव्व्याण्णव सोन्याच्या मोहरा हव्यात.'

राजाला वाटले की, आनंदी राहण्याची कला शिकण्यासाठी हा तसा स्वस्तातला सौदा आहे. राजाने त्याच्या नोकराला सोन्याच्या मोहरा आणण्यास सांगितले व त्या त्याने मंत्र्याला दिल्या. मंत्र्याने सोन्याची ती नव्व्याण्णव नाणी एका कापडात बांधली आणि ते गाठोडे त्याने त्या गरीब कुटुंबाच्या झोपडीसमोर फेकून दिले.

सकाळी ते कुटुंब जागे होते आणि त्यांच्या दारात पडलेले ते गाठोडे ते पाहते. गाठोड्यात काय असू शकेल हे त्यांना आधी कळेना; पण कसातरी धीर गोळा करून त्यांनी ते गाठोडे सोडले आणि आत पाहिले तर त्यांना त्या मोहरा दिसल्या.

त्यांना फार आनंद झाला. म्हणाले, 'सोन्याचे गाठोडे! देव किती दयाळू आहे! आपण तर फक्त सराफाच्या दुकानात काचेतूनच सोने पाहिले होते यापूर्वी. आपले स्वतःचे सोने असू शकेल, असा कधी स्वप्नातसुद्धा विचार आला नव्हता. देवाने, 'देता किती घेशील दो कराने' अशी आपली अवस्था करून टाकली आहे. बघू या तरी देवाने आपल्याला किती मोहरा दिल्या आहेत!'

त्यांनी त्या मोहरा मोजल्या आणि त्या नव्व्याण्णव असल्याचे त्यांच्या लक्षात आले. मग मात्र ते नाराज झाले. 'द्यायचेच होते देवाला, तर त्याने पूर्ण शंभर मोहरा का नाहीत दिल्या? फक्त नव्व्याण्णव मोहरा देण्यात काय अर्थ आहे?' असे ते म्हणू लागले.

मग त्यांनी ठरवले की, शंभरावी सोन्याची मोहर आपण स्वतः खरेदी करू या. त्यासाठी आपण बचत करून पैसे साठवू. ही योजना अमलात आणण्यासाठी काही रक्कम आपण मिळवायची आणि काही रक्कम आपण वाचवायची असे त्यांनी ठरवले; पण ते काही जमेना; तेव्हा घरात भांडणे सुरू झाली.

'तू नीट परिश्रम घेत नाहीस,' बायको नवऱ्याला म्हणू लागली.

'हा काही माझा दोष नाही,' नवरा म्हणायचा, 'स्वैपाक तुपात करायचे काय नडले होते?'

'खरेदी करताना तू जास्त दक्ष राहायला हवे होतेस,' बायको गरजली, 'तुला नवीन कुडता घेण्याची काय गरज होती?'

हळूहळू घरातली शांती लयाला गेली. एक महिन्यानंतर राजा पुन्हा राजवाड्याच्या गच्चीवर फेऱ्या मारत असताना त्याला त्या झोपडीतून भांडणांचे आवाज ऐकू येऊ लागले. या बदलामुळे तो चकित झाला. त्याने आपल्या मंत्र्याला बोलावले आणि विचारले, 'या कुटुंबाला काय झालं? एक महिन्यापूर्वीच तर ते किती आनंदात होते आणि आता ते किती दुःखी झाले आहेत!'

मंत्र्याने उत्तर दिले, 'हे राजा, हा तर नव्व्याण्णव मोहरांचा प्रताप आहे. हे कुटुंब त्या सापळ्यात बरोबर अडकले. त्यांच्याजवळ जे काही होते, त्यात ते आधी समाधानी होते आणि हे त्यांच्या आनंदाचे रहस्य होते. आता मात्र त्यांना असे वाटते

आहे की, त्यांच्याकडे फक्त नव्व्याण्णव सोन्याच्या मोहरा आहेत. त्या पुरेशा नाहीत म्हणून ते असमाधानी आहेत. आता सुखी होण्यासाठी त्यांना शंभरावी सोन्याची मोहर आवश्यक आहे.'

वरील कथेतून मिळालेल्या संदेशावर आपण थोडे चिंतन करू या. तो आपल्यालाही लागू पडतो आहे, हे आपल्या लक्षात येईल. हे पुस्तक वाचणाऱ्यांपैकी बहुतेक जणांना खायला अन्न आणि घालायला कपडे मिळत आहेत. कुणालाही दारिद्र्याशी झगडावे लागत नाही किंवा भुकेने मरण्याची वेळ आलेली नाही; पण आपल्याला मात्र अशी खात्री वाटते की, 'मी इथे सुखी राहू शकत नाही. कारण, माझ्याजवळ फक्त नव्व्याण्णव आहेत. सुखी होण्यासाठी मला शंभरची गरज आहे. फक्त अजून एक...'

अशा तऱ्हेने आपण आपला आनंद आपल्याला हव्या असलेल्या गोष्टींशी बांधून टाकतो किंवा अमुक एक अवस्था प्राप्त झाली म्हणजे मी सुखी होईन, असे आपण समजतो. वस्तुतः ही तर भविष्यात साध्य करण्याची उद्दिष्टे आहेत; पण दरम्यानच्या काळात भविष्यात सुखी होण्याची आतुरतेने वाट पाहण्यातच आपले जीवन व्यतीत होते आणि अखेरीस समजा आपण आपले उद्दिष्ट साध्य केले, तरी त्यामुळे आपण समाधानी होऊ याची खात्री नाही. प्रसिद्ध आयरिश कवी आणि नाटककार ऑस्कर वाइल्ड याने आपल्या भावना पुढील ओळींमध्ये स्वच्छपणे व्यक्त केल्या आहेत :

जीवनात दोनच शोकांतिका असतात. एक म्हणजे हवे ते मिळत नाही आणि दुसरी म्हणजे जे हवं ते मिळतं.

म्हणून भविष्यात आपण कधीतरी सुखाजवळ पोहोचू याची वाट बघण्यापेक्षा आत्ता आणि इथे ते सुख शोधण्याचा प्रयत्न करणे हीच आनंदी होण्याची कला आहे. सकारात्मक मनोधारणा विकसित करून आपण सर्व जण बाह्य गोष्टी कशाही असल्या तरी सुखी होऊ शकतो.

योग्य दृष्टिकोन हीच आनंदी होण्याची गुरूकिल्ली आहे हे आपण आत्ता पाहिले. आपल्या व्यावसायिक जीवनातही त्याचा कसा उपयोग होतो ते आता आपण पाहू या.

कामातील उत्कृष्टता

आपण करीत असलेल्या कामामधली गुणवत्ता, आपल्याजवळ किती कौशल्ये आहेत, यांच्यापेक्षा आपली मनोधारणा कशी आहे, यावर अवलंबून असते. एमबीए परीक्षेत पहिल्या काही क्रमांकांत आलेल्या लोकांना पुरेशी व्यवस्थापकीय कौशल्ये माहीत असूनही ते जेव्हा कॉर्पोरेट कंपन्यांमध्ये जातात, तेव्हा त्यांच्या निकृष्ट दृष्टिकोनामुळे ते तिथे फिके पडतात. याउलट आपल्या भावनांवर मोठ्या

कौशल्याने ज्यांनी नियंत्रण ठेवले आहे असे एमबीएचे विद्यार्थी वर्गात खालच्या क्रमांकावर असले तरी कॉर्पोरेट कंपन्यांमध्ये मात्र यशाच्या पायऱ्या भराभर पार करून मुख्य कार्यकारी अधिकारी (सीईओ) होण्यापर्यंत मजल मारतात. *अमेरिकन व्यवसायावरील* १९८३च्या *अहवालानुसार* फॉर्च्युनच्या पाचशे कंपन्यांमधले ९४ टक्के कार्यकारी अधिकारी हे आपल्या व्यक्तिमत्त्वातील एखाद्या विशेष गुणापेक्षा त्यांच्या यशाचे श्रेय स्वतःच्या विशिष्ट दृष्टिकोनास देतात ते याचमुळे!

आपला योग्य दृष्टिकोन व्यावसायिक प्रगतीसाठी मदत करतो, हे जसे खरे आहे, तसेच त्याच्या उलटसुद्धा होऊ शकते. एखाद्याची आख्खी कारकीर्द बरबाद करण्यास त्याची वाईट मनोधारणा जबाबदार ठरू शकते. रॉबर्ट हाफ इंटरनॅशनल नावाच्या सॅन फ्रॅन्सिस्को येथील कन्सल्टिंग कंपनीने अमेरिकेतील सगळ्यात मोठ्या शंभर कंपन्यांचे सर्वेक्षण केले. ज्येष्ठ अधिकाऱ्यांना विचारण्यात आले की, अलीकडच्या काळातील तीन कंपन्यांनी कोणत्या मुख्य कारणामुळे तुम्हाला कामावरून काढून टाकले?

विचारलेल्या प्रश्नांची त्यांनी जी उत्तरे दिली, त्यावरून उघडकीस आले की, फक्त १७ टक्के लोक खरोखरच कार्यक्षमतेत कमी पडले. बाकीचे ८३ टक्के लोक मात्र त्यांच्या गढूळ दृष्टिकोनामुळे हाकलले गेले. काही जण अप्रामाणिक होते, काही जणांची काम करण्याची प्रवृत्ती नव्हती, तर काही जण बेशिस्त होते. असेच आणखी काही अभ्यास आणि संशोधन केल्यावर या मुद्यास पुष्टी मिळते का ते पाहू.

शिक्षकांचा दृष्टिकोन आणि विद्यार्थ्यांची कामगिरी यांच्यामधल्या परस्परसंबंधाचा अभ्यास करण्यासाठी एक डबल-ब्लाइन्ड टेस्ट घेतली गेली. ही चाचणी १९६०च्या दशकाच्या अखेरीस हार्वर्ड युनिव्हर्सिटीतील डॉ. रॉबर्ट रोझेन्थल यांनी सॅन फ्रॅन्सिस्को येथे घेतली. नंतर तिची माहिती *पिगमॅलिअन इन द क्लासरूम: टीचर एक्सपेक्टेशन अँड प्युपिल्स इन्टलेक्च्युअल डेव्हलपमेंट* या पुस्तकात तपशीलवार देण्यात आली.

हा प्रयोग करण्यासाठी शाळा सुरू झाल्यावर सुरुवातीलाच कोणताही निकष न लावता, सरसकट कोणत्याही तीन शिक्षकांना प्राचार्यांच्या ऑफिसमध्ये बोलावण्यात आले. प्राचार्यांनी त्यांना माहिती दिली की, 'आम्ही काही गुप्त चाचणीच्या आधाराने तुमच्या शिकवण्याच्या शैलीचे निरीक्षण करीत आहोत आणि आमच्या असे लक्षात आले की, तुम्ही फार उत्तम शिक्षक आहात. शिकवण्यातील उत्कृष्टतेबद्दल बक्षीस म्हणून आम्ही तुमच्याकडे अगदी उत्तम कामगिरी करणाऱ्या काही विद्यार्थ्यांना सोपवीत आहोत.' कोणत्याही शिक्षकाचे हे स्वप्न असते की, वर्गातले सर्व विद्यार्थी उत्तम असावेत, त्यामुळे तशा वर्गाला शिकवण्याचे स्वप्न साकार करण्याची संधी मिळाल्यावर त्या शिक्षकांना फार आनंद झाला.

याच पद्धतीने कोणताही निकष न लावता सरसकट काही विद्यार्थ्यांना असेच बोलावले गेले आणि त्यांना सांगितले, 'तुम्ही फार हुशार विद्यार्थी आहात असे काही गुप्त निरीक्षणांवरून आमच्या लक्षात आले आहे. तुमच्यात अपवादात्मक सुप्तगुण दडलेले आहेत म्हणून तुम्हाला आम्ही उत्कृष्ट शिक्षकांकडे शिकण्यासाठी पाठवीत आहोत.'

संपूर्ण वर्ष या प्रकारे निवडलेल्या शिक्षकांनी या ठरलेल्या विद्यार्थ्यांना शिकवले. पाहणी केल्यावर असे लक्षात आले की, या विद्यार्थ्यांना शिकवताना शिक्षक विशेष गांभीर्याने, एक बांधिलकी मानून शिकवत असत. शिकवलेला धडा विद्यार्थ्यांना जरी लगेच कळला नाही तरी ते धीराने घेत. शाळेचे तास संपल्यावरदेखील ते त्यांना जास्त वेळ देऊन शिकवीत. काही कळून घेण्यात विद्यार्थ्याला अवघड जात असेल तर शिक्षकांना वाटे की, या विद्यार्थ्याचा यात दोष नसणार, आपल्या शिकवण्यातच काहीतरी कमतरता असावी.

शैक्षणिक वर्ष संपले, तेव्हा हे तीन वर्ग शाळेतच उत्तम ठरले असे नव्हे तर जिल्हास्तरीय शाळांमधील वर्गांमध्ये हे तीन वर्ग सर्वोत्कृष्ट ठरले. या मुलांची टक्केवारी मागील वर्षाच्या तुलनेत वीस ते तीस टक्क्यांनी वाढली.

शिक्षकांना हे कळले तेव्हा ते म्हणाले, 'आमच्या विद्यार्थ्यांची कामगिरी सर्वांपेक्षा सरस ठरली यात नवल ते काय? ती मुले तशीच असामान्य होती!'

मुलांच्या अंगी विशेष गुण बघून त्यांना निवडलेले नव्हते, तर सर्वसामान्य मुलांमधलीच काही मुले या वर्गांमध्ये घेतली होती, असे शिक्षकांना सांगितल्यावर ते म्हणाले, 'मग आम्ही शिक्षक सर्वोत्कृष्ट असल्यामुळे आमची कामगिरी सरस झाली असणार.' तेव्हा त्यांना सांगण्यात आले की, तुम्हा शिक्षकांची निवडही काही विशेष पडताळणी न करता सरसकट तीन शिक्षक घेतले होते.

सहज म्हणून निवडलेल्या मुलांमध्ये इतक्या मोठ्या प्रमाणात सुधारणा कशामुळे घडून आली? याचे कारण होते सकारात्मक मनोधारणा. शिक्षक आणि विद्यार्थी दोघांना वाटत होते की, आपल्या वर्गात काहीतरी विशेष वेगळे घडते आहे, त्यामुळे त्यांच्यातले जे सर्वोत्तम होते, ते आपोआप बाहेर आले.

औद्योगिक इंजिनिअरिंगच्या प्रसिद्ध हॉथोर्न इफेक्टशी वरील निरीक्षण जुळणारे आहे.

१९२४ आणि १९३२ या दरम्यान शिकागोमधील इलिनॉय येथील सिसेरो येथील वेस्टर्न इलेक्ट्रिक प्लान्टमध्ये अशा प्रकारचा प्रयोग करण्यात आला होता. ॲसेंब्ली लाइन कंडिशन्स जुळवून कामगारांची उत्पादकता कशी वाढवता येईल, याचा त्या वेळी अभ्यास करण्यात आला. एकदा कंपनीने काम करण्याच्या

ठिकाणी प्रकाशाचे प्रमाण वाढवले, त्यामुळे उत्पादन वाढले. मग नियोजनबद्ध पद्धतीने उजेड टप्प्याटप्प्याने कमी केला. मात्र तरीही उत्पादन वाढले. व्यवस्थापन चकित झाले. त्यानंतर त्यांनी आणखी काही वेगळी परिमाणे अजमावून पाहिली. कधी त्यांनी पाच मिनिटांचे दोन ब्रेक्स दिले; कधी दहा मिनिटांची एक विश्रांती दिली; आपले सहकारी निवडण्याची मुभा दिली; त्यांच्याशी जमणारे सहकारी नेमणे... इ. आश्चर्य म्हणजे आधीपेक्षा काही उलटे केले तरी प्रत्येक बदल उत्पादन वाढवण्यास पूरक ठरला.

संस्थांचे मनोविश्लेषण करणारे तज्ज्ञ एल्टन मायो यांनी या परिणामांवरून असा निष्कर्ष काढला की, उत्पादनात जी वाढ झाली, ती काही वेळोवेळी काही बदल केल्यामुळे नाही; तर भोवतालच्या परिस्थितीत जे बदल केले जात होते, त्यामुळे कामगारांना असा विश्वास वाटला की, त्यांची काळजी घेतली जात आहे आणि यामुळे त्यांचे नीतिधैर्य वाढले व त्यातून त्यांची कामगिरी सुधारली. आता हे सारे प्रकरण 'हॉथोर्न इफेक्ट' म्हणून मान्यता पावलेले आहे.

वरील सर्व उदाहरणे प्रकर्षाने हेच दाखवून देतात की, सकारात्मक मनोधारणा कामगिरी सुधारण्यास मदत करते. आता आपण आपल्या शारीरिक आरोग्यावर आपला दृष्टिकोन कसा दुष्परिणाम घडवून आणतो, ते पाहू या.

भावना आणि आरोग्य यांमधला संबंध

शरीर आणि मन यांचे एकत्रीकरण अद्‌भुतरीत्या काम करते. आपल्या आत ज्या अनेक प्रक्रिया घडत असतात, त्या जर मशिनवर जशाच्या तशा करून बघितल्या तर एक मध्यम आकाराचा कारखाना त्यासाठी तयार करावा लागेल आणि त्यातून येणारे आवाज अर्ध्या मैलापर्यंत ऐकू येऊ शकतील. मात्र ही सारी गुंतागुंतीची यंत्रणा आपल्या केवळ सहा फुटी देहामध्ये बसवलेली आहे. मनातल्या या प्रकिया इतक्या शांतपणे चाललेल्या असतात की, डॉक्टरांनासुद्धा त्या स्टेथॉस्कोप कानाला लावून ऐकाव्या लागतात.

आश्चर्यजनक शरीरापेक्षाही मन हे अधिक तरल आहे. *योग वशिष्ठमध्ये* म्हटले आहे :

क्षणमयति पातालम्‌ क्षणम यति नभस्थलम्‌

'मन हे इतके चपळ आहे की, ते क्षणार्धात खोल खाली पाताळात जाते, तर कधी उंच आकाशात पोहोचते.'

मनाचे एक काम असे आहे की, विचार निर्माण करणे. या विचारांमध्ये आपले ब्लड प्रेशर वाढवण्याची ताकद असते. हृदयाचे ठोके ते कमी-जास्त करू शकतात.

हे विचार आपल्याला आनंदी किंवा दुःखी करू शकतात आणि आपल्या रक्तातल्या रासायनिक रचनाही बदलू शकतात म्हणजे आपण मनात घोळवीत असलेले विचार आपल्याला निरोगी किंवा आजारी करू शकतात.

नकारात्मक विचार शारीरिक पीडा निर्माण करण्यास कारणीभूत ठरतात, असे जर पन्नास वर्षांपूर्वी कुणी आपल्याला सांगितले असते तर हे काहीतरी पाखंडी विचार आहेत, असे म्हणून ते मत नाकारले असते; पण गेल्या चार तपांमध्ये मनःस्थिती आणि शारीरिक स्थिती यांमध्ये असणाऱ्या संबंधाविषयी मोठीच जागृती झाल्याने तो विचार आता विकसित झाला आहे.

मन-शरीर या संबंधात थोडा जवळून विचार करू या. तुम्ही पॅव्हलॉव्ह या शास्त्रज्ञाच्या प्रयोगाविषयी ऐकले असेल. कुत्र्याला अन्न देतेवेळी तो घंटा वाजवत असे. अन्न पाहताच कुत्र्याच्या तोंडात लाळ तयार होत असे. काही दिवसांनंतर पॅव्हलॉव्हला असे आढळले की, समोर अन्न न ठेवता नुसती घंटा जरी वाजवली तरी त्या आवाजाने कुत्र्याच्या तोंडात लाळ तयार होते. याचा अर्थ कुत्र्याने घंटा आणि अन्न मिळण्याचा संबंध जोडून ठेवला होता. मनातून आलेला उत्साह कुत्र्याच्या लाळ गाळण्यातून शारीरिक प्रतिसाद निर्माण करीत होता. शरीर-मनाचा प्रतिसाद मिळण्याचे हे एक अगदी साधे उदाहरण आहे.

अलीकडील काळात अशा प्रकारचे विविध अभ्यास केले गेले आणि त्यातून मनाच्या स्थितीचे मानवी शरीरावर होणारे परिणाम समजावून घेतले गेले. असाच एक अभ्यास दंतक्षेत्रातील आहे.

बऱ्याच केसेसमध्ये अक्कलदाढा उपटून काढल्यावर हिरड्या सुजतात. ही सूज कमी करण्यासाठी डॉक्टर एका अल्ट्रासाउंड मशिनला जोडलेल्या साधनाने तिथे मालीश करतात. परिणामी तीस टक्के लोकांच्या हिरड्यांची सूज उतरते.

काही वर्षांनंतर लंडनमधील किंग्ज कॉलेज येथे याबाबत एक प्रयोग केला गेला. शून्य तरंग निर्माण करणारे अल्ट्रा मशिन ते वापरत असत. त्यातून कोणतेही किरण निघत नसताही त्याचा परिणाम घडून येताना दिसला.

सुरुवातीला रुग्णाच्या सुजलेल्या हिरडीवर ते विशिष्ट ठिकाणी ठेवले जात असे. त्यामुळे पस्तीस टक्के सूज कमी झाली. नंतर शून्य लहरी सोडणारे ते मशिन जबड्याभोवती ठेवले गेले, तेव्हा सूज तीस टक्के लोकांची कमी झाली.

अखेरीस, ते मशिन रुग्णाच्या हातात दिले गेले. त्यांना सांगितले की, त्यांनीच ते जबड्यावर धरून ठेवावे. या वेळी मात्र पंधरा टक्के रुग्णांची सूज कमी झाली, असे असले तरी त्याने काम तर केलेच. यातून असा निष्कर्ष निघतो की, बरे होण्यासाठी केवळ आपण बरे होत आहोत, इतका विचारसुद्धा पुरेसा ठरला.

रुग्णाची समजूत काढण्यासाठी दिलेले; पण औषध नसलेले काही (प्लॅसिबो) दिल्याचा जो परिणाम होतो, त्या संशोधनाशी हे निष्कर्ष जुळणारे आहेत. यामध्ये खोट्या खोट्या गोळ्या देऊन मानसिक समाधान केले जाते. या प्रक्रियेमध्ये रुग्ण डॉक्टरकडे जाऊन आजारपणाविषयी तक्रार करतो, तेव्हा डॉक्टर म्हणतात, 'मी तुझ्या आजारावर अगदी उत्तम औषध देतो.' प्रत्यक्षात ते त्याला निरुपद्रवी दुसऱ्याच गोळ्या देतात. मात्र त्या गोळ्या घेऊन रुग्णाची अवस्था सुधारते. हे बरे होणे औषधातील घटकांमुळे झालेले नसते; कारण मुळात दिलेल्या गोळ्यांमध्ये औषध असे कुठले नसतेच. रुग्णाला बरे करतो तो त्याचा त्यावरचा विश्वास!

काही वेळा प्लॅसिबो पद्धत ही कमीपणाची मानली जाते. तुम्ही जर कुणाला सांगितलेत की, 'तू प्लॅसिबो पद्धतीने बरी झालीस,' तर ती व्यक्ती थोडी नाराज होते. 'म्हणजे माझा आजार हा केवळ माझ्या मनानेच तयार केला होता?' असे तिला वाटते म्हणून या प्लॅसिबो इफेक्ट पद्धतीस 'आठवणीतले स्वास्थ्य' असे आता म्हटले जाते. ही पद्धत म्हणजे आपण चांगल्या अवस्थेत आहोत हे मनाच्या सुप्त जाणिवेत आठवणे आणि तसेच पुन्हा होण्यासाठी आपले आरोग्य सुधारणे.

औषध व्यवसायात या प्रकारासंबंधी चांगली जाणीवजागृती आहे. उदाहरणार्थ, रुग्णाला व्हायरल थ्रोट इन्फेक्शन झाल्याची लक्षणे अनुभवास येत असतात. ती व्यक्ती संबंधित डॉक्टरला भेटते. डॉक्टर म्हणतात, 'मला बघू दे जरा.' तोंडात डोकावून बघतात. घसा तपासून म्हणतात, 'तुम्ही तर एकदम ठणठणीत आहात.' लक्षणे नाहीशी झाल्याचे पाहून रुग्णास आश्चर्य वाटते. असा कसा काय बरा झाला घसा?

रुग्ण जेव्हा डॉक्टरला भेटतो, तेव्हाच त्याच्या सुप्त मनाने त्याला ग्वाही दिलेली असते की, मी आता बरा होणार. परिणामी 'आठवणीतले स्वास्थ्य' त्याला बरा करते. औषधी व्यवसायात मनोवस्थेच्या अर्थपूर्ण संदर्भांना हा शरीरशास्त्रीय प्रतिसाद मिळून जातो. डॉक्टरनी जर रुग्णाला दिलासा देणाऱ्या शब्दात तो बरा होईल अशी हमी दिली तर त्याने दिलेले औषध अधिक गुणकारी ठरते ही वस्तुस्थिती सिद्ध झालेली आहे.

जगद्गुरू श्री कृपाळूजी महाराज नेहमी त्यांच्या एका शाळा सोबत्याचे उदाहरण देऊन चांगल्या वागणुकीचा किती परिणाम होतो, याचा उल्लेख करतात. या व्यक्तीने औषध क्षेत्रात करिअर करण्याचे ठरवले. डॉक्टरीचे शिक्षण त्याने उत्तमरीत्या पूर्ण केलेले नसले तरी त्याचे रुग्ण चांगले बरे होत. कारण, तो प्रेमळ शब्दांनी त्यांची काळजी घेत असे.

अशा प्रकारे वैद्यकीय क्षेत्रात 'आठवणीतले स्वास्थ्य' ही संकल्पना आता मान्य झाली आहे. याचीच दुसरी बाजू म्हणजे 'आठवणीतले अस्वास्थ्य'. यामध्ये तुमचे मन आजारल्यागत होते आणि मग शरीर तसेच होऊ लागते. नेहमीचे उदाहरण म्हणजे 'व्हाइट कॉलर हायपरटेन्शन'. बऱ्याचदा घरात असताना रुग्णांचा रक्तदाब

अगदी योग्य प्रमाणात असतो; पण ते जेव्हा डॉक्टरकडे जातात, तेव्हा त्यांच्या लक्षात येते की, आपला रक्तदाब वाढलेला आहे. असे होते तेव्हा त्यास 'आठवणीतले अस्वास्थ्य' म्हटले जाते. यात मन शरीराला आजारी करते. हार्वर्ड मेडिकल स्कूलचे मनोकायिक प्राध्यापक डॉ. हर्बर्ट बेन्सन यांनी 'आठवणीतले अस्वास्थ्य' याचे एक टोकाचे उदाहरण दिले आहे. त्यांच्या *रिलॅक्सेशन रिसपॉन्स* या पुस्तकात डॉ. बेन्सन यांनी ऑस्ट्रेलियामधील आदिवासी जमातीच्या वागणुकीचे वर्णन केले आहे.

त्यांच्याकडे अशी पुरातन समजूत आहे की, जादूटोणा करणारे वैदू त्यांना न आवडणाऱ्या लोकांवर जादूटोणा करतात. या भोळसट माणसांचा असा विश्वास आहे की, जर या मांत्रिकाने जारणमारण करून त्यांच्यावर चेटूक केले, तर त्यांचा जगण्याचा मार्ग बंद होऊन जातो. डॉ. बेन्सन यांनी यासंबंधीचा एक प्रसंग वर्णन केला आहे.

जेव्हा हा मांत्रिक नाराज होतो आणि कुणापुढे हाड हलवतो, हात उंचावून मंत्र म्हणतो, तेव्हा त्या दुर्दैवी व्यक्तीच्या चेहऱ्यावरचे हावभाव पूर्णपणे बदलतात. तिला वाटते, आता माझे काही खरे नाही. मी संपले आता. आता कोणतीही आशा उरलेली नाही.

थोड्याच मिनिटांत ती व्यक्ती गुदमरते. तिला गळा दाबल्यासारखे होते. ती व्यक्ती जमिनीवर कोसळते. अत्यंत दुर्दैवी आणि विचित्र पद्धतीने थोड्याच वेळात तिचा मृत्यू होतो.

मन शरीराला कसे आजारी करते, याचे रंगवलेले हे चित्र आहे. शारीरिक प्रक्रिया बंद पडण्याचे कारण हे होते की, अशरीरी बुद्धीने ठरवलेले होते, जगण्याची कोणतीही शक्यता उरलेली नाही. मी जगूच शकत नाही.

मृत्यूकडे नेणारे वरील उदाहरण हे अगदी टोकाचे आहे; पण **सौम्य परिस्थितीमध्येसुद्धा मन आणि शरीर यांचा परस्परसंबंध मनोकायिक आजार निर्माण करते.** अनेक अभ्यासांमधून असे आढळून आले आहे की, सोरायसिस, इसब, पोटाचा अल्सर, रक्तदाब आणि हृदयविकार हे सारे आजार मनाशी मोठ्या प्रमाणात संबंधित आहेत. या प्रकारची व्याधी असलेल्या रुग्णांना नेहमी असा अनुभव येतो की, कोणत्याही क्षणी त्यांची भावनिक अवस्था त्यांच्या रोगाची तीव्रता वाढवू शकते.

शारीरिक पीडा विकोपास नेणारी एक नेहमीची भावावस्था म्हणजे ताण. दबावाखाली असल्यासारखे वाटते, तेव्हा हायपोथलॅमस (मेंदूतील तळाचा भाग) ॲड्रेनल कॉर्टेक्सला कोर्टिसोल निर्माण करण्याचे संदेश देते. ॲड्रेनल मेड्युिलालादेखील एपिनफ्रिन तयार करण्याचे संदेश जातात. हे स्राव तयार झाल्यास यकृत जास्तीचे ग्लुकोज तयार करते. जर ते वापरले गेले नाहीत तर ते डायबेटिस

होण्यास कारणीभूत ठरते. अशा प्रकारे ताण आणि डायबेटिस यांमधला संबंध ही वैद्यकीय शास्त्राने निश्चित केलेली वस्तुस्थिती आहे.

ताणतणावामुळे रक्तदाब थोड्या अवधीतही वाढतो आणि म्हणूनच मनावर खूप काळ ताण राहिला, तर तो कायमचा रक्तदाब वाढवून ठेवतो. आपण जेव्हा दबावाखाली असतो, तेव्हा आपली प्रतिकार शक्तीही दबली जाते आणि त्यातून संसर्गजन्य व साथीच्या रोगांस बळी पडण्यासारखी परिस्थिती निर्माण होते हेही शास्त्रशुद्ध संशोधनामध्ये सिद्ध झालेले आहे.

याखेरीज जे लोक बराच काळ जास्तीचा ताण मनावर घेत राहतात, त्यांना हृदय व रक्तवाहिन्यांसंबंधीचे आजार होण्याचा धोका अधिक असतो. विशेषतः जे अटीतटीच्या स्पर्धेच्या विचारांमध्ये असतात, ज्यांना धीर नसतो आणि ज्यांच्या मनात सतत शत्रुत्वाचे विचार असतात, त्यांना हा धोका अधिक संभवतो. या वैशिष्ट्यांपैकी शत्रुत्वाची भावना किंवा द्वेष हा विशेष परिणाम करणारा ठरतो.

अर्थात याउलटही होऊ शकते आणि तेही खरे आहे. आपली भावावस्था सकारात्मक आणि आशावादी असेल तर शारीरिक आरोग्य सुधारण्यास तिची चांगली मदत होऊ शकते. संशोधनात असे सिद्ध झाले आहे की, इतरांबद्दलची कळकळ आणि आस्था मेंदूमधील सेरेटोनिन हा स्राव वाढवतात. सेरेटोनिनमुळे आपल्याला चांगले प्रसन्न वाटते आणि त्यामुळे आपल्या प्रतिकारशक्तीस बळ मिळते. इतकेच काय, आपली दयाळूपणाची कृती पाहणाऱ्यांनाही सेरेटोनिन स्राव वाढल्याचा अनुभव येतो. त्यातून मग खिन्नतेवर उतारा म्हणून जे औषध घेतले जाते, तसाच परिणाम दयाळूपणाच्या भावनेतून होतो.

आतापर्यंत आपण सकारात्मक विचारसरणीचे पुढीलप्रमाणे तीन फायदे पाहिले :

१. आनंदाचा अनुभव
२. कामात गुणवत्तापूर्ण कामगिरी
३. शारीरिक आरोग्यात सुधारणा

या अनुमानानुसार आपण मनातील नकारार्थी विचार मुळापासून उपटून टाकण्याची इच्छा तयार करू या. आता ही प्रक्रिया आपण कशी पार पाडणार ?

सकारात्मक विचारसरणीची कला

आपल्या मनात नकारात्मक विचारांची लागण कशामुळे होते ? सकारात्मक विचार मनात रुजवण्यास कोणती गोष्ट प्रतिबंध करते ? जीवनातील कमतरता आणि लहान-मोठी अपयशे यांचेच विचार मनात सारखे घोळवत ठेवण्याची वृत्ती कशामुळे जोपासली जाते ? आपल्याला ज्या अनेक चांगल्या गोष्टी लाभल्या आहेत, त्याकडे आपली कशामुळे डोळेझाक होते ?

आशावादी दृष्टिकोनाची मनोधारणा

आध्यात्मिक विचारांचा मुख्य शत्रू म्हणजे अहंकार! तो आपल्याला असे सांगतो की, आपण जगाच्या केंद्रस्थानी असून, आपल्या इच्छांनाच सर्वाधिक महत्त्व आहे. आपल्या लहानसहान इच्छा पुरवण्यासाठीच हे विश्व निर्माण झाले आहे, अशा कल्पनेत आपला अहंभाव असतो. पुढे सांगितलेल्या गोष्टीतील भूगर्भशास्त्रज्ञाप्रमाणे तो आपल्याला वागायला लावतो :

गंगा नदीच्या काही निरीक्षणांच्या साह्याने अभ्यास करण्याचे ठरवून एक भूगर्भशास्त्रज्ञ मोहिमेवर निघतो. तो पायी चालत होता आणि हातातील नकाशानुसार नदीचा काठ आहे ना, ते तपासत होता. मात्र एके ठिकाणी त्याच्या लक्षात आले की, हातातील नकाशानुसार नदीने डावीकडे वळण घ्यायला हवे. प्रत्यक्षात मात्र ती नदी उजवीकडे वाहत गेली होती. ते त्याला अजिबातच पसंत पडले नाही. म्हणाला, 'गंगा नदी माझ्या नकाशानुसार का नाही वाहत? तिचा शोध घेण्यात काही अर्थच नाही.' असे म्हणून त्याने हातातील नकाशा फेकून दिला आणि घरी परतला.

याच्या नकाशानुसार गंगेने वाहावे, ही अपेक्षा पोरकट होती. त्याऐवजी नकाशा नदीनुसार करून घ्यायला हवा होता. मात्र त्याचा दुराग्रह असा होता की, जगाने त्याच्या क्षुल्लक संकल्पनांनुसार चालावे.

वरील उदाहरण विचित्र वाटले तरी आपला अहंकार अगदी याच पद्धतीने काम करत असतो. आपल्या इच्छांच्या परिपूर्तीसाठीच जगाचे अस्तित्व आहे, अशा कल्पनांवर विश्वास ठेवायला लावून अहंकार आपल्याला फसवतो. आपण हे विसरतो की, जगाचे केंद्रस्थान आपण स्वतः नसून ईश्वर आहे आणि जगातील एकूण एक निर्मिती ही त्याची कृपा आहे. ईश्वराची इच्छा पूर्ण करणे हे आपले इतिकर्तव्य आहे, बाकी काही नाही.

म्हणूनच हे लक्षात घ्या की, इगो या शब्दातील ई, जी आणि ओ ही तीन आद्याक्षरे एजिंग गॉड आउट या शब्दांसाठी आहेत. जर्मन तत्त्वचिंतक पाऊले याने हे पुढील शब्दांत फार चांगल्या तऱ्हेने व्यक्त केले आहे :

आत्मस्तुती प्रियता किंवा स्वार्थ हा ढगाप्रमाणे आहे. आपल्या नजरेपासून तो ईश्वराला दूर ठेवतो. गुरूकृपेने अहंकाराचा नाश झाला, तर ईश्वर त्याच्या पूर्ण तेजानिशी आपल्याला दर्शन देईल.

अहंकार नाहीसा झाला तर देवाच्या कृपेने आपल्याला मिळालेल्या गोष्टींचे आपल्याला कौतुक वाटेल. आतापर्यंत केले तसे आपण त्याला गृहीत धरणार नाही. आधीच्या काळात आपण छोट्यामोठ्या त्रासांचा बाऊ करीत आलो; पण मनामध्ये नम्रता धारण केली तर पुढील गोष्टीत दाखवल्याप्रमाणे ईश्वरी कृपेने आपल्याला मिळालेल्या असंख्य गोष्टींचा आपण कदर करू.

अभीरला डोळ्यात फारच खाज येऊ लागली. तो डॉक्टरांकडे गेला, तेव्हा त्यांनी अनुमान काढले, 'डोळ्यामध्ये कर्करोगाची वाढ झाली आहे. शस्त्रक्रिया करून बुबुळ काढले तर या रोगाची संपूर्ण शरीरात होणारी लागण आपण थोपवू शकू.'

अभीरला धक्का बसला. ठरलेल्या दिवशी तो डॉक्टरांकडे गेला. शस्त्रक्रियेच्या खोलीत जाताना मनाशी म्हणाला की, आता आपण बाहेर येऊ तेव्हा आपल्याला एकच डोळा असेल. डॉक्टरांनी शस्त्रक्रियेस सुरुवात केली, तेव्हा त्यांच्या लक्षात आले की, कर्करोगाचा प्रादुर्भाव झालेला नसून बुबुळावर केवळ बुरशी आलेली आहे. ती त्यांनी काढून पुन्हा जखम नीट शिवली. दोन तासांनी अभीर शुद्धीवर आला.

थोड्या दिवसांनी त्याने डोळे उघडले, तेव्हा त्याला आढळले की, तो दोन्ही डोळ्यांनी पाहू शकतो आहे. यानंतर अभीरच्या दृष्टिकोनात परिवर्तन झाले. त्याने विचार केला, 'देवाने मला माझे डोळे परत दिले, याबद्दल मी कृतज्ञ आहे. त्याच्या अपरंपार कृपेमुळे त्याचे सुंदर विश्व पाहण्याची दृष्टी त्याने मला बहाल केली.'

यापूर्वी अभीरने आपले डोळे गृहीत धरले होते. मात्र आता त्याला देवाच्या कृपेची जाणीव झाली होती. त्याचप्रमाणे आपणही आपले घर, व्यवसाय आणि आरोग्य या गोष्टी गृहीत धरलेल्या असतात. आपण जर देवाचे ऋणी होण्याचे शिकलो, तर ईश्वरकृपेने मिळालेल्या अनेक गोष्टींबद्दल आपण कृतज्ञ राहू आणि मग आशावादी विचार करण्यासाठी अनेक कारणे आपल्याला सापडतील.

समस्या हीच आहे की, आपल्याजवळ जेव्हा काही असते, तेव्हा ते ईश्वरी कृपा असल्याचे आपण विसरतो. ते जेव्हा मिळेनासे होते, तेव्हाच त्याची किंमत आपल्याला कळते. आता पुढील एक जोडप्याच्या गोष्टीवरून आपण हा धडा शिकून घेऊ या.

टेक्सासमधील ॲरलिंग्टन भागात दोन बेडरूमचे घर असलेले एक दाम्पत्य माझ्या परिचयाचे होते. त्या दोघांना हे घर आरामशीर व पुरेसे होते. मात्र जवळच असलेल्या कोपेल भागातील त्यांच्या मित्रांची आलिशान घरे पाहून स्वतःच्या घराबद्दल त्यांना नेहमीच हळहळ वाटत असे. जेव्हा ते मला भेटायचे, तेव्हा त्यांच्या घराबद्दलची नाखुशी ते व्यक्त करायचे.

दुर्दैवाने, त्या सुमारास, पतीचा जॉब गेला. त्यांना त्यांच्या बँकेने काही काळ वाट पाहून त्यांचे घर गहाण ठेवण्यास मागितले. त्यांच्याकडे दुसरी काहीही मौल्यवान स्थावर संपत्ती नसल्याने त्यांना घराचा निवारा सोडून रस्त्यावर येण्याची वेळ आली.

राहते घर गमावण्याची टांगती तलवार त्यांच्या डोक्यावर दोन महिने लटकत होती. योगायोगाने ही स्थावर मालमत्ता हातातून गमावण्याच्या दिवशीच पतीला एक नवीन जॉब मिळाला आणि त्यांचे घर वाचले.

आता ते त्याच घरात राहतात; पण आता ते त्याकडे एका वेगळ्या दृष्टीने पाहतात. डोक्यावर छप्पर राहिले म्हणून ते पुन:पुन्हा देवाचे आभार मानतात. काय बदलले होते असे तुम्हाला वाटते? त्यांच्या बाह्य संपत्तीत तर काहीच फरक पडला नव्हता. त्यांचा दृष्टिकोन मात्र बदलला होता.

केवळ अहंकारामुळे देवाने आपल्यावर केलेल्या अनेक प्रकारच्या कृपावर्षावाकडे आपण दुर्लक्ष करतो. जणू त्या बाबतीत डोळ्यांवर पट्टी बांधतो. हे जग आपल्या स्वार्थी इच्छा पूर्ण करण्यासाठीच आहे, असा आपला दृढ विश्वास असतो. मनासारख्या गोष्टी होत नाहीत, तेव्हा आपला वैताग काढण्यासाठी याच कारणाचा आपण आधार घेतो.

आपण प्रामाणिक होण्यास शिकलो, तर आपल्या गर्विष्ठ इच्छांची पूर्ती करणे हा या विश्वाचा हेतू नाहीय हे आपल्या लक्षात येईल. उलट परमेश्वराची इच्छा पूर्ण करणे हे आपल्या जीवनाचे ध्येय आहे. ही साधी गोष्ट जर आपल्याला उमगली तर कितीतरी चांगल्या गोष्टी आपल्याकडे येतील आणि त्यातून आनंदी होण्यासाठीची लाखो कारणे आपल्याला सापडतील. सकारात्मक होण्याची ही कला आहे. यश, आनंद आणि परिपूर्ती यांच्यासाठीची ही पहिली मनोधारणा आहे.

आपण आपल्या स्वार्थी इच्छांना थोडे बाजूला ठेवले, तर परमेश्वराने आपल्यासाठी ठेवलेल्या उत्तम उद्दिष्टांकडे आपली वाटचाल सुरू होईल आणि जग काही आपल्या जीवनाचा शत्रू नाही हेही आपल्याला कळेल. किंबहुना, हे जग उदार आहे. आत्म्याचा विकास होण्यासाठी आणि त्यातले देवत्व स्पष्ट होण्यासाठी अनेक आशीर्वाद आणि संधी देण्यासाठी ते उत्सुक आहे.

मात्र स्व-विकास हा तेव्हाच शक्य आहे, जेव्हा आपण यशासाठीची दुसरी मनोधारणा आत्मसात करू. ही मनोधारणा आपल्यामधल्या त्रुटी आणि कमतरता यांची जबाबदारी घेते. याची चर्चा आपण आता पुढील प्रकरणात करू या.

प्रकरण दोन

आपल्या भावनांची जबाबदारी घेणारी मनोधारणा

आपल्या मनमंदिरात आनंदी विचार आणि आशावादी दृष्टिकोन ठेवण्याचे महत्त्व याबाबत आपण मागील प्रकरणात विचार केला; पण परिस्थिती किंवा एखादी व्यक्तीच आपल्या मनात नकारार्थी भावना निर्माण होण्यास कारणीभूत ठरत असेल तर? अशा वेळी विरोधी भावना मनात उद्भवल्या तर आपण कोणाला दोष द्यायचा आणि काय कारायचे?

पुढील प्रसंग पाहा :

गावाच्या दुसऱ्या बाजूला असलेल्या ठिकाणी एका महत्त्वाच्या ग्राहकाशी दुपारी तुमची बैठक ठरली आहे. दुपारचे जेवण झाल्यावर ऑफिसमधून निघावे म्हणजे वेळेवर पोहोचता येईल, असा तुम्ही विचार केला आहे; पण निघण्याच्या तयारीत असतानाच तुमच्या भाचीचा तुम्हाला फोन येतो. जवळजवळ पंधरा मिनिटे इकडच्या तिकडचे बोलणे करण्यात जातात.

अखेरीस तुम्ही तुमच्या गाडीत बसता, तेव्हा गेलेला वेळ भरून काढण्यासाठी गाडी थोडी वेगाने नेणे गरजेचे ठरते; पण बाकीच्या गाड्यांचे चालक तुमच्या मागून येऊन गाड्या पुढे काढत आहेत. शेवटी महामार्गावर पोहोचल्यावर आता आपण वेगाने पुढे जाऊ शकू असे तुम्हाला वाटते; पण दुर्दैवाने तिथल्या गाड्या इंचाइंचाने पुढे सरकत असल्याचे लक्षात येते. 'बघू, अजूनही जमेल...' असे म्हणत तुम्ही जात

असतानाच काही क्षुल्लक कारणासाठी ट्रॅफिक जिथे अडकून पडले आहे, तिथे तुम्ही पोहोचता आणि 'मी आता पुरताच ट्रॅफिक जाममध्ये अडकलो,' असे म्हणण्याची वेळ तुमच्यावर येते. अपघात वगैरे काहीही झालेला नसतो. दोन गाड्या रस्त्याच्या कडेलाच उभ्या करून ठेवलेल्या असतात आणि त्यातले प्रवासी आजूबाजूला रेंगाळत असतात. काय चालले आहे हे पाहण्यासाठी तिथे चालक जमतात आणि दुर्दैवाने ट्रॅफिक जाम होतो. तुम्ही अर्थातच नाराज होता.

अखेरीस, तुम्ही तुमच्या ग्राहकाकडे बैठकीसाठी पोहोचता, तेव्हा तुम्हाला पंचेचाळीस मिनिटे उशीर झालेला असतो. तो त्याचा राग दाखवतो; पण 'ग्राहकराजा'चा मान राखण्याचे कंपनीचे धोरण लक्षात घेऊन त्याने केलेली कानउघाडणी तुम्ही मुकाट्याने ऐकून घेता आणि दिवसभरासाठी तुमचा विरस होतो.

आता, तुमच्या मनातील नकारार्थी भावनांचा दोष तुम्ही कुणाला देणार? तुमच्याशी रागावून बोलणारा तुमचा ग्राहक तुमच्या वाईट मनःस्थितीला जबाबदार आहे का? की ट्रॅफिक जाम करणारे चालक? की उद्धटपणे तुम्हाला मागे टाकून गाड्या पुढे काढणाऱ्या गाड्या जबाबदार आहेत? की चुकीच्या वेळेला तुम्हाला फोन करणाऱ्या भाचीमुळे हे सारे घडले?

खरे तर तुमच्या मनात निर्माण होणाऱ्या भावनांना कोणीही जबाबदार नाही. आपल्याशी कोणीही कितीही वाईट वागले तरी मनामध्ये तिरस्काराची भावना निर्माण होणे समर्थनीय नाही. आपल्या भावना आपण निवडतो. आपल्या मनावर संयम ठेवण्याचे काम आपले आहे. आपण आनंददायी विचार करतो की, दुःखी विचार मनात आणतो, त्यावर सारे अवलंबून आहे.

परिस्थिती आणि आपल्या भावना यांमधील अंतर

बाहेरील परिस्थिती कोणतीही असो; आपण त्यास भावनिक प्रतिसाद कसा द्यायचा याची निवड करण्यास आपण स्वतंत्र आहोत. समोरील वस्तुस्थिती आणि आपल्या भावना यांच्यामधील तफावत आपल्या भावनांवर ताबा ठेवण्याचे नैतिक बळ देते. सभोवतालच्या घटनांच्या शृंखलेपासून हे नैतिक बळ आपल्या मनाला मुक्त करते. हे घडेल तेव्हा आपण मनाचे शुद्धीकरण आणि आध्यात्मिक उंची गाठण्याच्या प्रवासास सुरुवात करू शकू.

ज्यांना ही प्रोत्साहन देणारी गोष्ट (भोवतालचे वातावरण) आणि प्रतिसाद (आपल्या भावना) यांच्यामधली तफावत कळत नाही, त्यांचा असा चुकीचा समज असतो की, त्यांच्या मनात कोणत्या भावना निर्माण करायच्या, हे दुसऱ्या कोणाच्या तरी हातात आहे. म्हणून इतरांच्या वागणुकीवर ते आपले भावनांचे चढ-उतार पुन्हा पुन्हा सहन करीत राहतात. नकारार्थी विचारांचा त्रास होतो, तेव्हा ते निराश होतात;

कारण बाह्य घटनाप्रसंगांवर त्यांचे नियंत्रण नसते. मात्र बाहेर कोणतीही परिस्थिती असो; आपल्या भावना सकारात्मक ठेवण्याचे स्वातंत्र्य देवाने आपल्याला दिले आहे हे समजून घेण्यात ते अपयशी ठरतात.

विनाशकारी दुसऱ्या महायुद्धातून तगून राहिलेला एक ऑस्ट्रियन ज्यू व्हिक्टर फ्रँकल याने भावनांच्या स्वातंत्र्यास अद्‌भुत मान्यता दिली आहे. *मॅन्स सर्च फॉर मीनिंग* या त्याच्या पुस्तकात त्याने आपल्या आठवणी लिहिल्या आहेत.

मानसशास्त्रात सखोल रस असल्याने फ्रँकल हा ऑस्ट्रियन ज्यू, मेंदू तज्ज्ञ आणि मनोवैज्ञानिक म्हणून काम करीत होता. मानसशास्त्र या विषयावरचे आपले निबंध त्याने सिगमन्ड फ्रॉइड याच्याकडे सादर केले होते. यावरून फ्रँकल यांचे या विषयावरील प्रभुत्व लक्षात येईल. सिगमन्ड फ्रॉइड हे या निबंधांनी इतके प्रभावित झाले की, त्यांनी ते निबंध प्रकाशित केले.

हिटलरने ज्यूंविरोधात थैमान घातले, तेव्हा दुर्दैवाने त्याने फ्रँकल यांना पकडून त्यांच्या संपूर्ण कुटुंबाला औषविज येथील तुरुंगात टाकले. सर्व छळछावण्यात हा औषविजचा तुरुंग कैद्यांना अमानवी वागणूक देणारा कुप्रसिद्ध तुरुंग होता. त्या वेळी फ्रँकल यांना त्यांची पत्नी व लहान मुलगी यांच्यापासून वेगळे करण्यात आले. त्या दोघींचा मृत्यू झाल्याचे त्यांना नंतर कळले. या छळछावणीत देण्यात आलेल्या पशुतुल्य वागणुकीचे वर्णन करताना फ्रँकल म्हणतात की, कधी कधी आम्हाला रात्रीच्या वेळी नग्नावस्थेत चालायला लावत असत. सकाळपर्यंत आपण जिवंत राहू का, असे त्या वेळी वाटत असे.

*आत्यंतिक अवर्णनीय क्लेश व यातना सहन करीत असताना त्यांना एका स्वातंत्र्याचा शोध लागला. भावनिक दृष्टिकोन निवडण्याची क्षमता असलेले त्यांचे स्वातंत्र्य मात्र त्यांच्यापासून कोणीही हिरावून घेऊ शकणार नव्हते. काय वाट्टेल ते झाले तरी आनंदात राहायचे असे त्यांनी ठरवले. बऱ्याचदा ते स्मितहास्य करीत असत किंवा हसतदेखील असत. ते आनंदात कसे राहू शकतात असे जेव्हा त्यांना इतरांनी विचारले तेव्हा ते उत्तरले, 'बाह्य परिस्थितीवर माझे काही नियंत्रण नाही; पण माझ्या मनावर तर माझे नियंत्रण आहे आणि ते काही दुसरे कोणी बिघडवू शकत नाही. **मनामध्ये चांगल्या विचारांची रुजवण केल्यास, जगामधले काहीही चांगले त्याच्या वाट्याला येत नसले तरीसुद्धा तो आनंदाचा, समाधानाचा अनुभव घेऊ शकतो.**'*

फ्रँकल यांचे सुरक्षारक्षक आणि तुरुंगातील सहकारी त्यांचे अनुयायी बनले. या सत्त्वपरीक्षेत उत्तीर्ण व्हायचे व इतरांना त्यांनी लावलेला हा शोध सांगायचा असे त्यांनी ठरवले. दुसरे महायुद्ध संपल्यावर फ्रँकल यांची कैदेतून सुटका झाली. ते व्हिएन्नाला परतले. तिथे त्यांनी पुन्हा आपल्या व्यवसायास सुरुवात केली. 'लोगोथेरपी' नावाचे

मानसशास्त्राचे एक नवीन विद्यालय त्यांनी सुरू केले. ते 'थर्ड व्हेनिस स्कूल ऑफ सायकोथेरपी' या नावानेदेखील प्रसिद्ध आहे. अटळ गोष्टी सहन करताना आपला दृष्टिकोन कसा असावा आणि त्यातसुद्धा आपण कसा अर्थ शोधावा यावर आधारित त्यांचा विचार होता.

फ्रँकल यांनी जगभरात संचार केला. २१९ विश्वविद्यालयांमधून व्याख्याने दिली. त्यांना २९ सन्माननीय पदव्या मिळाल्या. त्यांच्यावर पंधरा भाषांमधून दीडशेपेक्षा जास्त पुस्तके प्रसिद्ध झाली.

या कहाणीचे तात्पर्य असे की, इच्छा नसताना गोष्टी घडत राहतात. जीवनाकडून आपल्याला नेहमीच काही चॉकलेट्स आणि केक्स मिळत नाहीत. त्याच्याकडून आपल्याला लिंबूदेखील येते. आता ते आंबट म्हणून घ्यायचे की त्याचे सरबत करायचे? भावनांचे व्यवस्थापन करण्याची आपली क्षमता कशी आहे यावर ते अवलंबून आहे. मानवाच्या हातात असलेले एकमेव स्वातंत्र्य फ्रँकल यांनी सर्वांना दाखवून दिले. ते म्हणजे बाह्य परिस्थिती कोणतीही असली तरी आपल्या भावना निवडण्याचे अबाधित स्वातंत्र्य!

इतिहासात यशस्वी ठरलेल्या व्यक्तींनाही जीवनामध्ये नियतीचे तडाखे बसलेले असतात. मात्र हा दुर्दैवाचा मारा त्यांचे काहीही बिघडवू शकला नाही. उलट संकटाचे संधीत रूपांतर करून त्यांनी झोडपणाऱ्या पावसाचे सुंदर इंद्रधनुष्य तयार केले. उदाहरणार्थ, सूरदास जन्मजात अंध होते. मीराबाई विधवा होती. कबीरदासांचे आई-वडील त्यांना माहीत नव्हते. नरसिंह मेहता आणि तुलसीदास यांना समाजाकडून उपहास सहन करावा लागला. बीथोव्हेनने जेव्हा सुमधुर संगीत नियोजन केले, तेव्हा ते जवळजवळ बहिरे होते. अब्राहम लिंकन हे दरिद्री अवस्थेत लहानाचे मोठे झाले. फ्रँकलिन रूझवेल्ट यांना लहानपणापासून अर्धांगवायू होता, तर स्टीफन हॉकिंग हे विकलांग होते.

या बुद्धिमान विद्वानांना देवाने दिलेल्या कमतरता ते उगाळीत बसले असते, तर ते जगभर झळकले नसते आणि त्याऐवजी त्या कटुतेतच मरून गेले असते. मात्र याउलट त्यांनी आपला एक स्वतंत्र दृष्टिकोन साकारला आणि जे काही त्यांच्यापाशी होते त्यासह त्यांनी उत्तम कामगिरी करून दाखवली. कालपटलावर आपली पावले उमटवून ते गेले.

याउलट, अनेक जणांचे आपल्या हातात नसलेल्या नकारार्थी गोष्टींकडेच जास्त लक्ष असते म्हणून त्यांच्या भावना, विश्वास आणि वागणूक यांमध्ये ते कोणता बदल करू शकतात, याची जबाबदारी घेण्यात ते अपयशी ठरतात. दुसऱ्यांवर ठपका ठेवण्याचा अनुत्पादक खेळ ते विकसित करतात आणि आपली मनःस्थिती सुधारण्यासाठी आपली स्वतःचीही काही जबाबदारी आहे असे त्यांना कधी वाटतच नाही.

असे लोक नेहमी आजूबाजूच्या परिस्थितीमुळेच, 'हे फक्त माझ्याच वाट्याला आले' अशी नकारार्थी भावना कुरवाळीत बसतात. त्यांच्या कमकुवतपणाची जबाबदारी ते पालकांवर ढकलतात. त्यांना ज्या पद्धतीने वाढवले गेले, त्यामुळेच असे होते आहे असे ते मानतात. पालकांमुळे नसेल तर आजीआजोबांना जबाबदार धरतात. त्यांच्यामुळे नसेल तर ते त्यांच्या आजूबाजूच्या लोकांना – म्हणजे बॉस, जोडीदार, शेजारी किंवा सरकारवर सर्व जबाबदारी ढकलून मोकळे होतात. आपल्या मनातील भावनांसाठी आपणही काही करायचे असते, याचेच आकलन नसल्यामुळे आपल्या मनोवस्थेवर प्रभुत्व मिळवण्यासाठी आपलेही काही कर्तव्य आहे, असे ते मानतच नाहीत.

मनावर नियंत्रण ठेवण्याची जबाबदारी झटकून टाकणारी माणसे ही दुर्दैवी असतात. जबाबदारी या शब्दातच निवडण्याचे स्वातंत्र्य आहे. रिसपॉन्सिबिलिटी हा शब्द असा तयार झाला आहे : रिसपॉन्स आणि ॲबिलिटी (प्रतिसाद आणि क्षमता) म्हणजे कोणत्याही परिस्थितीत आपल्या भावनांची निवड करण्याची क्षमता.

परिपक्व विरुद्ध अपरिपक्व वागणूक

आपल्या मनाची जबाबदारी आपल्यावर असते. तिचा मान ठेवून संत ज्या पदाला पोहोचले तिथपर्यंत आपण आध्यात्मिक उंची गाठू शकतो. तिकडे दुर्लक्ष करून मानवी स्वरूपात आपल्यात असलेला भक्तिभाव उघड करण्याची सुवर्णसंधी आपण गमावत असतो.

आपल्या मनःस्थितीसाठी इतरांकडे बोटे दाखवणे हे अपरिपक्वतेचे लक्षण आहे. पोरवयात असा अल्लडपणा चालून जातो; पण मोठे झाल्यावर आपण परिपक्व व्हावे आणि मनाला येईल तसे करण्याऐवजी आपले आयुष्य काही मूल्यांनुसार जगावे अशी अपेक्षा असते. दयेची गोष्ट अशी की, बरेच जण मोठे झाल्यावर परिपक्व होण्याचे नाकारतात आणि भावनिक पातळीवर लहान मुलेच राहतात. त्यांना त्यांच्या दुःखाचे कारण विचारल्यास ते इतरांना दोष देतात. म्हणतात, 'हे सारे अशा अशामुळे घडले.'

भावनिक अपरिपक्वता म्हणजे आपण विचारांचा त्याग केल्यासारखे आहे. लोक नेहमी माझ्याकडे येऊन मला सांगतात, 'स्वामीजी, माझ्यातला भक्तिभाव आता नाहीसा झाला आहे. आता मला देवाबद्दल आणि गुरूबद्दल पूर्वीच्या भावना राहिलेल्या नाहीत.'

'मग आता या समस्येवर उपाय काय?' मी विचारतो.

'त्या भावना परत येतील म्हणून मी वाट पाहते आहे,' ते उत्तरतात.

'तुमचा मनात भक्तिभाव कधी परत येईल?'

'मला माहीत नाही, स्वामीजी; पण जेव्हा केव्हा त्या भावना परत येतील, तेव्हा मी जास्त वेळा या देवळात आलेली दिसेन.'

मनातील भक्तिभाव ही त्यांची जबाबदारी आहे, हा मुद्दा ते विसरतात. भक्तिभाव म्हणजे भक्तिभावना निर्माण करणे. हा भक्तिभाव आपल्या आतून कधी उद्भवेल म्हणून अशा पवित्र भावनांची येण्याची वाट पाहत बसणे योग्य नव्हे. भक्तिभाव हे काही विशेषण नाही, ते क्रियापद आहे. प्रगल्भ आणि उदात्त विचार मनात रुजवण्यासाठीच्या प्रयत्नांचे वर्णन या क्रियापदातून होते.

भोवतालच्या जगात भावनिकदृष्ट्या अपरिपक्व असलेली माणसे तुम्हाला असे म्हणताना दिसतील की, 'माझे जोडीदाराबद्दलचे प्रेम आटून गेले आहे. आता इथून पुढे त्या भावना माझ्या मनात नाहीत.' खरे तर असा विचार करणे म्हणजे मूर्खपणा होय. त्यांच्या मनात प्रेमभावना कधी उत्पन्न होईल म्हणून ते वाट पाहत आहेत काय? आणि जर या प्रेमभावना त्यांच्या त्या आपणहून जर मनात आल्याच नाहीत तर? अशा वेळी विलयास जाणाऱ्या त्यांच्या प्रेमासाठी ते कुणाला जबाबदार धरतील?

याउलट, भावनिकदृष्ट्या परिपक्व असलेले असे समजतील की, प्रेम ही त्यांची निवड आहे. मनातून सुचवल्या जाणाऱ्या निष्प्रेम अशा कोणत्याही भावनेस नकार देणे म्हणजे खरे प्रेम होय. आपुलकी वाटणाऱ्याबद्दल प्रेमभावना निर्माण करण्यासाठी हृदयाचा वापर करणे हे प्रेमास आवश्यक आहे.

आपला दृष्टिकोन कोणता असेल, याची निवड करण्यास स्वतंत्र असलेल्या इच्छेचा सराव करण्याची क्षमता ही आपली आध्यात्मिक वाढ होण्याचा पाया आहे. भगवद् गीतेमध्ये भगवान श्रीकृष्ण अर्जुनाला म्हणतात :

उद्धरेदात्मनात्मानं नात्मानमवसादयेत्
आत्मैव ह्यात्मनो बन्धुरात्मैव रिपुरात्मनः (६.५)

तुमच्या मनाच्या ताकदीने तुम्ही स्वतःचे उन्नयन करा. अधोगतीस जाऊ नका. कारण, ताब्यात असलेले मन हेच तुमचा उत्तम मित्र आहे. बेलगाम मन हा तुमचा सर्वांत वाईट शत्रू आहे.

मनाला लहर येईल तसे आपण त्याच्या तालावर नाचू लागलो तर हे मन आपला शत्रू बनते. आपली मूल्ये, आशा-आकांक्षा आणि ध्येये यांनुसार त्यास ताब्यात ठेवले तर हे मन आपला मित्र बनू शकते.

आपला दृष्टिकोन निवडण्याचे देवदत्त स्वातंत्र्य आपल्याला कळेपर्यंत आध्यात्मिकदृष्ट्या आपली वृद्धी कधीही होणार नाही. मागील जन्मांमध्ये व या जन्मी आपण आपल्याला मिळालेल्या स्वतंत्र इच्छेचा कसा वापर केला, त्यावरून आजचे आपले आयुष्यातील संचित जमा झाले आहे. आपण ज्या गोष्टींची निवड आज करू,

त्यावर आपण कुठे पोहोचणार हे अवलंबून आहे, तेव्हा प्रत्येक सकाळी उठणे आणि आपल्या दृष्टीने उत्तम असलेला दृष्टिकोन मनात आणणे हे आपल्या हातात आहे.

सगळ्यात मोठा दोष म्हणजे आपला छिद्रान्वेषी स्वभाव

स्वतःच्या मनातल्या भावनांचे व्यवस्थापन नीट करता येत नसल्यास अनेक लोक जन्मभर इतरांना दोष देत राहतात. हे म्हणजे लोकप्रतिनिधींनी सरकारी पैशांचा अपहार करण्यासारखे आहे.

एका राजकारण्याला पकडून कोर्टापुढे आणले असता माझा काहीही दोष नाही, असे सांगताना तो म्हणाला, 'मला ज्यांनी निवडून दिले त्यांचा दोष आहे. त्यांनी जर मला मते दिली नसती तर हा गुन्हा माझ्याकडून घडलाच नसता.'

तुरुंगातील कैदी आपण गुन्हा केला हे मान्य करतात की नाही, हे पाहण्यासाठी काही वर्षांपूर्वी मानसशास्त्रज्ञांनी तुरुंगातील कैद्यांचा अभ्यास केला. तुम्ही तुरुंगात का आहात असा प्रश्न विचारल्यावर त्यांच्याकडून मिळालेली उत्तरे अशी :

- 'हा काही माझा दोष नाही. माझ्या बायकोने माझी फसवणूक केली.'
- 'माझ्या व्यवसायातील भागीदाराने माझ्या पाठीत खंजीर खुपसला.'
- 'मी तर निरपराध आहे. त्यांनी अडकवलं मला याच्यात.'
- 'मी गरीब असल्यामुळे माझ्याकडे दुसरा पर्यायच नव्हता.'

कायदा मोडल्याचे एकाही कैद्याने कबूल केले नाही. त्यांची उत्तरे ऐकल्यावर मानसतज्ज्ञ गमतीने म्हणाले, 'यांच्याइतकी निष्पाप माणसं जगात कुठेही नसतील!' कैद्यांचा प्रतिसाद अर्थात टोकाचा होता. तो आपण सोडून देऊ या; पण अशा प्रकारचा अगदी थोडा जरी वरवर असा विचार मनात आला तर त्याला काळजीपूर्वक ओळखा आणि मनातून काढून टाका. अन्यथा, उपद्रवी विचारांपासून आपण कधीच सुटू शकणार नाही. अशाने मनाने रचलेल्या खोट्या कहाण्या आणि लटके बहाणे यांच्या नकारार्थी विचारांचे समर्थन आपण चालूच ठेवत राहू.

आपण सोडून प्रत्येक व्यक्ती आणि प्रत्येक गोष्ट दोषी आहे, असे मानण्याची सवय लागली तर आपण पुन्हा एकदा या साऱ्या गोष्टींकडे नव्याने पाहण्याची गरज आहे. गांभीर्यपूर्वक अंतर्मुख व्हायला हवे आणि प्रत्येक जण आपल्याला वाईट दिसत असेल, तर आपल्या विचारसरणीत काही दोष आहे का ते तपासून पाहायला हवे. हे म्हणजे सारे अंग दुखते आहे म्हणून तक्रार करणाऱ्या एका रुग्णासारखे झाले.

एकदा एक रुग्ण अंगदुखीची तक्रार घेऊन डॉक्टरकडे गेला. म्हणाला, 'डॉक्टर, मला फार वेदना होतायत.'

'कुठे दुखतेय. पाहू दे मला,' डॉक्टर म्हणाले. त्यांनी रुग्णाचे बोट कपाळावर ठेवले आणि विचारले, 'इथे दुखतेय?'

'ओय, लगेचच दुखतेय,' रुग्ण उत्तरला.

डॉक्टरने पुन्हा ते बोट मांडीवर ठेवून विचारले, 'इथे दुखतेय?'

'आऽ ...,' तो कण्हला. 'मांडीवर तर असह्य दुखतेय.'

डॉक्टरने मग त्याचे बोट पोटावर ठेवले आणि विचारले, 'इथे दुखतेय?'

'अरे बाप रे! फारच दुखतेय. मी सहन नाही करू शकत.'

डॉक्टरने त्याच्या बोटाकडे पाहिले. त्याच्या बोटाला एक टोकदार तुकडा चिकटलेला होता म्हणजे त्याचे बोट ही त्याची समस्या होती. पूर्ण शरीरात तर काहीच दोष नव्हता; पण टोचणाऱ्या एका बोटामुळे आख्खे शरीर दुखू लागले.

त्याचप्रमाणे, आपल्या मनात जर आधीच कुटुंबातील सदस्यांच्या उणिवा खुपत असतील, बॉसचे दोष सलत असतील, रस्त्यातील खळगे दिसत असतील आणि नातेवाईक कद्रू वाटत असतील तर आपली मनोधारणा सदोष असण्याची शक्यता मोठी आहे, त्यामुळे सारे जग आपल्याला दोषपूर्ण वाटते.

तुम्हाला एका तक्रारखोर बाईची गोष्ट माहीत असेल. ती नेहमी पतीजवळ शेजाऱ्यांच्या तक्रारी करीत असे.

'हे बघितलं का... ' तिचे रडगाणे सुरू होई, 'स्वच्छतेचा गंधही नाही या लोकांना. त्यांची कार किती घाण झालीय. ते कधीच कशी धूत नाहीत?' दुसऱ्या दिवशी ती म्हणे, 'कपडे बघा आपल्या शेजाऱ्यांचे. किती मळलेले आहेत. धूत असताना दिसत नसतील का त्यांना?' कधी कधी ती त्यांच्या भिंतीबद्दलही तक्रार करी, 'आपल्या शेजाऱ्यांइतके घाणेरडे तर कोणीही नसेल. त्यांच्या घराच्या भिंतीवर केवढे डाग आहेत!'

एका सुंदर सकाळी, ती उठली आणि तिने खिडकीतून बाहेर पाहिले. प्रत्येक गोष्ट स्वच्छ असल्याचे पाहून ती चकित झाली. 'आज काय झालं त्यांना अचानक? त्यांच्या भिंती, कपडे आणि कार सारेच आज एकदम स्वच्छ आहे!'

'त्यांच्या जीवनशैलीत काहीही बदल झालेला नाही,' पती म्हणाला, 'काल रात्री झोपण्यापूर्वी मी आपल्या खिडकीच्या काचा स्वच्छ पुसून काढल्या.'

ती आश्चर्यानंदात बुडून गेली. घाण तर तिच्या खिडकीच्या तावदानांवर होती आणि त्यामुळे बाहेरचे जग घाणेरडे आहे असे तिला वाटत होते.

इतरांचे दोष छिद्रान्वेशी वृत्तीने (म्हणजे कुठे बारीक तरी छिद्र दिसतेय का... या वृत्तीने) बारकाईने शोधत बसण्याची सवय लागली, तर असाच प्रकार होणार.

आपल्या भावनांची जबाबदारी घेणारी मनोधारणा

आपल्या भोवतालच्या जगात कोणत्या त्रुटी आहेत, नकारार्थी गोष्टी कोणत्या आहेत हेच जर आपण जन्मभर पाहत असलो तर थोडे मागे जाऊन आपलीच वागणूक तपासून पाहणे भाग आहे. स्वतःलाच विचारले पाहिजे, 'मी समजत होते, तेवढे जग जग दोषपूर्ण असण्याची थोडी तरी शक्यता आहे का? त्याऐवजी माझ्यातच काही कमतरता असू शकेल का?'

धनुर्विद्येचेच उदाहरण घ्या. तिरंदाजाचा नेम चुकतो, तेव्हा तो किंवा ती असे म्हणते का, 'लक्ष्याचा जो मध्य आहे, त्याचाच दोष आहे. तो चुकीच्या ठिकाणी आहे. तो जरा कडेला हवा होता. अगदी मध्येच कशाला केलाय तो?' असे नाही म्हणणार कुणी! लक्ष्याच्या मध्यभागाचा बाणाने वेध घेण्यात अपयश आले, तर तो काही त्या लक्ष्याचा दोष नाही. आपल्याला ते जमले नाही याची पूर्ण जबाबदारी तो धनुर्धारी घेतो. उत्तम तिरंदाज होण्यासाठी आपल्या त्रुटी मान्य करणे ही त्यातली पहिली पायरी आहे.

त्याचप्रमाणे आपण नको असलेल्या भावना हा आपला दुबळेपणा आहे हे मान्य करतो, तेव्हा आणि तेव्हाच आपण जिथे आहोत तिथून पुढे प्रगती करण्याचा विचार करू शकतो. मग आपण अडचणींचाच पाढा वाचणारी, नकारार्थी विचार करणारी व्यक्ती न राहता मार्ग शोधणाऱ्या सकारात्मक व्यक्तीमध्ये आपले परिवर्तन होते. असा दृष्टिकोन असताना काळजी केली तरी आपण ती परिणामकारक रीतीने करू शकतो. आपल्यासमोर असणाऱ्या समस्यांवर तोडगा शोधणारी व्यक्ती म्हणून आपण स्वतःकडे पाहू लागतो. जीवनात उत्कृष्टता आणणाऱ्या मार्गांवर लक्ष केंद्रित केले तर आपण हे साधू शकतो.

असे असले तरी आपल्यातल्या कमतरता स्वीकारणे सोपे काम नाही. कारण, आपले फसवे मन आपल्यासाठी नेहमीच वेगवेगळी निमित्ते, युक्तिवाद यांवर विश्वासून राहायला बघत असते म्हणूनच काही लोक म्हणतात, 'माझ्या आजूबाजूच्या परिस्थितीचा काही दोष नाही; पण माझाही यात काही दोष नाही. समस्यांना कारणीभूत ठरणारी दुसरीच कोणती तरी गोष्ट आहे. ती म्हणजे ईश्वरेच्छा!' काही जण म्हणतात, 'माझ्या नियतीत दोष आहे.' तर आणखी काहीजणम्हणतात, 'हा काळाचा दोष आहे. माझी वेळ अजून आलेली नाही. ती आली की, माझ्यात आपोआप परिवर्तन होईल.' या सर्व लंगड्या सबबी आहेत, हे लक्षात घ्या.

वर सांगितलेल्या सर्व खोट्या सबबींचा आपण आता परामर्श घेऊ या. त्या युक्तिवादातील पोकळपणा पाहू या. मगच आपण काहीतरी ठोस मार्ग शोधून काढू शकू. आपल्या भावनांची जबाबदारी आपण घेऊ या आणि शौर्याने त्यांच्याशी झगडून सुधारणा घडवून आणू या.

आपल्या कृती परमेश्वर ठरवतो काय?

प्रत्येक गोष्ट खरंच देव करतो काय? वैदिक विद्वानांच्या मनातही हा प्रश्न रेंगाळत असे. महाभारतात दुष्ट दुर्योधन हा तर्क त्याच्या कृतींसाठी लावतो. तो म्हणतो,

जानामि धर्मम् नच मे प्रवृत्ती
जानाम्य धर्माम् नच मे निवृत्ती
केनपि देवेन हृदिस्थितेना
यथा नियुक्तोस्मि तथा करोमि

'काय बरोबर आणि काय चूक हे मी जाणतो; पण माझ्या हृदयात *स्वर्गीय* देव वसलेले आहेत. जे करण्यास ते मला उद्युक्त करतात, तसे मी वागतो.'

बरेच लोक अशाच प्रकारे युक्तिवाद करीत असतात. त्यांनी एखादी चूक केली आणि तुम्ही त्यांना विचारलेत, असे का घडले? तर म्हणतात, 'देवाचीच इच्छा असणार.'

'म्हणजे तुला काय म्हणायचेय?'

'मला असे म्हणायचेय की, प्रत्येक गोष्ट देवच करतो. आपण तर त्याच्या हातातल्या बाहुल्या आहोत.' आपल्या युक्तिवादाच्या पुष्ट्यर्थ ते जुन्या ग्रंथातील अवतरण देतात :

उमा दारू जोशिता की नैन, सबही नचावता रामा गोसेन (रामायण)

कळसूत्री बाहुल्यांना ज्याप्रमाणे नाचवले जाते, त्याप्रमाणे आपण सर्व जण त्याच्या तालावर नाचत असतो म्हणून या लोकांच्या म्हणण्यानुसार आपल्या कृतींना सर्वश्रेष्ठ शक्ती जबाबदार असते. एक वाक्य तर नेहमीच लोकांकडून म्हटले जाते, *बिना भगवान की कृपा से एक पत्ता भी नही हिलता.* 'देवाच्या इच्छेशिवाय एक पानही हलत नाही.'

हे ऐकल्यावर लोकांची खात्रीच पटते की, 'याचा अर्थ परमेश्वर हाच कर्ता करविता आहे, त्यामुळे त्यात सुधारणा करण्याचा प्रयत्न आपण न करणेच चांगले.' मात्र हे लक्षात ठेवावयास हवे की, ही विचारसरणी घातक आहे. ही आपल्या मनातून परिश्रमपूर्वक निपटून काढली पाहिजे. हा युक्तिवाद किती व्यर्थ आहे, हे आता आपण पाहू या :

१. आपली सर्व कर्मे जर ईश्वरच करत असेल, तर आपल्या हातून चुका कधीच झाल्या नसत्या. आपल्या सर्व कृती परिपूर्ण असत्या. कारण, देव कधीही चुका करीत नाही. वस्तुस्थिती मात्र अशी आहे की, आपण असंख्य चुका करत

असतो आणि यावरून हेच दिसते की, आपल्याला वाटते म्हणून आपण सर्व गोष्टी करत असतो.

२. कर्ताकरविता परमेश्वरच असेल, तर आपल्या कृतींचे कर्मफल आपल्याला भोगावे लागले नसते. आपल्यातर्फे देवाने केलेल्या कृतींची कर्मिक प्रतिक्रिया आपण का भोगायची? त्याने स्वतःलाच क्षमा करावी किंवा कर्मफल त्यानेच भोगावे; पण कर्माचा सिद्धान्त तर असा आहे :

कर्म प्रधान विश्व करी राखा
जो जसा कराई सो तसा फलू चाखा (रामायण)

'कर्मचक्रानुसार जग चालते. आपण जे करतो, तेच आपल्याला मिळते.' हेच बायबलमध्ये या प्रकारे म्हटले आहे :

> फसवले जाऊ नका : ईश्वर कधीही अयशस्वी होत नाही. माणूस जसे पेरतो तसे उगवते. (गालाटिअन्स ६:७)

कर्मसिद्धान्ताचे अस्तित्व हेच दर्शवतो की, आपण आपल्या कर्माचे धनी आहोत.

३. परमेश्वराला सगळे सारखे आहेत आणि सर्वांना तो अगदी समानतेची वागणूक देतो. आपल्या कृती जर तो करीत असेल तर त्याने आपल्या सगळ्यांकडून सारखेच वागून घ्यायला हवे. संत व्हावे म्हणून प्रत्येकाकडून तो चांगल्या गोष्टी करून घेईल किंवा दुष्ट होण्यासाठी तो प्रत्येकाकडून वाईट गोष्टी करून घेईल. मात्र आपण पाहतोच की, जगात केवढी तरी विषमता आहे. प्रल्हादसारखी एखादी व्यक्ती संत असते तर हिरण्यकश्यपूसारखी दुसरी व्यक्ती राक्षसी वृत्तीची असते. या विविधतेवरून हेच दिसून येते की, आपण कसा विचार करावा, त्याची निवड आपण करू शकतो आणि त्याप्रमाणे कृतीही करू शकतो. जे काही आपल्या हातून घडेल त्यास केवळ आपण जबाबदार आहोत, देव नव्हे!

४. देवाने दिलेल्या प्रेरणेनुसार आपण कामे करीत असतो, तर देवाला वेद किंवा इतर ज्ञान देणारे ग्रंथ तयार करण्याची गरजच पडली नसती. परिपूर्णता कशी साधावी याचे स्पष्टीकरण देण्याची आवश्यकता त्याला भासली नसती. तो फक्त एवढेच म्हणाला असता, 'जनहो, मी सगळ्याचा कर्ताकरविता आहे, त्यामुळे योग्य काय नि अयोग्य काय हे समजावून घेण्याची तुम्हाला गरज नाही.' तरीसुद्धा भगवद् गीतेच्या अखेरीस श्रीकृष्णाने योग्य ज्ञानावर आधारित कृती करण्याचे महत्त्व अधोरेखित केले आहे. त्याने म्हटले आहे :

इति ते ज्ञानमाख्यातं गुह्याद्गुह्यतरं मया
विमृश्यैतदशेषेण यथेच्छसि तथा कुरु (१८.६३)

'हे अर्जुन, मी तुला दिव्य ज्ञान दिले आहे. आता त्यावर सखोल विचार कर आणि मग तुझी इच्छा असेल त्याप्रमाणे कर.' याच पद्धतीने प्रभू रामाने अयोध्येच्या जनतेस सांगितले होते. तो त्यांना म्हणाला होता :

सुनाहू करहू जो तुमही सोहे (रामायण)

'माझे ऐकून घ्या आणि तुमच्या इच्छेनुसार काय ते करा.'

वैदिक ग्रंथांमध्ये काही ठिकाणी, करणारा देव आहे असे म्हटले आहे; पण आपला गोंधळ टाळण्यासाठी त्यातून त्यांना काय म्हणायचे आहे, ते आपण ध्यान देऊन समजावून घेतले पाहिजे. दोन विशिष्ट शब्दांच्या अर्थांचे नीट आकलन करून घेतल्यास हा मुद्दा स्पष्ट होईल. *प्रायोजक कर्ता* आणि *प्रायोज्य कर्ता.*

- **प्रायोजक कर्ता** हा कृती करण्यास आवश्यक ती ताकद देतो. ईश्वर हा प्रायोजक कर्ता आहे. कारण, त्याने आपल्याला इंद्रिये दिली आहेत. कृती करण्यासाठी शक्तिमान मन आणि बुद्धी दिली आहे.
- **प्रायोज्य कर्ता** ही शक्ती वापरतो. ही शक्ती वापरणारा प्रायोज्य कर्ता हा स्वतंत्र आत्मा किंवा स्वतंत्र व्यक्ती आहे.

उदाहरणार्थ, वीजनिर्मिती केंद्राकडून एकेका घराला वीज पुरवली जाते. ही वीज कशी वापरायची ही त्यांची निवड आहे. त्याचप्रमाणे देव आपल्याला पाहण्याची ताकद मिळावी म्हणून डोळ्यांची देणगी देतो. त्यानंतर काय पाहायचे हे आपण ठरवायचे. आपण एखाद्या देवळाला भेट देऊन परमेश्वराचे पवित्र रूप पाहू शकतो किंवा थिएटरमध्ये जाऊन चित्रपट पाहू शकतो. काहीही केले तरी ती आपली निवड असते आणि त्यासाठी आपण देवाला दोष देऊ शकत नाही. 'देव मला नेहमी चित्रपटच का दाखवतो?' असे आपण म्हणू शकत नाही. त्याने आपल्याला दृष्टी बहाल केली आहे. ती कशी वापरायची याचा निर्णय त्याने आपल्यावर सोपवला आहे.

काम करण्याची शक्ती देऊन देव आणखी एक गोष्ट अशी करतो की, आपल्या कृतींची नोंद घेतो आणि त्यानुसार कर्मिक प्रतिक्रिया देतो. प्रश्न केव्हा येतो, तर जेव्हा आपल्याला काही नकारार्थी परिणाम अनुभवावयास मिळतात, तेव्हा आपण तक्रार करतो की, 'माझ्या बाबतीत देवाने असे का करावे?'

'देवाने नाही केले ते.'

'मग कोणी केले?'

'देवाने केले हे खरे आहे; पण केवळ त्याच्या मनाला आले म्हणून त्याने तसे केले असे नाही, तर तुझ्या क्रियेची ती प्रतिक्रिया होती.'

कैदेची शिक्षा सुनावणाऱ्या न्यायाधीशाशी याची तुलना करून पाहा. न्यायाधीश आपल्याबद्दल पूर्वग्रह बाळगून आहेत अशा तक्रारी आरोपी करू शकतो; पण न्यायाधीश म्हणणार, मी काही आरोपीचा शत्रू नाही; मी तर माझे कर्तव्य बजावतो आहे. गुन्ह्याचा पुरावा सिद्ध झाला आहे. भविष्यात सदोष वागणूक करण्याचा गुन्हा गुन्हेगाराकडून पुन्हा होऊ नये म्हणून कायद्यानुसार त्याने ही शिक्षा दिली आहे.

म्हणून आपल्या कृतींसाठी देवाला दोष देऊ नये. आपण चूक केली असेल तर त्याची जबाबदारी आपण घेणे गरजेचे आहे. कारण, तसे झाले तरच आपण स्वतःमध्ये सुधारणा करू शकू आणि पुन्हा ही चूक भविष्यात आपल्याकडून होणार नाही, याची ग्वाही देऊ शकतो. असे असले तरी आपल्यामधील त्रुटींची जबाबदारी आपण स्वतः घेणे हे सोपे काम नाही. मग अशा प्रसंगी लोक नवीन काही बहाणा शोधू पाहतात. त्यासाठी ते आपल्या नियतीस दोष देतात. याविषयी आपण नंतर पाहू या.

आपल्या जीवनातील नियतीची भूमिका

खूपशा लोकांना असा ठाम विश्वास असतो की, त्यांचे जीवन नियती चालवते. या त्यांच्या समजुतीच्या पुष्ट्यर्थ ते अनेक युक्तिवाद करतात.

यद्धात्र निज भला पत्ता लिखिताम स्तोकम महाद्वाधनम
तत्प्रणोति मरुस्थलेपी नतरम् मेरौ ततो नाधिकाम्
तधिरो भाव वित्त वास्तु कृपाणं वित्तीं वृथा मा कृताः
कुपे पस्यापायो निधवपि घातो ग्रणति तुल्यम जलं

'तुम्ही तुमच्याजवळील घागर विहिरीत बुडवा किंवा सागरात; घागरीत पाणी तेवढेच मावणार. त्याचप्रमाणे तुमच्या नियतीच्या घागरीत जेवढी संपत्ती लिहिलेली असेल, तेवढीच मावणार. सोन्याच्या सुमेरू पर्वतावर राहिलात म्हणून तुम्हाला कुठली गोष्ट जास्त मिळेल किंवा वाळवंटात राहिलात म्हणून कमी मिळेल असे नाही म्हणजे कोणतेही प्रयत्न करणे व्यर्थ आहे.'

मी काही दैववाद्यांची विधाने वरील मजकुरात सांगितली आहेत. आपण नियतीने बांधले गेलो आहोत आणि ते दैव आपल्याला बदलता येणार नाही, असा विचार म्हणजे दैववादी शिकवण होय. दैववादाची व्याख्या अशी करता येईल :

१. **नशिबाचा उपदेश :** 'होणारे ते न टळे' याच पद्धतीने सर्व प्रसंग घडत असतात आणि मनुष्य त्याचे प्रारब्ध बदलू शकत नाही हे तत्त्वज्ञान.

२. **सर्वशक्तिमान अशा दैवावर विश्वास** : स्वतःच्या कृतींवर किंवा भविष्यावर माणसे प्रभाव टाकू शकत नाहीत अशी कल्पना.
३. **नशिबापुढे हतबल असल्याची भावना** : ईश्वरेच्छेपुढे माणूस अगतिक आहे, अशा विश्वासातून आलेले वैराग्य व उदासीनतेचा दृष्टिकोन.

हे दैववादाचे सिद्धान्त बरोबर आहेत की नाहीत, याचे विश्लेषण आपण करू; पण त्याआधी प्रारब्ध किंवा नियती म्हणजे काय ते समजावून घेऊ. ग्रंथात म्हटले आहे,

पूर्वजन्म कृतं कर्म तदैवमिति कथ्यते (हितोपदेश)

'पूर्वजन्मी केलेल्या कर्मांची फळे नियती या जन्मी पदरात टाकते.' दुसऱ्या शब्दांत सांगायचे तर, नियती ही काही स्वर्गातून उतरलेली गोष्ट नव्हे. भविष्यवेत्त्यांनी सांगितलेले भाकीतही नव्हे. मागील जन्मी केलेल्या कृतींमधून आपण आपली नियती ठरवतो. याचा अर्थ असा होतो की, गेल्या जन्मी आपल्या इच्छेप्रमाणे आपण कृती केल्या.

आपण आता *रिडक्टिओ ॲड ॲबसर्डम* वापरून हा दैववाद खरा नाही हे सिद्ध करू. या पद्धतीत जे विधान अवैध आहे, ते गृहीत मानले जाते. मग त्यातील तर्कदुष्टता शोधली जाते. सर्व काही नियतीबद्ध आहे हे गृहीत धरून आपण आता सुरुवात करू या.

- या जन्मी आपण नियतीने बद्ध असल्याने आपल्या इच्छेनुसार स्वतंत्र बुद्धीने काहीही करू शकत नसलो, तर मागील जन्मासही हाच नियम लागू पडतो.
- याचा अर्थ असा होतो की, गेल्या जन्मीदेखील आपण नियतीने बांधलो गेलो होतो. कारण, जो काही नियम असेल, तो सर्व जन्मात सारखाच असणार.
- पण जर आपण प्रत्येक जन्मी नियतीच्या बंधनात राहत असू तर कोणत्या जन्मात आपण स्वतंत्र कृती केल्या की ज्यामुळे आताची नियती तयार झाली?
- मागील जन्मांमध्ये आपण स्वेच्छेने कृती केलेल्या नसतील, तर ही नियती कशी काय तयार झाली?
- बरे, समजा मागील जन्मात आपण आपल्या इच्छेने सर्व काही केले आहे, असे मानल्यास आपण याही जन्मी तसे करू शकतो.

म्हणजे प्रत्येक गोष्ट नियतीबद्ध आहे, हे गृहीत तर्कदृष्ट्या चुकीचे ठरते आणि त्याचे अस्तित्व संपते. रामायणामध्ये म्हटले आहे,

दैव दैव आलसी पुकारा

'काहीही कमावता न आलेले आळशी लोक नशिबाला दोष देत असतात.'

नियती नावाची एक नैसर्गिक शक्ती असलेला घटक असतो ही वस्तुस्थिती आहे; पण आपल्या पूर्वीच्या कर्मांची ती निर्मिती आहे. कर्माचे वैदिक ग्रंथात तीन प्रकार सांगितले आहेत :

- *संचित* कर्मे
- *प्रारब्ध* कर्मे
- *क्रियमान* कर्मे

असंख्य जन्मांमध्ये केलेल्या कर्मांचा साठा म्हणजे संचित कर्मे होय. ईश्वर त्याचा हिशोब ठेवतो. जमिनीवर जन्म घेण्यासाठी देव आपल्याला पाठवतो, तेव्हा तो आपल्या संचित कर्मांचा भाग सुख घेण्यासाठी व सहन करण्यासाठी आपल्याला देतो. यास प्रारब्ध कर्म म्हणतात. प्रारब्ध हे वर्तमानकाळासाठी आहे. मात्र प्रत्येक क्षण आपण कसे वागायचे याची निवड करण्याचे स्वातंत्र्य आपल्याला आहे. यास क्रियमान कर्म म्हटले जाते. आपल्या मनाला वाटेल तसे आताच्या जीवनात आपण वागू शकतो. प्रारब्ध हे आधीपासून ठरलेले असते; पण क्रियमान ठरलेले नाही. ते आपल्या हातात असते आणि ते आपल्या इच्छेनुसार आपण बदलू शकतो.

पत्त्यांच्या खेळाशी याची तुलना करून पाहा. पत्ते खेळताना जे पत्ते आपल्याला येतात ते ठरलेले असतात. ते काही बदलता येत नाहीत; पण आलेल्या पत्त्यांनिशी आपण डाव कसा खेळतो हे ठरलेले नसते. पत्त्यांची पाने वाईट आली तरी चांगले खेळाडू जिंकून दाखवतात; चांगले पत्ते येऊनही वाईट खेळाडू डाव गमावतात.

अशाच प्रकारे लाखो डॉलर्सची लॉटरी मिळणे तुमच्या नशिबात असेल, तर ती तुम्ही जिंकता; पण त्यापलीकडे तुमचे स्वतःचे प्रयत्न असतात म्हणजे तुम्ही मेहनत घेतलीत तर लाखाचे दहा लाख करू शकता आणि तुमचा *पुरुषार्थ* (स्व-प्रयत्न) सिद्ध करू शकता किंवा तुम्हाला वाईट सवयी लागल्या तर दारू, जुगार यात तो पैसा तुम्ही उधळून टाकू शकता. तो काही तुमच्या नशिबाचा भाग नाही. तो तुमचा स्वतःचा अविचार आहे.

ज्योतिषशास्त्र

पौर्वात्य व पाश्चिमात्य जगात ज्योतिषशास्त्र फार लोकप्रिय आहे. कारण, आपल्या नशिबात काय आहे याचा अंदाज त्यातून घेता येतो. आपल्या वाट्याला भविष्यात काय येणार आहे, हे जाणून घेण्यासाठी अनेक जण भविष्य सांगणाऱ्याकडे जात असतात. राशीचक्रावरून सांगितले जाणारे भविष्याचे सदर बऱ्याच मासिकांमधून चालवले जाते. ते लोकप्रिय असते; पण ते खरेच अधिकृत असते का? भविष्यवेत्त्यांना आपली कुंडली दाखवण्यासाठी वेळ खर्च करावा का?

भविष्याबाबत पहिली गोष्ट पक्की लक्षात ठेवली पाहिजे की, ही भाकिते अंशतः बरोबर असतात. आताच्या कलियुगात, खरे तर तज्ज्ञ भविष्यवेत्ते नाहीतच. प्राथमिक ज्ञानाच्या साह्याने ते अंदाज वर्तवतात. त्यांनी सांगितलेल्यांपैकी काही अंदाज खरे होतात आणि त्यामुळे त्यांचा व्यवसाय चालू राहतो. मला या संदर्भात एका कबुलीची आठवण होते :

१९७०च्या दशकात खुशवंत सिंग हे भारतातील प्रथम क्रमांकाच्या वृत्त मासिकाचे संपादक होते. राशीचक्रावरून भविष्य लिहिणारे त्यांचे ज्योतिषी नोकरी सोडून गेले. त्यानंतर तीन वर्षे खुशवंत सिंग यांनी दुसऱ्या कोणा ज्योतिषाला नोकरीवर घेतले नाही. ते स्वतःच ही भाकिते लिहीत. याची कल्पना नसलेले वाचक अनेकदा मासिकात वर्तवलेल्या अचूक भविष्याबद्दल समाधान व्यक्त करीत. त्यानंतर बऱ्याच दिवसांनी खुशवंत सिंग यांनी, मासिकामध्ये छापलेली ही भाकिते बनावट असल्याची कबुली दिली.

भविष्याबाबत दुसरा एक मुद्दा असा की, जरी ही भाकिते खरी ठरत असली तरी ती सहसा तोट्याची ठरतात. आपण असे समजू या की, ज्योतिषाने तुम्हाला असे सांगितले की, दोन वर्षांनी तुमचा व्यवसाय चांगला भरभराटीस येईल. हे ऐकल्यावर साहजिकच तुमचा प्रतिसाद असा असेल, 'अरे वा, असे आहे काय? मग मला जास्त कष्ट घेण्याची गरजच नाही. मी तशीही यशस्वी होणार आहेच.' याचा अर्थ तुम्हाला जेव्हा कळेल की, तुमचे भविष्य लाभदायक आहे, तेव्हा तुम्ही यश संपादनासाठी प्रयत्न कमी कराल.

आता असा विचार करून पाहा की, ज्योतिषाने तुम्हाला सांगितले की, दहा वर्षांनी तुमचा व्यवसाय बंद पडेल. हे ऐकल्यावर तुम्ही काय विचार कराल? 'खरंच माझा व्यवसाय बंद पडेल? अरे देवा... काय करू मी? आता मी काय करू?...' व्यवसाय बंद पडेल किंवा नाही; पण चिंताग्रस्त झाल्याने तुमचे हृदय मात्र बंद पडेल.

अशा प्रकारे आशादायक भविष्याचा अंदाज वर्तवला असेल तर आपण आळशी होऊ आणि जर हे भाकीत नकारार्थी असेल तर आपण काळजीत पडू म्हणून आपल्या नशिबात काय आहे, हे न पाहणेच चांगले. जे काही आपल्या नशिबात असेल त्याला आपण तोंड देऊ. फक्त वर्तमानकाळ आपल्या हातात आहे. इथेच आणि आत्ताच आपण आपले प्रयत्न कारणी लावले पाहिजेत. नशीब **जाणून घेण्यापेक्षा** ते **घडवण्यावर भर** देऊ या.

आपले नशीब बदलण्याचा पुरुषार्थ दाखवण्याची इच्छा बाळगण्याचे स्वातंत्र्य आपल्याला आहे. भविष्याचा विचार करण्यामध्ये समस्या अशी आहे की, ते आपल्याला दैववादी बनवते. प्रयत्नांवरील लक्ष ढळते म्हणूनच थोर राजा चंद्रगुप्त मौर्य याचा विद्वान राजकीय सल्लागार चाणक्य म्हणतो :

निरुत्साहादैवां पतितः

'आळशीपणा केलात तर तुम्हाला नशिबाची साथ न मिळता तुम्ही अयशस्वी व्हाल.'

उत्साहवतं शात्रवोपि वशिभवंती

'जोरदार प्रयत्न केलेत तर तुम्ही दुर्दैवावर मात करून यश मिळवू शकता.'

म्हणून ज्योतिषांची भाकिते किंचितशा मिठाप्रमाणे वापरावीत व आपल्या प्रयत्नांवर लक्ष केंद्रित करावे हेच चांगले धोरण होय. प्रसिद्ध उर्दू कवी, अल्लामा मुहम्मद इक्बाल याने अगदी बरोबर म्हटले आहे,

खुदी को कर बुलंद इतना की हर तकदीर से पहले
खुदा खुद बंदे से पूछे बता तेरी रजा क्या है

स्वतःचा आवाका इतका खंबीर करा की, तुमच्या नशिबाचे परिणाम तुम्हाला भोगायला लावण्यापूर्वी, ईश्वराने स्वतःच तुम्हाला विचारावे की, तुला काय पाहिजे?

कृती करण्याची हीच वेळ आहे!

आपल्या नशिबाला दोष देता येत नसेल तर मग कोणाला देणार? वेळ! बरेच जण असे समजतात की, वेळ ही फार ताकदवान गोष्ट आहे. त्यांना असे वाटते की, अशी एक वेळ येईल की, ती आपल्याला बरोबर परिपूर्णतेकडे घेऊन जाईल म्हणून आपण निवांत ती वेळ येण्याची वाट बघत बसू शकतो. ते म्हणतात,

पुरुष बलि नही होता है, समय होता बलवान
भिलई लुटी गोपिका, सोयी अर्जुन सोयी बान

मनुष्य बलवान नाही. वेळ हीच सर्वशक्तिमान आहे. अर्जुन पाहा. खरे तर याच शस्त्रांनी त्याने महाभारताची लढाई लढली; पण वेळ आली, तेव्हा सामान्य भिल्लांनी त्याच्याकडच्या गोपींना चोरून नेले.

ही समजूत बरोबर आहे काय? आपले विचार सुधारल्यावर वेळ येईल का? पुन्हा चूक! आपले मन आणि विचार आपोआप शुद्ध झाल्यावर वेळ येणार नाहीय. उलट वेळ जातो आहे. जाणारा क्षण आपल्या इच्छेने कधीच परत येणार नाहीय. पृथ्वीवर राहून आपल्याला जे क्षण जगायचे आहेत ते बोटांमधून निसटून जाणाऱ्या रेतीप्रमाणे निसटून चालले आहेत. सर्व शक्तिनिशी आपण प्रत्येक क्षणाचा पुरेपूर उपयोग करून घेतला पाहिजे. ग्रंथांमध्ये असे लिहून ठेवले आहे :

आलस्यम हि मनुष्यानां शरीरस्थो महान रिपुः

मानवी शरीरातील सगळ्यात त्रासदायक शत्रू म्हणजे आळशीपणा. विविध आवरणांखाली हा आजार आपण झाकतो.

- काही लोकांची अशी सवय असते की ते म्हणत असतात, 'मी तयार होतोय.' वर्ष झाल्यावर त्यांना विचारा, ते अजूनही तयार होतच असतात. त्यांना समजत नाही; पण ते 'दिरंगाई' या आजाराचे बळी असतात.
- असेही काही जण असतात, जे म्हणत राहतात की, मी आता ते एवढ्या काही दिवसांत करणारच आहे. आपण खात्री बाळगावी की, ते या दिवसांत काहीही करणार नसतात.
- दुसरा एक प्रकार म्हणजे घरातून निघण्यापूर्वीच रस्त्यावर सगळीकडे ग्रीन सिग्नल्स असले पाहिजेत, अशी अपेक्षा करणारे लोक. त्यांना पळपुटेपणाचा रोग झालेला असतो.
- आणखी एक गट असा आहे की, जो कृती करण्याची विनंती केल्यास, हे लोक म्हणतात, 'मी विश्लेषण करतोय.' अडचण एवढीच असते की, सहा महिन्यांनंतरही ते विश्लेषणच करीत असतात. अशा लोकांना 'पॅरालिसिस बाय ॲनालिसिस'ची बाधा झाली आहे, असे म्हणता येईल.

सर्व अनुत्पादक विचारांना नाकारून वर्तमानातील प्रत्येक क्षण आपल्या जास्तीत जास्त क्षमतेने उत्कृष्ट तऱ्हेने वापरणे यातच यशाचे गुपित दडलेले आहे. यशस्वी भविष्याची बांधणी करण्याचा हा एक मार्ग आहे.

पुरुषार्थाची परिवर्तन करण्याची ताकद

देवाने आपल्याला दिलेल्या इच्छास्वातंत्र्याचा वापर करून वर्तमानात स्व-प्रयत्न करणे म्हणजे पुरुषार्थ. महाकवी कालिदास यांच्याकडून पुरुषार्थाचा अर्थ ग्रहण करू या. संस्कृत वाङ्मयाच्या इतिहासातील कालिदास हे उत्कृष्ट कवींपैकी एक होते.

कालिदास हे त्यांच्या लहानपणी असामान्य म्हणावे असे नव्हते. खरे तर ते त्याउलटच वागायचे. एकदा ज्या फांदीवर ते बसले होते, तीच फांदी ते तोडत होते, अशी कथा सांगितली जाते. फांदीबरोबरच आपणही खाली कोसळून पडू हे त्यांच्या लक्षात आले नाही. राज्यातील काही पंडितांनी त्यांना अशा स्थितीत पाहिले होते.

या पंडितांना तिथल्या राजकन्येस एकदा अद्दल घडवायची होती. ती अतिशय सुंदर होती व तिने लग्नासाठी एक वेगळा; पण ठेवला होता. शास्त्रार्थात जो कुणी तिला हरवेल त्याच्याशीच लग्न करण्याचे तिने जाहीर केले होते. तिच्या सौंदर्यावर मोहित होऊन अनेकांनी तिच्याशी चर्चा करून बघितली; पण सर्वांना तिच्याकडून

आपल्या भावनांची जबाबदारी घेणारी मनोधारणा ५३

पराभव पत्करावा लागला. यामुळे दुखावल्याने सगळ्यात मंदबुद्धी असलेल्या माणसाशी तिचे लग्न लावून देण्याचा या पंडितांनी कट केला.

त्याच सुमारास त्यांनी कालिदासाला हेरले. त्यांनी कालिदासाला झाडावरून उतरण्यास सांगितले. ते म्हणाले, 'आम्ही सांगू तसे तू केलेस तर तुझी गरिबी आम्ही कायमची मिटवू.' त्याने यास मान्यता दिली. मग त्याला या पंडितांनी उत्तम कपडे व अलंकार यांनी सजवले आणि कालिदासाला राजवाड्यात घेऊन गेले.

'हे राजकन्ये, काशीतला मोठा पंडित आम्ही घेऊन आलो आहोत. तो तुझ्याशी चर्चा करू इच्छितो; पण आत्ता त्याने गप्प राहण्याची प्रतिज्ञा केली आहे. याच प्रकारे तो वाद जिंकेल.' राजकन्येनेही फार विचार न करता या गोष्टीस संमती दिली.

कालिदास आणि राजकन्या एकमेकांकडे तोंड करून बसले. राजकन्येने हात वर करून एक बोट वरती केले. एकूण तिथल्या वातावरणामुळे कालिदासावर आधीच दडपण आले होते. त्यात तिने उंचावलेले बोट पाहून त्याला वाटले की, ती म्हणतेय, मी डोळ्यातच बोट घालीन. तिला प्रतिसाद म्हणून त्याने दोन बोटे उंचावली. त्यातून त्याला म्हणायचे होते, मी तर तुझ्या दोन्ही डोळ्यात दोन बोटे खुपशीन.

तिथे जमलेल्या विद्वानांनी राजकन्येस विचारले, 'काय होता तुमचा प्रश्न?'

ती म्हणाली, 'मी विचारले की दैवी पवित्र शक्ती किती आहेत? एक की अनेक?'

पंडित उत्तरले, 'या महान विद्वानांनी दोन बोटे वर केली आहेत. म्हणजे त्यांना म्हणायचे आहे की, दैवी शक्ती तर दोन प्रकारच्या असतात. एक मूर्त व दुसरी अमूर्त असते.'

त्यानंतर राजकन्यने पाच बोटे दाखवली. कालिदासाला वाटले की, ती पाची बोटे गालावर उमटवीन म्हणजे थोबाडीत देईन, असे म्हणते आहे. मग मी तुला ठोसा देईन असे सांगण्यासाठी कालिदासाने तिला आपल्या हाताची मूठ दाखवली.

पंडितांनी पुन्हा विचारले, 'हे राजकन्ये, तुझा प्रश्न काय होता?'

ती उत्तरली, 'मी विचारले की पाच ज्ञानेंद्रिये आत्म्याला त्रास देतात, तर यावर काय उपाय आहे?'

पंडित म्हणाले, 'या थोर विद्वान मनुष्याने मूठ दाखवली आहे म्हणजे ते असे सांगतात की, या क्षुब्ध जाणिवांना ताब्यात ठेवण्यासाठी आपण मनाचा उपयोग केला पाहिजे.'

या प्रकारे शास्त्रार्थ म्हणजे आध्यात्मिक वादविवाद व चर्चा चालू राहिली. कालिदासाच्या मौनाचा उपयोग करून घेऊन पंडितांनी त्याला जिंकून दिले. राजकन्येने आधीच शब्द दिला असल्यामुळे तिने त्याच्याशी लग्न केले.

विवाहानंतर एक दिवस दोघे पती-पत्नी आपल्या राजवाड्याच्या प्रांगणात बसले असताना एक उंट तिथून गेला. त्याला पाहताच कालिदास 'उष्ट्र' हे उंटाचे संस्कृतमधील नामाभिधान न घेता ओरडला, 'उट्र... उट्र!'

कालिदासाचा चुकीचा उच्चार ऐकून राजकन्येस धक्का बसला. ती चकित होऊन त्याच्याकडे नीट पाहू लागली, तेव्हा तिच्या लक्षात आले की, हा तर निरक्षर आहे. दरबारातील पंडितांनी आपल्याला फसवले. ती इतकी चिडली की, तिने जिन्यावरून कालिदासाला खाली ढकलून दिले. तो गडगडत गेला आणि जमिनीवर धाडकन आपटला.

शेजारीच कालिमातेचे मंदिर होते. त्याने त्या देवीची प्रार्थना केली आणि त्याने निश्चय केला की, 'विद्या ही राजकन्येस इतकी महत्त्वाची असेल, तर मी जर काही होणार असेन तर विद्वानच!' तो उठला आणि काशीला गेला. ती विद्येची पंढरी होती. तिथे त्याने पुष्कळ ज्ञान संपादन केले.

काही वर्षांनंतर तो विद्यासंपन्न होऊन परत आला. आल्यावर त्याने पत्नीच्या घराचे दार वाजवले आणि अधिकाराने म्हणाला, 'कपातं द्वारं देही,' म्हणजे 'हे प्रिय पत्नी, कृपया, दरवाजा उघड.'

कालिदासाची आवाजावरील हुकूमत आणि शब्दांतील आत्मविश्वास ऐकताच कालिदासाची पत्नी प्रभावित झाली. तिने उत्तर दिले, 'अस्ति कश्चित वाग्विशेषः' ती संस्कृतमधून म्हणाली, 'असे दिसते की, भाषण आणि अभिव्यक्ती यांवर आपण प्रभुत्व मिळवलेले दिसते.'

थोर कालिदासाने त्यांच्या पुनर्मिलनाच्या ऐतिहासिक क्षणी तीन महाकाव्यांचे तीन शब्द म्हटले. आजही ते संस्कृत वाङ्मयात सर्वश्रेष्ठ मानले जातात.

- *अस्ति उत्तरास्याम दिसी*, या शब्दांपासून त्याने *कुमारसंभवम्* हे महाकाव्य रचले.
- *कश्चित कांता* या शब्दावरून त्याने *मेघदूत* नावाची महत्त्वाची कलाकृती लिहिली.
- *वागार्थविवा* या शब्दाने सुरुवात करून त्याचे *रघुवंश* नावाचे महाकाव्य तयार झाले.

स्वतः केलेल्या परिश्रमांची अशी ताकद असते. मंदबुद्धी माणसापासून कालिदासाचे रूपांतर महाकवीमध्ये झाले. कालिदास जर त्याच्या नशिबाला दोष देत बसला असता, ईश्वरेच्छा बलियसी म्हणत राहिला असता किंवा शिक्षणासाठी योग्य वेळ येण्याची वाट पाहत राहिला असता तर त्याने आपल्या जीवनात बदल घडवून आणण्यासाठी कधीही एवढी खडतर तपश्चर्या केली नसती; पण दोषारोपांच्या

खेळात कालिदास फसला नाही. आधीच्या कृतींचा परिणाम म्हणजेच आपला वर्तमानकाळ आहे हे त्याने ओळखले. पुन्हा जर तसेच वागणे त्याने पुढेही चालू ठेवले असते तर त्याचे भविष्य तेच झाले असते; पण आपल्या जीवनात परिवर्तन झाले पाहिजे, अशी त्याची इच्छा असल्याने त्याने तत्क्षणी संधीवर झडप घातली आणि खूप प्रयत्न करून बदल घडवून आणला.

याच पद्धतीने आपण दोषारोपांचा खेळ खेळण्याच्या मोहापासून स्वतःला वाचवले पाहिजे. आपल्या कर्मांसाठी आपण नशीब, परमेश्वर किंवा काळ यांना जबाबदार धरता कामा नये. समस्यांनी मन व्यापून टाकण्यापासून स्वतःला परावृत्त केले पाहिजे आणि त्याऐवजी योग्य ती उत्तरे शोधण्यास स्वतःला प्रवृत्त केले पाहिजे.

अशा रीतीने यश, सुख आणि परिपूर्णता संपादन करण्याकरिता जीवनातील परिस्थितीची जबाबदारी घेणे ही दुसरी मनोधारणा आहे. यामुळे आपल्यात सुधारणा होण्यासाठी आवश्यक असलेले प्रयत्न करण्यास आपण सुरुवात करतो. स्व-विकासासाठी प्रयत्न करण्याची ऊर्जा कशी निर्माण करता येते?

त्यासाठीची तिसरी मनोधारणा म्हणजे 'प्रेरणा' होय. आपल्या आशाआकांक्षा, उत्साह यांसाठी कृती आणि ऊर्जा पुरवणारे हे इंधन आहे. पुढील प्रकरणात आपण या महत्त्वाच्या घटकाची चर्चा करू. आपले व्यक्तिमत्त्व समृद्ध होण्यासाठी त्याची आपल्याला मदत होईल.

प्रकरण तीन

प्रेरणेची मनोधारणा

आपल्या भावनांची जबाबदारी घेणारी मनोधारणा या विषयावर आपण मागील प्रकरणात चर्चा केली. ती जर आपण मनात तयार ठेवली तर कसलाही अपुरेपणा राहणार नाही. उलट आपण आपल्यातील त्रुटी मान्य करू आणि प्रगतीसाठी मदत करणाऱ्या उपायांवर लक्ष ठेवू. आता सुधारणेसाठी उत्साहपूर्ण प्रयत्न आणि जोशपूर्ण कृती यांची गरज आहे. यशासाठी आवश्यक असणारी तिसरी मनोधारणा यामुळे आपण प्राप्त करू शकू. ही मनोधारणा अंत:प्रेरणेची आहे.

आपल्यामध्ये असलेल्या ऊर्जेच्या अथक स्रोताशी ही प्रेरणा आपल्याला जोडते. भौतिक आणि आध्यात्मिक यशाचा पर्वत चढून जाण्याच्या प्रयत्नास ताकद देणारे हे इंधन आहे. यामुळे आपल्या विचारांना सखोलता येते आणि प्रयत्नांची गुणवत्ता सुधारते. आपल्या मनामधून प्रोत्साहन नसेल तर अगदी चांगली गोष्ट करतानाही आपल्याला कंटाळवाणे, कष्टप्रद वाटते. मात्र मनात उत्साह असेल तर रोजचे साधे कामदेखी आपण झोकून देऊन सर्वस्वाने करतो. खरे तर आख्खे आयुष्य नीरसपणे घालवण्यापेक्षा एखादा उत्स्फूर्त क्षण जगणे जास्त योग्य आहे म्हणूनच असे म्हटले जाते की, आपण किती श्वास घेतले यावर काही जीवनाचे मूल्यमापन होत नाही, तर आपण संस्मरणीय असे किती क्षण जगलो याला अधिक मोल आहे.

प्रेरणेतून उद्दिष्ट जन्मास येते. मोटिव्हेशनचा अर्थ 'मोटिव्ह फॉर ॲक्शन' असाच होतो. हीच ती तीव्र भावना, जिला आपण स्व-विकासासाठी लागणारे काम, जीवन, दृष्टिकोन आणि प्रयत्न यांच्यासाठी कामास लावू शकतो. ती गर्दीतही आपल्याला उभी करते.

उत्सवच्या बाबतीत काय घडले पाहा. उन्हाळ्याच्या सुटीत आपण एखादा जॉब करावा असा विचार त्याच्या मनात आला. जाहिराती पाहिल्यावर त्याच्या घराजवळ असलेल्या एका मोठ्या मॉलमध्ये जागा असल्याचे त्याच्या लक्षात आले. त्याने व्यवस्थित अर्ज तयार करून त्यांना दिला. पुढच्या सोमवारी सकाळी नऊ वाजता मुलाखतीसाठी हजर राहण्यासंबंधी पत्र आल्याने तो आनंदित झाला.

अगदी उत्साहाने पुढच्या सोमवारी उत्सव मॉलला सकाळी साडेआठ वाजता पोहोचला. त्याने पाहिले की, हा जॉब मिळण्याच्या आशेने आधीच वीस जण येऊन नंबर लावून बसले होते. हा रांगेत एकविसाव्या क्रमांकावर उभा राहिला. हे तसे निराशाजनक होते. त्याला आता काय संधी मिळणार होती... त्याचा नंबर येईपर्यंत कदाचित तिथला मुलाखत घेणारा व्यवस्थापक थकून गेला असेल किंवा त्याआधीच एखाद्या दुसऱ्या उमेदवाराला त्याने निवडलेही असेल; पण उत्सव असा हिंमत हरणारा नव्हता. त्याच्या मनात सदोदित प्रेरणा जागी असे. त्याने एक चिठ्ठी लिहिली आणि वेटिंग रूममध्ये बसलेल्या स्वागतिकेला नेऊन दिली. 'मॅडम, तुम्ही प्लीज ही चिठ्ठी आतल्या व्यवस्थापकांना नेऊन द्याल का? तातडीचे काम आहे.'

तिथली कारकून तिरसटपणे म्हणाली, 'सॉरी, रांगेत थांबा. तुमचा नंबर आल्यावर तुम्ही भेटाल, तेव्हा ही चिठ्ठी तुम्ही त्यांना देऊ शकाल.'

पण उत्सवने विनंती केली, 'मॅडम, फार महत्त्वाचं काम आहे. त्यांच्या हातात ही चिठ्ठी आत्ताच पडली पाहिजे.'

त्या कारकूनबाई अनुभवी होत्या. उत्सवच्या आवाजातली तळमळ त्यांच्या लक्षात आली आणि तिने ती चिठ्ठी व्यवस्थापकास नेऊन दिली. उत्सवने त्यात लिहिले होते, 'सर, मी रांगेत एकविसाव्या क्रमांकावर थांबलो आहे. मला भेटेपर्यंत तुम्ही कोणताही निर्णय घेऊ नका.' उत्सवचा उत्साह थांबवता येणार नव्हता.

काम करण्यात यशस्वी ठरण्यासाठी आवश्यक असणारा मुख्य गुण उत्सवच्या अंगी पुरेपूर भरलेला आहे, हे व्यवस्थापक ओळखून चुकला. उत्सवने दाखवलेला हुरूप त्या उमेदवारांमध्ये त्याची निवड होण्यास फायदेशीर ठरला.

अंतःस्फूर्ती असलेल्यांना कोणतीही समस्या मोठी नसते

कोणतेही कार्य विनासायास होत नसते. उद्दिष्ट जेवढे उच्च, मोठे, तेवढ्या अडचणी ते साध्य करण्यामध्ये येतात. जेव्हा बाकीचे हरतात तेव्हा असे काय असते की, ज्यामुळे काही जण आशावाद न सोडता प्रयत्न चालू ठेवतात? जीवनातील मोठ्यात मोठी आव्हाने स्वीकारण्यास प्रोत्साहन देणारी प्रेरणा हाच गुण महत्त्वाचा ठरतो. एच. डब्ल्यू. अरनॉल्ड यांनी अगदी योग्य शब्दांत हे सांगितले आहे पाहा :

ज्याने स्वतःचा उत्साह गमावला आहे, तो मनुष्य जगातील सगळ्यात दरिद्री होय. जगात माणसाने उत्साह सोडून कोणतीही गोष्ट गमावली तरी चालेल. कारण, त्याच्या साह्याने तो पुन्हा यश मिळवू शकतो.

आपली प्रगती व्हावी, यासाठी लागणारी तळमळ नसेल तर अगदी साधी अडचणदेखील पर्वतासमान भासू लागते आणि उद्दिष्टापर्यंत पोहोचण्याच्या ध्येयाने जर एखादी व्यक्ती भारलेली असेल, तर कितीही मोठे आव्हान क्षुद्र दिसू लागते. होंडा ऑटोमोटिव्ह या औद्योगिक साम्राज्याचे संस्थापक सोईचिरो होंडा यांच्या कहाणीवरून हे स्पष्ट होईल.

सोईचिरो होंडा हे काही सोन्याचा चमचा तोंडात घेऊन जन्मास आलेले नव्हते. त्यांची घरची परिस्थिती यथातथाच होती. त्यांचे वडील लोहार होते आणि सायकल दुरुस्तीचे एक लहान दुकान ते चालवत होते. लहान सोईचिरो काही वेळा त्यांना दुकानात मदत करीत असे. सोईचिरो यांना स्वयंचलित वाहनांमध्ये जास्त रस वाटू लागला, तेव्हा त्यांनी पंधराव्या वर्षी शाळा सोडून दिली आणि टोकियोमधील एका प्रसिद्ध गराजमध्ये नोकरी धरली. तिथे त्यांनी सहा वर्षे कठोर श्रम करून उमेदवारी केली. आपले ज्ञान आणि कौशल्य वाढवले. घरी परतल्यावर त्यांनी स्वतःचा ऑटो रिपेअरचा धंदा सुरू केला. हा धंदा लगेचच भरभराटीस आला, तरीदेखील त्यांची नवीन काहीतरी शोधून काढण्याची ऊर्मी संपली नव्हती. त्यांनी पिस्टन रिंग्जचे नवीन डिझाइन तयार केले आणि ते टोयोटा कॉर्पोरेशनला पाठवून दिले. होंडा यांनी पाठवलेल्या पन्नास नमुन्यांपैकी टोयोटाच्या गुणवत्ता चाचणीमध्ये फक्त तीन पिस्टन रिंग्ज उत्तीर्ण झाल्या. बाकीच्या नाकारल्या गेल्या; पण होंडा गप्प बसले नाहीत. अनेक उत्पादक त्यांनी शोधून काढले व त्यांना भेटी दिल्या. त्यांनी एका इंजिनिअरिंग संस्थेमध्येही प्रवेश घेतला. यामुळे ते त्यांच्या मित्रांमध्ये चेष्टेचा विषय ठरले. त्यांचे मित्र त्यांना उपहासाने म्हणत, 'तू तुझी पिस्टन रिंग्ज टोयोटा कॉर्पोरेशनला विकण्याची स्वप्नं पाहतो आहेस?'

तरीसुद्धा होंडा यांच्या मनातील चैतन्याचा झरा इतका उसळता होता की, तो दाबून ठेवण्याचे त्यांनी नाकारले व आपला धीर मुळीच खचू दिला नाही. नव्याने प्राप्त केलेल्या ज्ञानाच्या जोरावर ते पुन्हा ड्रॉइंग बोर्डवर नवीन डिझाइन तयार करू लागले. थोड्या प्रयत्नांनंतर त्यांचे डिझाइन पसंत केले गेले. टोयोटा कॉर्पोरेशनने पिस्टन रिंग्जसाठी त्यांना मोठी ऑर्डर दिली. कारखाना उभारण्यासाठी भांडवलही दिले. मित्रांच्या साह्याने त्यांनी आपले उत्पादन केंद्र उभे केले. या कंपनीला उत्तम यश मिळाले व त्यांच्याकडे दोन हजार कामगार काम करू लागले.

दरम्यान, पर्ल हार्बरवर बाँबहल्ला झाला, त्यामुळे जपान व अमेरिका यांचे युद्ध पेटले. बाँबहल्ल्यात होंडा यांचा कारखाना भुईसपाट झाला. देशातले सगळे सिमेंट

युद्धजन्य कामांसाठी घेतले गेले व पुन्हा कारखाना उभारावा म्हटले तर त्यासाठी सिमेंट उपलब्ध होणे शक्य नव्हते.

कारखान्यावर बाँब पडला होता; पण होंडांवर तर तो पडलेला नव्हता. त्यांनी चक्क सिमेंट बनवण्याची नवीन पद्धत शोधून काढली आणि दुसऱ्यांदा आपला कारखाना बांधून काढला. अमेरिकेने केलेल्या बाँबहल्ल्यांमधून त्यांनी विमानातून जे गॅसोलिन कंटेनर्स फेकले होते, त्यातून त्यांनी नवीन प्रकारचे सिमेंट तयार केले. दुर्दैव असे की, कारखाना बांधून तयार झाल्यावर थोड्याच दिवसांत जपानमध्ये भूकंप झाला. यामुळे तर होंडा व्यवसायधंद्यातून पुरतेच बाहेर फेकले गेले.

त्यानंतरच्या वर्षी युद्ध संपले. जपानचा पराभव झाला. जपानभर इंधनाचा तुटवडा निर्माण झाला. कार चालवायला लोकांकडे इंधनच नव्हते, त्यामुळे टोयोटा कारची विक्री शून्यावर आली. स्वतःच्या कारसाठीही बिचाऱ्या होंडांकडे इंधन नव्हते. पर्याय म्हणून त्यांनी त्यांच्या सायकलला मोटर बसवली आणि पहिली मोटरसायकल बनवली. आसपास राहणाऱ्यांना ही कल्पना आवडली आणि त्यांनीही होंडांकडून आपल्या सायकलींना मोटर बसवून घेतली. अशा काही मोटरसायकल्स बनवल्यावर त्यांच्या लक्षात आले की, ही कल्पना बाजारात आणण्यास काहीच हरकत नाही.

उत्साह पाहा त्यांचा! जपानमधल्या आठ हजार सायकल विक्रेत्यांची त्यांनी यादी मिळवली. त्यांपैकी पाच हजार जणांना त्यांनी स्वहस्ताक्षरात पत्रे लिहिली. त्यातील अठराशे जणांनी त्यांच्या कल्पनेस प्रतिसाद दिला व सुरुवात करण्यासाठी भांडवलदेखील पुरवले. होंडा यांनी कारखाना उभारला आणि कारखान्यात मोटरसायकल बनवण्यास सुरुवात केली. या मोटरसायकल्स आकाराने मोठ्या असल्याने त्यांना फारसा प्रतिसाद मिळाला नाही; पण होंडांनी धीर सोडला नाही. त्यांनी थोड्या लहान आकाराचे मॉडेल बनवले. त्याला मात्र चांगले यश आले. त्यानंतर सोईचिरो होंडा यांनी पुन्हा काही मागे वळून पाहिले नाही. होंडा साम्राज्य जगभर पसरले. त्यांच्या हयातीतच जगभरातील दहा हजार लोक त्यांच्याकडे काम करीत होते. त्यानंतरही त्यांच्याकडचे काम करणाऱ्यांची संख्या वाढतच गेली.

होंडा यांच्या यशाची गुरूकिल्ली उत्साहाची मनोधारणा हीच होती. लोण्यातून ज्या सहजतेने सुरी फिरते आणि लोणी कापते, तितक्याच सहजतेने अडचणींवर मात करण्यासाठी हाच दृष्टिकोन त्यांना उपयोगी पडला. सारे गमावले तरी प्रेरणा जर जागी असेल तर सारे काही पुन्हा मिळवता येते; पण मुळात प्रेरणाच हरवून बसले कोणी, तर सगळेच गमावल्यासारखे आहे. हा एक असा परीस आहे की, जो कठीण काळातही खंबीर ठेवतो.

आध्यात्मिक उंची गाठण्याचा प्रवासही इतकाच कठीण आहे. प्रचंड अडचणींना तोंड द्यावे लागेल; फार मोठ्या चढाचा प्रवास करावा लागेल. त्यासाठीच प्रेरणा ही एक प्रकारे इन्शुअरन्स पॉलिसी आहे. ती आपल्याला प्रयत्न अर्ध्यावर सोडू देत नाही. वैदिक तत्त्वज्ञानाचे महर्षी पतंजली यांनी म्हटले आहे :

तीव्र संवेगनमसन्नः (पतंजली योग दर्शन १.२१)

'आध्यात्मिक उंची गाठण्यासाठी प्रखर ऊर्जेने प्रयत्न करा.'
जीझस यांनी बायबलमध्ये त्यांच्या अनुयायांना हाच सल्ला दिला आहे :

> तुम्ही कोमट असल्यामुळे – गरमही नाही आहात आणि थंडही नाही –
> मला तर तुमच्यावर थुंकावेसे वाटते. (रेव्हेलेशन्स ३.१६)

भौतिक आणि आध्यात्मिक क्षेत्रातील उपक्रमांमध्ये यश मिळवण्याच्या उद्दिष्टाचे महत्त्व आपण पाहिलेले आहे. आता आपण उद्दिष्टाचे शास्त्र समजावून घेऊ या.

प्रेरणा ही काहींना जन्मजात मिळते का?

आपल्यातील प्रचंड शक्तीला उत्साह कसा देता येईल आणि आपण तिथपर्यंत कसे पोहोचू? काही माणसे जन्मजातच प्रेरणेची मनोधारणा घेऊन येतात की ती विकसित करता येते? पुढील गोष्ट त्याचे उत्तर देईल :

एका कारखान्यातील कामगाराला दररोज चालत जावे लागे. घरापासून त्याचे काम करण्याचे ठिकाण एक तासाच्या अंतरावर होते. त्याची कामाची पाळी दुपारी चार ते रात्री बारापर्यंत असे. ही रात्रपाळी संपल्यावर तो घरी रात्री एक वाजेपर्यंत पोहोचत असे.

त्याचे घर व कारखाना यांच्या दरम्यान एक मोठी स्मशानभूमी होती. जाण्यायेण्यासाठी जवळचा मार्ग शोधण्याच्या हेतूने एके रात्री त्याने तिथून जाण्याचे धाडस केले. या रस्त्याने गेल्यामुळे त्याची वीस मिनिटे वाचली आणि विपरीत काहीही घडले नाही किंवा भूतबित काही दिसले नाही, तेव्हा त्याने जाण्यायेण्यासाठी हाच मार्ग चांगला आहे असे ठरवले, त्यामुळे प्रत्येक रात्री तो त्या स्माशानातून जाऊयेऊ लागला.

एक दिवस रस्त्याच्या मध्यभागी नवीन थडग्यासाठी जागा खणून ठेवली होती. अंधार होता. स्मशानभूमीतून बेसावधपणे चालत असताना कामगार अचानक त्या खड्ड्यात पडला. नुकत्याच खणून ठेवलेल्या खड्ड्यात तो पडल्याचे त्याच्या लक्षात आले. बाहेर पडण्याचा त्याने प्रयत्न केला; पण कडेच्या भिंती पुऱ्या आठ

फूट उंच होत्या, त्यामुळे तो काही स्वतःला उचलून त्यातून बाहेर पडू शकला नाही. आता रात्रभर इथेच राहावे लागणार ही कल्पना त्याने स्वीकारली. दुसऱ्या दिवशी सकाळी तिथून कोणीतरी जाईल; त्याची आपण वाट पाहू या असे त्याने ठरवले.

झाले असे की, स्मशानभूमीतून रस्ता काढत जाणारा त्या दिवशी तो काही एकटाच नव्हता. वीस मिनिटांनंतर तिथून एक दारूडा चालत आला. तो इतका झिंगला होता की, तोही त्या खड्ड्यात पडला. अंधाऱ्या रात्री आपण एका थडग्यासाठी खणलेल्या खड्ड्यात पडलो आहोत हे कळल्यावर तो घाबरला. जवळपास भुतेबिते असतील तर? त्याने खड्ड्याबाहेर पडण्याचा पुष्कळ प्रयत्न केला; पण त्यास यश आले नाही.

त्याच खड्ड्याच्या दुसऱ्या टोकाला बसून, कामगाराने त्या दारुड्याला आत पडलेले पाहिले आणि त्याचे बाहेर पडण्याचे अयशस्वी प्रयत्नही त्याला दिसले. सहानुभूतीने त्याच्याशी थोडे बोलावे म्हणून मागूच्या बाजूने तो त्याच्याकडे आला आणि त्याच्या पाठीवर हात ठेवून म्हणाला, 'याचा काहीही उपयोग नाही, माझ्या मित्रा; इथून तू बाहेर नाही पडू शकत...'

दारुड्याच्या आयुष्यातील हा सगळ्यात भीतिदायक क्षण होता. थडग्याच्या खड्ड्यातून तो इथे बाहेर पडण्याचा प्रयत्न करतोय आणि अचानक कुणी अनोळखी प्राणी मागून येऊन त्याला सांगतो की, तो तिथून बाहेर पडू शकणार नाही! त्याला वाटले की, तो फारच मोठ्या संकटात सापडला आहे आणि कुणाचीही मदत किंवा आधार त्याला मिळणार नाहीय. अचानक त्याच्या कृतीला एक जोरदार ध्येय मिळाले आणि त्यामुळे अंगात महामानवाची शक्ती संचारल्यासारखे झाले. जबरदस्त प्रयत्न करून त्याने स्वतःला त्या खड्ड्यातून बाहेर काढले आणि कामगाराच्या तोंडचे पुढचे शब्द ऐकण्यापूर्वीच त्या स्मशानातून तो पळत सुटला.

परिस्थितीनुसार उद्दिष्टे कशी बदलत जातात, हे या गोष्टीवरून दिसून येते. कारखान्यामधल्या व्यवस्थापकांची तक्रार आहे की, कामगार कुठल्या गोष्टीत काही उत्साहच दाखवत नाहीत आणि शुक्रवारी संध्याकाळी कारखान्यातून बाहेर पडल्यावर हेच कामगार किती उत्साहात असतात पाहा. त्यांचे पाय थिरकत असतात आणि ओठांवर गाणे असते. यातून असे दिसते की, कामात दिसून येत नसला तरी त्यांच्या अंगी उत्साह भरपूर आहे. पालक अनेकदा तक्रार करतात की, मुलांपुढे काही उद्दिष्ट नसते; पण सहलीला जाताना ते जेव्हा सामान भरत असतात, तेव्हासुद्धा असेच होते का? त्यांच्याकडे काही करण्याची ऊर्मी जरूर असते; पण ती त्यांच्या अभ्यासाच्या बाबतीत नसते.

आपले आणि इतरांचेही तसेच होते; पण जर आपण त्याचे रहस्य जाणून घेतले, तर आपण नक्कीच कार्यप्रवृत्त होऊ.

माझा एक अनुयायी त्याची समस्या घेऊन मला एकदा भेटायला आला. म्हणाला, 'स्वामीजी, व्यवसायातील मानवी संबंधांमुळे मी फार उद्विग्न होतो. माझ्या हाताखाली जो काम करतो, त्याची कामगिरी यथातथा असते. त्याचा परिणाम आमच्या कारखान्यावर होतो. त्याला काढून टाकण्याची मी नेहमी धमकी देतो; पण त्याच्यावर त्याचे वृद्ध पालक अवलंबून आहेत, त्याची नोकरी नसेल तर त्यांना उपजीविकेचे दुसरे काही साधन नाही... वगैरे सांगून तो मला भावनिक आवाहन करतो. मी द्विधा मन:स्थितीत सापडलो आहे. मी काय करावे?'

मी म्हणालो, 'त्याला काढून टाकण्यापेक्षा त्याला जरा वरचे काम दे. काम करण्यासाठी त्याच्यात उत्साह भर चांगला.' त्याच्या सहकाऱ्याला प्रोत्साहित करण्यासाठी मी माझ्या अनुयायास काही मुद्दे सुचवले. एक महिनाभरानंतर हा माझा अनुयायी माझ्याकडे आला आणि म्हणाला, 'स्वामीजी, तुमचे बरोबर होते! त्याच्यात पुष्कळच बदल झाला आहे. तो कामाच्या बाबतीत ज्या पातळीवर होता, त्यापेक्षा तो आता इतके चांगले काम करतो आहे की, टीममध्ये आदर्श ठरला आहे. आता मी त्याला गमावू शकत नाही.'

आपल्यामध्ये आणि इतरांमध्येही अशी उत्तम ध्येयासक्ती कशी चेतवता येईल, ते आता आपण पाहू या.

असे कोणते घटक आहेत की, जे आपल्याला ध्येयसिद्धीपासून दूर नेतात?

कॉर्पोरेशन ऑफिसेसमध्ये काम करणाऱ्यांच्या उत्साहावर नकारात्मक परिणाम घडवून आणण्यास कारणीभूत ठरणाऱ्या घटकांसंबंधी संस्थात्मक मानसशास्त्रज्ञांनी अभ्यास केला आहे. त्यातील मुख्य मुद्दे पुढीलप्रमाणे :

- ज्याची कामगिरी फारशी चांगली नाही, त्यालाच बक्षिशी मिळणे.
- अपयशी ठरणे किंवा अपयशाची भीती.
- नकारात्मक दोषारोप.
- मार्गदर्शनाची कमतरता.
- अधिकारांविना जबाबदारी.
- गुणवत्तेचे अपुरे निकष.
- मोजमाप करता येण्यासारख्या उद्दिष्टांचा अभाव.
- प्राधान्यक्रमांचा अभाव.
- वाईट वागणूक.
- सूचनांमध्ये वारंवार बदल होणे.
- चार लोकांत अपमान.

वरील यादीत अर्थ आहे. अनुभव असे सांगतो की, हे घटक लोकांवर नकारात्मक परिणाम घडवून आणतात आणि म्हणूनच पर्सोनेल मॅनेजमेंटमध्ये ते टाळायला हवेत.

असे असले तरी ध्येयसिद्धीस प्रवृत्त करण्याचे शास्त्र इतकेही सोपे नाही. या वरील घटकांमुळे काही जण उद्दिष्टपूर्तीपासून परावृत्त झाले, मात्र हेच घटक काहींना उपकारक ठरले म्हणूनच तुम्ही लोकांना असे म्हणताना ऐकत असाल :

- 'मला डावलून माझ्या सहकाऱ्याला बढती देण्यात आली. तो माझ्यापेक्षा काही जास्त कार्यक्षम नाही हे दाखवून देण्यासाठी मी आता दुप्पट काम करणार आहे.'
- 'तिने माझी कामगिरी चांगली नसल्याचा माझ्यावर ठपका ठेवला. आता मी इतकी यशस्वी होऊन दाखवेन की, तिला तिचे शब्द परत घ्यावे लागतील.'
- 'माझ्या योग्यतेची कदर माझ्या संस्थेकडून केली जात नाही. मी इतके परिश्रम करीन की, त्यावरून त्यांना माझे कर्तृत्व कळेल.'
- 'लोकांसमोर मला हिणवले. आज मला जे हसले त्यांना मी माझे आयुष्यात पूर्ण परिवर्तन झालेले दाखवून देईन.'

जी परिस्थिती काही जणांना हतोत्साह करते, तीच इतरांना प्रेरणादायक ठरू शकते. ध्येयसिद्धीसाठी प्रवृत्त होण्याचे शास्त्र इतके संदिग्ध आहे काय? हे कळण्यासाठी आपण त्याची नीट छाननी केली पाहिजे.

दोन भावांवर केलेले संशोधन असेच थोडे गोंधळात टाकणारे आहे :

कॅनडामधील टोरांटो येथे दोन भाऊ राहत होते. मोठा भाऊ अगदी वाया गेलेले आयुष्य जगत होता. तो व्यसनाधीन झाला होता. दारू पिऊन रस्त्यावर लोळत पडायचा; घरात येऊन बायकोला मारायचा. एका जागी तो नोकरीवर टिकायचा नाही. साहेबावर हल्ला केल्याप्रकरणी तो एकदा तुरुंगाची सजाही भोगून आला होता.

त्याचा धाकटा भाऊ एकदम छान परिपूर्ण आयुष्य जगत होता. त्याची प्रकृती उत्तम होती. मुलं चांगल्या वळणाची होती. चांगल्या पगारावर नोकरीला होता. त्याचे वरिष्ठ त्याच्यावर खूश होते. शेजाऱ्यांशी त्याचे चांगले संबंध होते.

एकाच वातावरणात लहानाचे मोठ्या झालेल्या दोन भावांच्या जगण्याच्या तऱ्हा इतक्या वेगळ्या कशा यासंबंधी समाजशास्त्रज्ञांना उत्सुकता वाटत होती. त्यांनी मोठ्या भावाला विचारले की, तो इतके अपयशी जीवन का जगतो आहे?

'दुसरं काय होणार?' तो मोठा भाऊ म्हणाला, 'माझे वडील पक्के दारुडे होते आणि वयाच्या अडतिसाव्या वर्षी लिव्हर खराब होऊन ते वारले. मी मोठा होत असताना मी त्यांना नेहमी दारू पितानाच पाहिलं. ते फार तमाशा करायचे

आणि आम्हा कुटुंबीयांना मारायचे. मी अशाच कुटुंबात मोठा झालो. इतक्या वाईट कौटुंबिक वातावरणात मीही स्वाभाविकपणे तसाच झालो.'

समाजशास्त्रज्ञांना ते पटले. 'त्याचे म्हणणे बरोबर आहे. तो ज्या वातावरणात वाढला त्याचाच हा दोष आहे.' नंतर ते त्याच्या धाकट्या भावाशी बोलले. तो त्याच्या जीवनात इतके यश कसे काय मिळवू शकला हे त्याला विचारले.

त्या भावाने अगदी चपखल उत्तर दिले, 'मी कसा काय दारूडा बनेन? घरात मी माझ्या वडिलांना रोज दारू पिताना पाहतच मोठा झालो, त्यामुळे त्यांच्या तब्येतीचे मातेरे झाले. त्यांची नोकरी गेली. घरातील शांतता नष्ट झाली. त्यांनी केलेल्या चुका पाहिल्यावर मी पुन्हा त्याच चुका माझ्या आयुष्यात करणेच शक्य नाही.'

समाजशास्त्रज्ञांना याचेही म्हणणे पटले. ते म्हणाले, 'त्याचे बरोबर आहे. त्याच्या वडिलांनी केलेल्या चुकांपासून त्याने धडा घेतला.'

दोन भाऊ एकाच कुटुंबात लहानाचे मोठे झाले आणि अगदी सारख्याच परिस्थितीस त्यांना तोंड द्यावे लागले, तरीसुद्धा मोठा भाऊ भरकटला होता, तर आपण अधिक चांगले जीवन जगले पाहिजे, अशी प्रेरणा धाकट्या भावाच्या मनात उत्पन्न झाली.

असे असेल तर मग प्रेरित होण्याचे गुपित तरी काय आहे? या प्रश्नाचे उत्तर तुम्ही गुगलवरून जरी शोधण्याचा प्रयत्न केलात तरी तुम्हाला ते वागणुकीतल्या काही क्लृप्त्या सुचवतील. त्या उपयोगी पडणाऱ्या आहेत; पण तात्पुरत्या! दुर्दैवाने, जगभरात हे उद्युक्त करण्याचे महत्त्वाचे शास्त्र अद्यापही संदिग्धच आहे. या रहस्याची उकल आपण आता पायरी पायरीने करू या. सर्व ठिकाणी आपण तर्काच्या आधारेच उत्तरे काढण्याचा प्रयत्न करणार आहोत.

उद्युक्त होण्यास कारणीभूत ठरणारे अंतर्गत विरुद्ध बाह्य घटक

लोक परस्परविरुद्ध मार्गांनी प्रेरित होतात. काही जणांना बाहेरून बक्षीस मिळणे हे उत्साहवर्धक ठरते. उदाहरणार्थ, जर त्यांच्या बॉसनी त्यांची स्तुती केली, तर ते कार्यास प्रवृत्त होतात. त्यांचे प्रयत्न समाजाला दिसले, तर त्यांना प्रोत्साहन मिळते. अशा प्रकारे कार्यास प्रवृत्त करणारी प्रेरणा त्यांना बाहेरून मिळते. अशी मनोवृत्ती असण्यात अडचण अशी की, जर उद्या त्यांच्या बॉसनी त्यांच्यावर कुठल्या बाबतीत दोषारोप केला तर ते निराश होतात. समाजात जर त्यांच्या कामगिरीची दखल घेतली गेली नाही, तर त्यांचा विरस होतो.

याचा अर्थ असा की, यांच्या उत्साहाची किल्ली त्यांना बाहेरून मिळणाऱ्या बक्षिसांच्या हाती असते. कोणत्याही गोष्टीसाठी ध्येयासक्त होण्यास बाहेरून

काहीतरी घडणे गरजेचे असते. अर्थातच याच पद्धतीने हीच किल्ली जर वेगळ्या दिशेने फिरवली गेली तर त्यांचा उत्साह मावळतो.

याउलट आतूनच प्रेरित झालेली माणसेही असतात. ते त्यांचे प्रेरणादायक विचार, मूल्ये आणि ध्येये स्वतः निर्माण करतात. बाह्य परिस्थिती अनुकूल असो किंवा प्रतिकूल; त्याने त्यांना काही फरक पडत नाही. उत्स्फूर्त इच्छाशक्ती आजमावून पाहण्याची क्षमता त्यांच्याकडे असते. तिच्या साह्याने ते उत्कृष्टता आणि यशाच्या प्रगतिपथावर वाटचाल करतात आणि पुष्कळ काही कमावू शकतात.

अशा प्रकारे अंतःप्रेरित झालेली माणसे बाहेरील बदलत्या परिस्थितीपासून दूर असतात. प्रतिकूल परिस्थिती आणि नकारात्मक माणसे त्यांना नाराज करू शकत नाहीत म्हणूनच मोठ्या उत्साहाने ते जीवनसागरातील अनावर फेसाळणाऱ्या लाटांवर सहजपणे स्वार होतात.

हा मुद्दा सविस्तर कळण्यासाठी मी माझा अंतःप्रेरणेबद्दलचा आध्यात्मिक गुरूंनी शिकवलेला एक वैयक्तिक धडा इथे सांगतो.

जगद्गुरू श्री कृपाळूजी महाराज यांच्या मार्गदर्शनाखाली मी काही वैदिक ग्रंथांचा अभ्यास करण्यास सुरुवात केली होती. भावी काळात सर्वांचेच स्वास्थ्य चांगले राहावे म्हणून हे ज्ञान मी पुढे इतरांपर्यंत पोहोचवावे, असे त्यांना वाटत होते.

त्यांच्या सांगण्यानुसार उपनिषदे, पुराणे अशा काही वेदग्रंथांचा मी सखोल अभ्यास केला. वक्तृत्वाचा अनुभव नसल्याने मला असे वाटले की, लोकांसमोर भाषण करण्याचा सरावही फायदेशीर ठरेल. यात अडचण एवढीच होती की, त्या आश्रमात श्रोते नव्हते म्हणून मग मी भिंतीसमोर बोलूनच माझा सराव करू लागलो; पण समोरच्या दगडी भिंतीकडे बघत वैदिक तत्त्वाज्ञानातले तरल, सूक्ष्म भेद बोलून दाखवणे हे मला फारच कंटाळवाणे वाटू लागले.

मग मी माझ्या गुरूंकडे गेलो आणि त्यांना विनंती केली, 'महाराजजी, कृपया तुम्ही आश्रमातील एखाद्या रहिवाशाला माझ्यासमोर बसण्यासाठी नेमता का? मी दररोज त्याच्यासमोर एक-दीड तास भाषण करेन.' खरं तर ही अपेक्षा चुकीचीच होती. कारण, आश्रमात अगदीच थोडे जण होते आणि ते सर्व जण आपापल्या कामांमध्ये व्यग्र असत.

ही संधी घेऊन महाराजजींनी मला एक अमूल्य धडा शिकवला. ते म्हणाले, 'अरे माझ्या मुला, निष्काळजीपणा किंवा स्फूर्तीचा अभाव हा काही बाहेरून येत नसतो. तो आतूनच मिळत असतो आणि त्याचे निर्मूलन आपण आतूनच करू शकतो.'

प्रेरणेची मनोधारणा ६७

त्यानंतर महाराजजींनी मला वेदामधला एक मंत्र समजावून सांगितला :

सा यथा कामो भवति तत् क्रतुर भवति
यत् क्रतुर भवति तत् कर्म कुरुते
यत् कर्म कुरुते तद् अभिनिष पाद्यते

या मंत्रातून असे सांगितले आहे की, तुम्ही जर तुमच्या मनात तीव्र इच्छा निर्माण केलीत, तर तर तुमचा निश्चय ठाम होतो. मग तुम्ही अफाट श्रम करून देदिप्यमान प्रगती करता; पण तुमची इच्छाच जर सौम्य असेल, तर तुमचा निश्चय दुर्बल होतो आणि तुमचा निश्चय कमकुवत असेल तर तुमचे प्रयत्नही यथातथाच होतात. मग प्रगतीही बेताची होते.

महाराजजींनी मला वरील सूत्र जन्मभर लक्षात ठेवण्यास सांगितले. मग माझ्या लक्षात आले की, मी ज्या निष्काळजीपणाचा अनुभव घेत होतो, तो माझ्या आतमध्ये होता. त्याचा नायनाट करणे माझ्या हाती होते. परिणामी, ठाम निश्चय करून मी माझ्या कामाला लागलो आणि समोरच्या रिकाम्या भिंतीला उत्तम भाषण देण्यात यशस्वी झालो. त्यानंतर मग आश्रमाभोवतालच्या वनासमोर, झाडांसमोर, मेंढ्या, गायी, पाण्याचा कालवा... सूर्याखालच्या कोणत्याही गोष्टीसमोर असे भाषण मला देता येऊ लागले. नैसर्गिक अंतःस्फूर्तीचा प्रचंड साठा माझ्या आत आहे असे मला जाणवले. त्या आश्रमात मी एक वर्षभर ग्रंथवाचन करीत होतो. त्या काळात दररोज अस्तित्वात नसलेल्या श्रोत्यांसमोर अमर्याद उत्साहाने मी भाषणे देत राहिलो.

अशा प्रकारे बाहेरून प्रवृत्त करणाऱ्या गोष्टींपेक्षा आतून प्रवृत्त करणाऱ्या गोष्टी अधिक विश्वासार्ह आहेत हे यावरून लक्षात येते. ही प्रवृत्ती वातावरणापासून स्वतंत्र असते आणि नेहमी आपल्या ताब्यात असते. आपण जर तिथपर्यंत पोहोचू शकलो, तर अथक ऊर्जाशक्ती आपल्यात असल्याचा शोध लागेल.

आतून प्रवृत्त करण्यासाठी कोणता मार्ग आहे?

आतून प्रवृत्त होण्याची किल्ली

'हे करण्याची का गरज आहे?', 'या कृतीतून मला काय मिळणार आहे?' किंवा 'हे उद्दिष्ट मी साध्य केले नाही तर माझे काय गमावणार आहे?' अशा प्रश्नांची उत्तरे शोधणे भाग पडते, तेव्हा आपण पराकाष्ठेचे प्रयत्न करण्यास उद्युक्त होतो. हे सर्व प्रकारच्या ध्येयांसाठी लागू होते. मग हे ध्येय कामाशी संबंधित असेल, आहाराशी असेल, स्व-सुधारणेसाठी असेल किंवा इतर काही. वरील तत्त्वाची प्रचिती देणारा एक किस्सा पाहा :

काही वस्तू विकण्यासाठी एक सेल्समन दिल्लीहून सिमल्याला पोहोचला. रस्त्याला लागून असलेल्या एका लॉजमध्ये त्याने रात्र घालवली. दुसऱ्या दिवशी सकाळी त्याला दिसले की, रात्रभर हिमवृष्टी होत होती आणि त्यामुळे रस्ता शुभ्र झाला आहे.

सेल्समनने तिथल्या मालकाला विचारले, '*अशा परिस्थितीत मी बाहेर जाऊन माझ्या वस्तू विकू शकेन, असं वाटतं का तुम्हाला?*'

मालक उत्तरला, '*तुम्ही कमिशनवर काम करताय की तुम्हाला या कामाचा पगार मिळतो, त्यावर ते अवलंबून आहे, सर!*'

परिस्थितीचे हे अगदी खरे विश्लेषण आहे. ग्राहक मिळवण्यासाठी अशा बर्फातून जाण्यास प्रवृत्त होणं हे पगारदार सेल्समनला जरा कठीणच आहे. मात्र ज्याला एकेका नगावर कमिशनने पैसे मिळतात, त्याला मात्र अशा प्रतिकूल हवामानातही बाहेर जाऊन वस्तू विकण्यास प्रवृत्त होण्यास सबळ कारण मिळेल. याच तत्त्वाचा पुरस्कार करणारी ही दुसरी गोष्ट पाहू या :

मध्य युरोपमध्ये एक राजा होता. आपल्या राणीचे राजवाड्यातील एका हलक्या नोकराशी संबंध असल्याचे कळते, तेव्हा त्याला धक्का बसतो. हे प्रकरण युक्तीने हाताळण्याचे राजा ठरवतो. राणीला शिक्षा देण्याऐवजी तो त्या नोकराकडून आपला मान परत मिळवण्याचे ठरवतो.

त्या नोकराला राजाच्या दरबारात आणले जाते आणि तिथे तो राजा आपल्या मनातला बेत उघड करतो. राजा त्याचा निवाडा सांगतो, '*तुझे जीवन वाचवण्यासाठी मी तुला एक संधी देण्यास तयार आहे. आपण दोघे द्वंद्वयुद्ध खेळू या. तू जर माझा पराभव केलास तू या अपराधातून दोषमुक्त होशील. मी जर तुझा पराभव केला तर तुला माझ्या तलवारीचा बळी व्हावे लागेल.*' राजाला वाटते, या नोकराला काही लढण्याचे प्रशिक्षण नाही, त्यामुळे त्याचा पराभव करणे आपल्याला सहजशक्य आहे.

दोघेही त्यांची चिलखते धारण करतात आणि ढाल व तलवार उचलतात. द्वंद्वयुद्ध सुरू होते. नोकर हटत नाहीसे पाहून राजाचा हिरमोड होतो. त्याच्या नजरेला धार होती. त्याला आधीच राजाच्या खेळीचा अंदाज यायचा आणि तो ती सहजपणे उलटवत असे. त्याचे पायातले चापल्य पाहून राजा चकित झाला. त्याच्या डावांमधला जोश धडकी भरवणारा होता.

हळूहळू; पण निश्चितपणे नोकराच्या बळप्रभावाने राजाची पकड ढिली होऊ लागली. पंधरा मिनिटे लढत झाल्यावर राजाच्या लक्षात आले की, तो हे द्वंद्वयुद्ध हरणार. त्याच्या अधिकारात त्याने हे युद्ध संपवण्याचा निर्णय घेतला. '*थांब! मी तुला क्षमा केली आहे. तू माझा राजवाडा सोडून जाऊ शकतोस; पण पुन्हा माझ्या राज्यात पाऊल ठेवू नकोस.*'

त्यानंतर राजाने त्याच्या प्रधानाला विचारले, 'या सेवकाने या क्षेत्रात एवढा पराक्रम कसा काय दाखवला? मला तर वाटलं, त्याला जिंकणं अगदी सोपं असेल.'

'मला तशी शंका सुरुवातीपासूनच येत होती, महाराज!' प्रधान उत्तरला, 'तुमच्यासाठी हा तर केवळ एक खेळ होता. पराक्रम दाखवण्यास तुम्ही उद्युक्त झालेले नव्हतात; पण सेवकासाठी मात्र तो जीवन-मरणाचा प्रश्न होता. त्याचे प्रिय जीवन वाचवण्यासाठी त्याला पराकाष्ठेचे प्रयत्न करण्याचे एक बलिष्ठ कारण मिळालेले होते, त्यामुळे ही लढाई तुम्हाला तितकी सोपी जाणार नाही, अशीच माझी अपेक्षा होती.'

या गोष्टीतून प्रवृत्त करण्याचे गुपित जाणून घेण्याची अंतर्दृष्टी मिळते. जिंकायलाच हवे याचे ठाम कारण सेवकाकडे होते. तो त्याच्या अस्तित्वाचा प्रश्न बनला होता आणि तो हरणे त्याला परवडणारे नव्हते. दुसरीकडे राजाला मात्र त्याने त्याचे सर्वोत्कृष्ट कौशल्य या लढाईत दाखवावे, यासाठी प्रत्यक्षात काहीच प्रवृत्त करणारे नव्हते. त्याच्यासाठी हा तर केवळ एक खेळ होता.

एखादी गोष्ट करण्यासाठी आतून प्रवृत्त होण्यासाठी एक मोठे कारण लागते. तुम्हाला जर चांगला निरोगी आहार घेण्यासाठी प्रेरणा व्हावी, अशी इच्छा असेल तर त्यापासून होणारे लाभ तुम्हाला पटलेले असले पाहिजेत आणि असा आहार न घेतल्यास काय नुकसान होते, याबद्दलचे मुद्देही तुम्हाला पूर्णपणे पटलेले असायला हवेत. बलवान 'का' आतून तुम्हाला प्रेरित करेल आणि काटेकोर आहार-नियमांचे पालन करण्यास प्रवृत्त होण्यास मदत करेल.

त्याचप्रमाणे, भरपूर व्यायाम करण्याची प्रेरणा निर्माण होण्यासाठी त्यास प्रवृत्त करणारी एखादी चांगली गोष्ट शोधून काढा. नियमित व्यायामामुळे तुम्हाला होणारे विविध लाभ लिहून काढा. शिवाय तुम्ही जर व्यायाम केला नाहीत, तर तुमचे कोणकोणत्या प्रकारे नुकसान होऊ शकते हेही लिहून काढा. तुमच्याकडे जर त्यासाठी सबळ कारण असेल तर तुम्हाला व्यायाम करण्यास उत्साह वाटेल.

आता असे दिसते आहे की, प्रेरणा निर्माण होण्याचे रहस्य आपणास उलगडले आहे. काय आहे ते, तुम्हाला माहीत आहे? त्यापासून होणाऱ्या फायद्यांची कारणे आणि व्हेअरफोर्स हे आपल्याला पूर्णपणे पटलेले असले पाहिजेत. मगच आपण कृती करण्यास प्रवृत्त होतो.

...आणि तरीसुद्धा हे आकलन अपूर्ण असल्याचे आपल्या लक्षात येईल. का? या प्रश्नाला मिळणारे ठोस उत्तरसुद्धा पुरेसे नाही. कित्येकदा आपल्याला माहीत असते की, चांगला आहार आवश्यक आहे, नियमित व्यायामाचे फायदेही आपल्याला माहीत असतात आणि तरीही आपण तसे वागत मात्र नाही. वस्तुस्थिती दर्शवणारे मुद्दे आपल्याला कळूनही आपण आळसास बळी पडतो किंवा गो ऑन ईटिंग बिंगे.

असेच होते ना नेहमी? आपल्याला काय माहीत आहे आणि आपण काय करतो यात महदंतर असते म्हणजे कृती करण्यासाठी केवळ सबळ कारण पुरेसे नाही. का? प्रवृत्त होण्याचे कोडे सोडवण्यासाठी आणखी कशाची तरी नक्कीच गरज असली पाहिजे.

बुद्धिमत्तेत योग्य ज्ञान भरणे

माणसाची बुद्धी कशी काम करते ते आपण समजावून घेऊ या. एखाद्या भांड्यात कोणत्याही विषयाच्या माहितीचे अनेक प्रकार भरून ठेवावेत तशी ही बुद्धी असते. आपण जे ऐकतो, जे वाचतो आणि ज्याचे निरीक्षण करतो, ते सारे त्यात भरलेले असते. अशा प्रकारे, कोणत्याही विषयाच्या ज्ञानाचे अनेक तुकडे बुद्धीमध्ये समाविष्ट असतात. जो कोणता तुकडा आपण उचलू, ज्ञानाचा तो विभाग चालू होतो.

उदाहरणार्थ, आपल्याला ध्यानधारणेचे लाभ माहीत असतील आणि तरीसुद्धा त्याचा सराव करण्याचा उत्साह आपल्याला वाटत नाही. कारण, ते ज्ञान सुप्त अवस्थेत असते. आता आपण जर ते ज्ञान जाणिवेच्या पातळीवर आणले तर ते प्रस्फुरित होईल आणि त्यातून प्रेरणेचा स्रोत सुरू होईल. हे एका प्रभावी उदाहरणावरून तुम्हाला सांगायला मला आवडेल.

ललिता नावाची एक दहा वर्षांची मुलगी होती. तिचे अभ्यासात लक्ष नसल्याने आई-वडील काळजीत होते. त्यांनी तिला त्याचे कारण विचारले. ललिताने असे सांगितले की, तिचे मन अभ्यासावर लक्ष एकवटू शकत नाही. ते सर्व दिशांना भरकटत जाते. या समस्येमुळे ललिता आणि तिचे आई-वडील चिंतित होते.

मात्र जेव्हा हीच ललिता परीक्षेस बसली, तेव्हा तिने आपले मन ताब्यात आणले. प्रश्नपत्रिकेतील प्रश्नांची उत्तरे देण्यावर तिने तिचे लक्ष एकवटले. तीन तास तिने दुसऱ्या कशाकडेही लक्ष दिले नाही. वेळ संपली तेव्हा पर्यवेक्षकाने तिच्या हातून उत्तरपत्रिका ओढून घेतली.

धड्यांवर लक्ष केंद्रित करता येत नाही म्हणून पुरे वर्ष तक्रार करणारी ललिता आपले चित्त इतके कसे काय एकाग्र करू शकली? याचे कारण असे की, परीक्षेच्या तीन तासांचे महत्त्व तिच्या बुद्धीने सखोलपणे जाणले होते. निष्काळजीपणाचा परिणाम आख्खे वर्ष वाया जाण्यावर होऊ शकतो, याची तिला पूर्ण जाणीव होती. या जाणिवेने तिच्या मनावर प्रखरपणे सक्ती केली.

या पातळीचे एकाग्रचित्त ती वर्षभर करू शकली असती तर कदाचित ललिता राष्ट्रीय गुणवत्तेत सरस ठरली असती; पण वर्षभरात तिच्या बुद्धीने इतर कल्पना, आवडी यांची निवड केली. 'अभ्यास हा काही तितका महत्त्वाचा नाही. माझ्या आई-वडिलांना तो महत्त्वाचा वाटतो; पण त्यांना काही माहीत नाही. माझ्या

मित्रमैत्रिणींशी खेळण्यात मला जास्त रस आहे हे त्यांना कळत नाही,' असेच ती मनाशी म्हणत राहिली.

बुद्धीचा निर्णय वेगळाच झाला, तर मनाला चित्त एकवटण्यास काही वाव राहत नाही. काही क्षणांसाठी अगदी तसे लक्ष केंद्रित केले तरी बुद्धीकडून एक हिसका मिळतो, 'इथे काही मजा नाही. तुझ्या मैत्रिणींचा विचार कर; तिथेच तुझा खरा आनंद आहे.'

बुद्धी ही मनाला किती मर्यादेपर्यंत दिशा देऊ शकते हे वरील उदाहरणावरून लक्षात येते. भगवद् गीतेतील बुद्धियोगामध्ये भगवान श्रीकृष्ण याचा वारंवार उल्लेख करतात :

बुद्धि-योगमुपाश्रित्य मच्चित्तः सततं भव (१८.५७)

'बुद्धियोगाचा अवलंब करून निरंतर माझ्या ठिकाणी चित्त ठेव.'

मोहांना प्रतिरोध करण्यासाठी प्रेरणेचा शोध आपली घेण्याची इच्छा असते, तेव्हा हेच तत्त्व लागू पडते. उदाहरणार्थ, साखर कमी प्रमाणात खायची इच्छा असेल; पण आपला स्वतःवर ताबा नसतो. मग जीभ सुखासाठी लालचावते गुलाबजाम आणि रसगुल्ले यांच्यापासून दूर राहण्यात आपण अयशस्वी ठरतो.

साखर ही विषसमान आहे हे आधी आपण पटवून घेतले पाहिजे. मग जाणिवेच्या पातळीवर हे ज्ञान जागृत करायला हवे. आपले स्व-नियंत्रण वाढवण्यासाठी हाच एक मार्ग आहे. त्यानंतर मग समोर ठेवलेल्या मिष्टान्नास नकार देण्याची प्रेरणा उत्पन्न झाल्याचे आपल्या लक्षात येईल.

एकदंरीत निष्कर्ष असा की, प्रेरित होण्यासाठी दोन गोष्टी करणे आवश्यक आहे. एक म्हणजे त्या गोष्टीचे महत्त्व आपल्या बुद्धीला पटवायला हवे आणि दुसरे म्हणजे त्या ज्ञानावर पुन्हा पुन्हा *चिंतन* करून ते प्रज्वलित ठेवायला हवे.

आध्यात्मिक मार्गावर आपल्याला प्रेरित कसे राहता येईल?

एखादी गोष्ट करण्यास आपण उद्युक्त होत नाही, अशी समस्या घेऊन काही लोक माझ्याकडे नेहमी येतात. ते म्हणतात, 'स्वामीजी, अलीकडे भक्तीच्या बाबतीत मला उत्साहच वाटत नाही. या निष्काळजीपणावर मात करण्यासाठी काही उपाय आहे का?'

हा आळशीपणा दूर करता येणे सोपे आहे. भक्तीसंबंधात कमी-जास्त होणाऱ्या आपल्या उत्साहास आधी समजावून घ्या. कारण, आपले भौतिक मन त्रिगुणयुक्त असते म्हणजे काही वेळा मन सात्त्विक असते, काही वेळा राजस तर काही वेळा तामसी वृत्तीचे होते.

मन सात्त्विक असते, तेव्हा आपण विचार करतो, 'मानवी जीवन मिळाले आहे ही ईश्वरी कृपाच होय. या सुवर्णसंधीचे आपण चीज केले पाहिजे. शिस्त, साधना आणि त्याग या गोष्टी मी अंगी बाणवल्या पाहिजेत.'

मात्र काही वेळानंतर मन राजसी बनते, तेव्हा आपल्याला वाटते, 'मी साधना केली पाहिजे हे खरे; पण घाई काय आहे? करू या कधीतरी.' अशा प्रकारे निष्काळजीपणा दाखवला जातो.

आणखी थोड्या वेळाने आपण तामसी वातावरणात जातो आणि मग आपल्या मित्रमैत्रिणी, टीव्ही, चित्रपट यांची आठवण होते. मग आपण म्हणतो, 'भौतिक सुखांचा बाकीचे आस्वाद घेत असताना मीच फक्त या सुखांकडे कशाला पाठ फिरवू? त्याग वगैरे मी नंतर म्हातारपणी करू शकते. आत्ता नको.'

वारंवार तुम्ही जर अशा प्रकारच्या बदलत्या भावनांचा अनुभव घेत असाल तर ते अगदी स्वाभाविक आहे हे लक्षात घ्या. रोजच्या रोज आणि दिवसागणिक प्रत्येक जण भक्तीच्या वेगवेगळ्या पातळ्यांवर वावरत असतो; पण म्हणून आपण उत्साहाच्या बाबतीत खालच्याच पातळीवर राहायला हवे असे काही नाही. उलट मनाचे आलस्य घालवण्यासाठी आपण बुद्धीचा उपयोग केला पाहिजे आणि ही काही फार मोठी प्रक्रिया आहे असे नव्हे. **आपण अगदी क्षणभरात आपला कंटाळा घालवून त्या ठिकाणी खरीखुरी तळमळ, कळकळ निर्माण करू शकतो. त्यासाठी आपल्याला इतकेच करावे लागेल की, बुद्धीमध्ये योग्य ते ज्ञान आणून त्यानुसार भावना निर्माण करण्यास मनाला ढकलायला हवे.**

उदाहरणार्थ, आपण धारण केलेल्या मनुष्यजन्माचे महत्त्व जाणून घ्या. चौऱ्याऐंशी लक्ष पेशी जीवनामध्ये अस्तित्वात असतात. एका जन्मातून दुसऱ्या जन्मात आपला आत्मा वेगवेगळी शरीरे धारण करीत फिरत असतो.

कबहूँका करि करूणा नरा देह
देता ईश बिनू हेतू सनेहि (रामायण)

'निरपेक्ष करुणेने क्वचित मिळणारा मानवी जन्म देवाने मला बहाल केला आहे.' याचा अर्थ, अनेक जन्मांतून एकदा मिळणारा दुर्लभ असा मानवजन्म या वेळी आपल्याला मिळाला आहे.

जे आपल्याला लाभले आहे, त्याची खासियत ओळखा. सर्व प्राणिमात्र त्याच्या आनुवंशिकतेप्रमाणे जगते. हिवाळ्यात उत्तरेत असलेले पक्षी दक्षिणेकडेच जाऊ लागतात. ते पूर्व, पश्चिम किंवा उत्तर दिशांना जात नाहीत. का? कारण ते त्यांना आनुवंशिकतेमधून कळलेले असते. मात्र आपण माणसे पूर्व, पश्चिम, दक्षिण, उत्तर यांपैकी कोणत्या दिशेस जावयाचे हे ठरवू शकतो. निवड करण्याचे स्वातंत्र्य देवाने आपल्याला दिलेले आहे.

शिवाय आपल्याकडे एक विशेष प्रकारचे ज्ञान असते. यामुळे आपण *सदसद्‌विवेक* बुद्धीचा वापर करू शकतो. ही प्राण्यांकडे नसते. माणसे ज्ञानाचा शोध घेऊ शकतात; पण प्राणी जीवनाच्या हेतूचा विचारदेखील करू शकत नाहीत.

माणसाकडे अशी एक सुविधा आहे, जी स्वर्गीय देवतांकडेही नाही. ती म्हणजे पुरुषार्थ किंवा फलनिष्पत्ती होणारी कर्मे. आपण कर्माचे संचित साठवून आपले दैव तयार करू शकतो. स्वर्गीय देवता केवळ आधीच्या जन्मांच्या कर्मांची फले देऊ शकतात म्हणून चौऱ्याऐंशी लक्ष योनीतून फिरून आल्यावर माणसाला परमेश्वराला समजावून घेण्याची संधी मिळू शकते.

तरीसुद्धा, पुढील जन्मीही हे शरीर आपल्यासाठी राखून ठेवले जाईल, असे आपण गृहीत धरता कामा नये. या जन्मीच्या जाणीवजागृतीची पातळी आणि आपले कर्म यांवरून आपला पुढचा जन्म ठरेल म्हणून वेदामध्ये म्हटले आहे :

इह चेदवेदिदु सत्यमस्ती
न चेदिहावेदिन्महति विनश्थिः (केनोपनिषद २.५)

'मानवी जन्म ही दुर्मीळ संधी आहे. तुमच्या ध्येयप्राप्तीसाठी ती जर तुम्ही वापरली नाही, तर तुम्हाला फार मोठे नुकसान सोसावे लागेल.' पुढे ते म्हणतात,

इह चेदषकद बोधिम प्रक्षरिरस्य विस्नसह
ततः सर्गेषु लोकेषु शरिरत्वद्य कल्पते (कठोपनिषद २.३.४)

'या जन्मी तुम्ही ईशतत्त्व जाणून घेण्याचा प्रयत्न केला नाही, तर जन्ममृत्यूच्या फेऱ्यात तुम्ही अडकून बसाल.' श्रीमद् भागवतम्‌मध्ये म्हटले आहे,

नयम देहो देह-भजम नृलोके
काष्ठन् कामान अर्हते विद-भुजाम ये
तपो दिव्यम पुत्रका येन सत्त्वम्
शुद्धयेद यस्माद ब्रम्हा-सौख्यम् त्वनंतम (५.५.१)

'इंद्रियसुखांचा उपभोग घेण्यासाठी मानवी जन्म घेतलेल्या कुणीही खूप मेहनत करू नये. ती सुखे तर क्षुद्र प्राणीही उपभोगतच असतात. त्याऐवजी माणसाने हृदयाच्या शुद्धीकरणासाठी उग्र तपश्चर्या करून देवाच्या अमर्याद कृपेचा आनंद घ्यायला हवा.

सुवर्णसंधी निघून जाते आहे

आत्म्याला मिळालेला मानवी आकार जरी जीवनास मिळालेली सुवर्णसंधी असली तरी आपण हे ओळखले पाहिजे की, ती काही कायमची राहणार नाही. मृत्यूच्या

रूपात ती आपल्याकडून हिसकावून घेतली जाणार आहे म्हणून ती तात्पुरती आहे. मानवी जीवनाचा प्रत्येक क्षण मौल्यवान आहे आणि त्याचा सदुपयोग करून घेतला पाहिजे. चाणक्य म्हणतात :

सा हानिस्तन्महच्छिद्रम सा मोहः सा विभ्रमः
यन्मुहुर्तम् क्षणं वापि वासुदेवम न चित्येत

'मोठे नुकसान, मोठे दुर्दैव, वाईट भ्रामक कल्पना आणि अक्षम्य दुर्लक्ष; या क्षणांमध्ये प्रिय श्रीकृष्णाची शहाणपणाने, योग्य तऱ्हेने आठवण ठेवली जात नाही.'

आपल्याला मिळालेल्या सुसंधीचे आणि हे संधीचे क्षण आपल्या हातून कसे निसटून जात आहेत, याचे भान आपण ठेवले तर जीवनातील प्रत्येक क्षणाचे सार्थक करण्यासाठी आपण सहज प्रेरित होऊ. हेच तंत्र राजा जनक याच्याकडून पाळले गेले. तो आध्यात्मिक क्षेत्रात पुष्कळ उंचीवर पोहोचू शकला होता.

एकेकाळी, राजा जनकाच्या राज्यात दोन पंडित राजाच्या वैभवाविषयी चर्चा करीत होते. 'आपला विद्वान राजा 'विदेह' या नावाने जगभर प्रसिद्ध आहे. विदेह किंवा जो देहभानापलीकडे गेला आहे, असे त्याला समजतात,' पाहिला पंडित म्हणाला.

दुसरा पंडित म्हणाला, 'अशा आध्यात्मिक उंची गाठलेल्या आणि शहाण्या राजाच्या राज्यात आपण राहतो हे आपले भाग्य आहे.'

'अशा ऐश्वर्यसंपन्न वातावरणात राजा कसा काय विदेह राहू शकतो, याचे मात्र मला नवल वाटते.' पहिला पंडित म्हणाला, 'काही झाले तरी, त्याच्या दिमतीला मोठे कुटुंब आणि भरपूर ऐषआराम आहे.'

'त्याच्या राजवाड्यात जाऊन त्यालाच आपण त्याच्या आध्यात्मिक ताकदीचे रहस्य विचारू या,' दुसरा पंडित म्हणाला.

दोघे पंडित राजवाड्यात गेले आणि राजाच्या दरबारात हजर झाले. म्हणाले, 'महाराज, जनकपूर या राजधानीमध्ये आम्ही धर्मगुरू म्हणून राहतो. एवढी संपत्ती असताना, त्यात राहून तुम्ही 'विदेह' म्हणून कसे काय प्रसिद्ध झाला आहात, हे जाणून घेण्याची आम्हाला उत्सुकता आहे. कृपया तुम्ही हे रहस्य आम्हाला सांगाल काय?'

राजा जनक चवताळून म्हणाला, 'अशा प्रकारचा प्रश्न राजाला विचारण्याची तुमची हिंमत कशी झाली? या गुन्ह्याबद्दल मी तुम्हाला फाशीची शिक्षा फर्मावतो. ही शिक्षा उद्या अमलात येईल. असे असले तरी आज रात्री माझे सेवक तुमची चांगली काळजी घेतील, तेव्हा तेवढ्या काळात तुम्ही मजा करा.'

प्रेरणेची मनोधारणा

सेवक त्या दोन पंडितांना घेऊन गेले. सुगंधी तेलाने मालीश करून त्यांना गरम पाण्याने आंघोळ घातली गेली. उत्तम कपडे घातले, सुग्रास जेवण दिले. अखेरीस रात्री झोपण्यासाठी मोठा पलंगही दिला. मात्र पुढ्यात येऊन ठेपलेल्या मृत्यूच्या भयाने त्यांना झोप आली नाही.

दुसऱ्या दिवशी सकाळी त्यांना राजा जनकाच्या दरबारात आणण्यात आले. राजा गरजला, 'तुमच्या प्राणांचे रक्षण करण्यासाठी एक संधी देण्याचे मी ठरवले आहे. तेलाने भरलेले भांडे तुम्हाला देण्यात येईल. ते घेऊन राजधानीतील मुख्य बाजारपेठेत तुम्हाला एक गोल फेरी मारायची आहे. एक थेंबही न सांडता तुम्ही संपूर्ण प्रवास करू शकलात, तर मी तुम्हाला क्षमा करेन.'

दोघा पंडितांना बाजारात नेण्यात आले. एका महागड्या भांड्यात तेल भरून ते त्यांच्या हातात देण्यात आले. हळुवारपणे एकेक पाऊल उचलत, मन एकाग्र करून, बुद्धी पणाला लावून त्यांनी जनकपूरच्या गजबजलेल्या बाजारपेठेस एक फेरी मारली. सुदैवाने दोघेही पंडित निघालेल्या जागेपासून गोल फिरून, एकही थेंब न सांडता पुन्हा परत आपल्या जागेवर येण्यात यशस्वी झाले.

मग राजाचे सुरक्षारक्षक त्यांना घेऊन जनकराजाकडे गेले. या वेळी मात्र राजा गालातल्या गालात हसत होता. तो म्हणाला, 'तुम्हाला क्षमा केली आहे; पण मला असं सांगा, काल रात्री तुम्ही अगदी ऐषआरामात राहिलात, तेव्हा भोवतालच्या सगळ्या कोडकौतुकातून तुमच्या मनाला मोह आवरता आले का?'

'आम्ही कसे पडणार त्या मोहात, महाराज? सकाळ झाली की आम्हाला मृत्यूला सामोरे जायचेय हा विचार आमच्या सतत डोक्यात होता.'

'ठीक आहे, काही हरकत नाही. आज तुम्ही जनकपूरमध्ये तेल घेऊन फेरफटका मारला. तिथेही सुखदायक अशा अनेक मोहक गोष्टी होत्या. त्यांची भुरळ पडली तुम्हाला?'

'कसं शक्य होतं महाराज?' पंडित म्हणाले, 'आमचं सगळं लक्ष त्या तेलाच्या भांड्यावर होतं. तेलाचा एक थेंबही जमिनीवर पडणार नाही, याची आम्ही काळजी घेत होतो. कारण, तसे केले नसते तर आमचा शेवट ठरलेला होता.'

'तुम्ही मला विचारलेल्या प्रश्नाचे उत्तर हेच आहे. राजेशाही थाटमाटात राहत असताना मी विदेह कसा; असे तुम्ही मला विचारलेत. उत्तर हेच आहे की, समोर मला नेहमीच मृत्यू दिसत होता. मी नीट ध्यानात ठेवले आहे की, जीवन थोडे आहे आणि मानवी जीवन जगण्याची आत्म्याला मिळालेली सुवर्णसंधी क्षणभंगुर काळासाठी आहे; त्यामुळे कटाक्षाने जीवनातील प्रत्येक क्षण मी चातुर्याने जगतो. ऐंद्रिय आणि भौतिक सुखांच्या मोहात माझे मन अडकून राहत नाही.'

जनकराजाप्रमाणे आपणही नेहमी प्रेरित राहू शकतो. मानवी जीवनाच्या क्षणभंगुरतेचे महत्त्व आपण लक्षात घेतले, तर आपणही स्वाभाविकपणे सर्वोत्तम तेच करण्यास प्रवृत्त होऊ म्हणून जगद्‌गुरू कृपाळूजी महाराजांनी म्हटले आहे :

अरे मना अवसर बितयो जाता (प्रेम रास मदिरा)

'माझ्या प्रिय मना, तुझ्याकडे असलेली सुवर्णसंधी तुझ्या हातातून निसटून जाते आहे. ती अस्तित्वात आहे, तोपर्यंत त्याचे सार्थक कर.' संतकवी नारायण म्हणतात,

दो बातोंको भूल मत, जो चाहसी कल्याण
नारायण इका मौत को, दूजे श्री भगवान

या ओळींचा अर्थ असा की, तुमचे जीवन यशस्वी करायचे असेल तर दोन गोष्टी विसरू नका. आपण देवाला विसरता कामा नये? नाही, सगळ्यात आधी मृत्यूचा विसर पडू देऊ नका आणि मग देवाचे स्मरण करा. अन्यथा, जे करणे आवश्यक आहे, ते तुम्ही लांबणीवरच टाकत राहाल.

आपल्याला मिळालेल्या सर्व सुसंधी वाया घालवणारा 'चालढकल' हा एक रोग आहे. आपल्या हिताच्या गोष्टी आपल्याला संतांकडून आणि धर्मग्रंथातून समजतात. त्या अमलात आणण्याचेही आपण ठरवतो; पण नंतर आपण निमित्ते सांगू लागतो, 'नंतर करता येईल'; 'वेळ येईल तेव्हा मी ते करेन'; 'वय झाले की मी नक्की साधन करेन' इ. अशा प्रकारे खोट्या सबबींमुळे देवाने आपल्याला बहाल केलेल्या गोष्टींचा आपण कोणताही लाभ उठवत नाही.

देवाचे आपल्यावर फार मोठे उपकार आहेत, हे आता आपण ठामपणे मान्य करू या, त्याचा स्वीकार करू या. आपलीच दानत कमी पडते म्हणजे आपल्यावरील दैवी कृपेचा आपण उपयोग करून घेण्याची गरज आहे आणि त्यासाठी आपल्याकडे असलेला प्रत्येक क्षण उपयोगात आणण्याची आवश्यकता आहे म्हणूनच सुज्ञ संत नारदमुनी यांनी म्हटले आहे :

क्षणार्धमपि व्यर्थम् न नेयम् (नारद भक्ती दर्शन सूत्र ७७)

'तुमच्या मानवजन्मातील अर्धा क्षणसुद्धा वाया घालवू नका.' आध्यात्मिक स्वास्थ्यासाठी प्रत्येक संधीचा उपयोग करून घ्या. या वरील सूत्रसंबंधीची एक गोड ऐकू या आता :

उजाडण्यापूर्वीच एकदा एक कोळी जाळे घेऊन घराबाहेर पडला. नदीवर पोहोचल्यावर चांगले दिसण्याइतका उजेड पडेपर्यंत थांबून मग जाळे टाकण्याचे त्याने

ठरवले. काठावरच्या एका खडकावर तो बसला. पहाटेची शांतता पाण्यात पाय सोडून बसलेल्या कोळ्याला सुखावीत होती.

कोळ्याला जाणवले की, आपल्या पायाजवळच एक कसले तरी लहानसे गाठोडे आहे. त्याने ते सहज उचलून त्यात हात घातला. त्याच्या हाताला गोल लहान गोटीएवढी वस्तू लागली. ते नदीतले खडेच असणार असे त्याला वाटले आणि तो एकेक खडा नदीत फेकू लागला. डुबुक असा त्याचा आवाज येई.

हा आवाज कानाला सुखद वाटत होता. त्याने असे बरेच खडे नदीत टाकले. नदीच्या किनाऱ्यावर बसल्या बसल्या एखादा खेळ खेळावा तसा त्याचा वेळ मजेत जाऊ लागला. असे त्याने चोवीस खडे पाण्यात टाकले.

अखेरीस शेवटचा खडा शिल्लक राहिला. आता उजाडले होते आणि चांगले दिसू लागले होते. त्याने सहज हातातल्या खड्याकडे नजर टाकली आणि त्याला धक्का बसला. ते एक अमूल्य रत्न होते. तो पश्चात्तापाने म्हणाला, 'देवाने मला पंचवीस अमूल्य रत्ने दिली आणि केवळ माझे दुर्लक्ष झाल्याने मी त्यातील चोवीस रत्ने फेकून दिली. किती दुर्दैवी आहे मी!' असे म्हणून तो रडू लागला.

या वरील कथेमध्ये कोळ्याला निदान एक तरी रत्न त्याच्यासाठी मिळाले; पण आपण जर जागरूक राहिलो नाही तर आपण त्याहीपेक्षा दुर्दैवी ठरू. देवाने मूल्यवान रत्नांचे जे बक्षीस दिले; त्यापेक्षाही मानवाचा जन्म दिला हे अधिक मौल्यवान बक्षीस आहे. आपल्या निष्काळजीपणामुळे आपण ते फालतू गोष्टींमध्ये वाया घालवतो आहोत. रामायणात लिहिले आहे :

नर तनु पायी विसय मन देही
पलटी सुधा ते साथा विसा लाही
ताहीन कबहूँ भला कहाई न कोई
गूँजा ग्रहाई पारसमणी खोयी
आकारा चारी लच्छा चौरासी
जोनी ब्रम्हता यहा जिवा अविंदसी
फिरता सादा माया करा प्रेरा
काला कर्म सुभव गुण घेरा

'अरे माणसा, तुला हा दुर्मीळ जन्म मिळाला आहे आणि तो तू विषयोपभोग घेण्यात व्यर्थ दवडतो आहेस. हे तर अमृत देऊन विष घेण्यासारखे आहे. काचेच्या तुकड्यांच्या मोबदल्यात तू जर *पारसमणी* देत असशील, तर तुला बुद्धिमान कसे म्हणावे? यामुळे तुला पुन्हा चौऱ्याऐंशी लक्ष योनींचा फेरा करावा लागणार. आत्मा

असूनही तू लौकिक बंधनात अडकला आहेस. त्रिगुणांमध्ये आणि पूर्वजन्मीच्या संचितात तू बद्ध झाला आहेस.'

या ज्ञानाचा गांभीर्याने सखोल विचार करून आपल्यात उत्साह भरून घेऊ या. या प्रकरणात आपल्या कामात वरचढ ठरणारी गोष्ट निर्माण करणारे प्रेरणेचे इंधन आपल्याला तितक्या उंचीवर कसे नेते ते आपण पाहिले. यामुळे आपण वेगळ्या दृष्टीने पाहू लागतो आणि आपल्या जीवनातील अनुभवांना समृद्धी येते. अडचणींवर वार करणारी ही तलवार आहे. पराजयाच्या काठावरून विजयाकडे आणणारे हे जहाज आहे. बुद्धीचा योग्य उपयोग करून आतून कसे प्रवृत्त होता येईल, यावरही आपण चर्चा केली.

मात्र केवळ प्रेरणा पुरेशी नाही. चोर, खुनी, दहशतवादी हेही प्रेरितच असतात; पण त्यांच्याकडे योग्य हेतू नसतो म्हणून आता आपण यशप्राप्तीसाठी आपण चौथ्या मनोधारणेकडे जाऊ यात. 'हेतूची शुद्धता' जाणून घेऊ या.

प्रकरण चार

हेतूच्या शुद्धतेची मनोधारणा

प्रचंड कार्य करण्यासाठी तिथपर्यंत नेणारी आपल्यामध्ये असणारी सुप्त ऊर्जा व उत्साह यांचे महत्त्व याविषयी आपण मागील प्रकरणात चर्चा केली. मात्र केवळ उत्साह पुरेसा नाही. योग्य दिशेला त्याचा रोख असणे आवश्यक आहे. कुविख्यात गुन्हेगार अल कॅपोन हा मोठ्या प्रमाणात प्रोत्साहित झालेला होता. भारतातला कुप्रसिद्ध डाकू विरप्पन हादेखील असाच होता. दुर्दैवाने त्यांचा उत्साह चुकीच्या दिशेने जाणारा आणि अपायकारक ठरणारा होता. ब्रेक नसलेल्या आणि मोडलेले स्टिअरिंग असलेली अतिशय वेगवान गाडी असते, तसाच हा चुकीच्या दिशेने जाणारा उत्साह असतो, त्यामुळे प्रेरणेविषयी बोलल्यावर यशासाठी गरजेचा असलेला पुढील महत्त्वाचा घटक 'हेतूची शुद्धता' याबाबत आपण आता बोलले पाहिजे.

अशुद्ध हेतू असलेल्या एका प्रकरणाबाबत आपण बोलू या :

काही वर्षांपूर्वी सत्यम घोटाळ्याने भारतीय कॉर्पोरेट जग हादरवून सोडले. भारतातील उघडकीस आलेला तो बहुधा सर्वांत मोठा कॉर्पोरेट घोटाळा होता. आयटी क्षेत्रात अनेक वर्षे सत्यम कॉम्प्युटर्स आघाडीवर होते. त्याचे अध्यक्ष रामलिंग राजू यांनी दहा हजार कोटी रुपयांच्या वर पैसे लाटल्याचे उघडकीस आले होते. या प्रकरणाची उच्चस्तरीय चौकशी झाली तेव्हा असे उघडकीस आले की, कंपनीच्या हजेरीपत्रकावर अस्तित्वात नसलेल्या नोकरदारांची उपस्थिती दाखवणे, आपल्याच कुटुंबीयांना व नातेवाइकांना कर्ज देणे, गुप्तपणे केलेला व्यापार आणि जमिनींचे अवैध संपादन करणे अशा वाममार्गाने राजू यांनी बरीच वर्षे गैरव्यवहार केले. अमाप

पैसा जमा करून त्यांनी साठ देशांमध्ये मोठेमोठे बंगले आणि मालमत्ता खरेदी करून ठेवली. त्यांच्याकडे सोळा महागड्या गाड्या आणि जोड्यांचे तीनशे जोड सापडले. या घोटाळ्याने २००९ साली कॉर्पोरेट विश्व हादरले आणि अशा तऱ्हेने सत्यम कॉम्प्युटर्स बुडाले. रामलिंग राजू यांना अखेरीस २०१५ साली सजा झाली.

रामलिंग राजू यांच्याकडे बुद्धिमत्ता आणि चातुर्य होते, यात काही शंका नाही. त्यांनी ओहायोमधून एमबीए केले होते. हार्वर्ड बिझनेस स्कूलमधून त्यांनी ओनर प्रेसिडेंट मॅनेजमेंट कोर्स केला. त्यांचे जबरदस्त व्यवस्थापकीय कौशल्य, दूरदर्शीपणा आणि यशस्वी होण्याची तीव्रतम इच्छा यांमुळे सत्यम कंपनी माहिती तंत्रज्ञानाच्या क्षेत्रात जागतिक स्तरावर उच्चस्थानी जाऊ शकली. त्यांच्याकडे एकाच गोष्टीची कमतरता होती... हेतूची शुद्धता. त्यांना मिळालेल्या दैवी देणगीचा त्यांनी दुरुपयोग केला. स्वतःच्या वैभववृद्धीसाठी आणि भौतिक सुखासाठी चुकीचे मार्ग वापरले. ज्या शेअरहोल्डर्स, नोकरवर्ग आणि गुंतवणूकदार यांनी त्यांच्यावर विश्वास ठेवला, त्यांना त्यांनी फसवले.

रामलिंग राजू हे अशुद्ध हेतूचे टोकाचे उदाहरण झाले; पण जर त्यांनी कोणतीही बेकायदेशीर गोष्ट केली नसती आणि फक्त भौतिक सुखांचा उपभोग कायदेशीररीत्या घेण्यासाठी त्यांची बुद्धी त्यांनी वापली असती तर? मग हादेखील अशुद्ध हेतू समजायचा का? हेतू अपवित्र आहे असे कधी समजायचे? अशुद्ध हेतू आपल्याला अपायकारक कसा ठरू शकतो? या प्रश्नांची उत्तरे आपण पायरी–पायरीने समजावून घेऊ या.

रामलिंग राजूंना जर अशा घोटाळ्यामागचा हेतू विचारला असता तर कदाचित त्यांनी उत्तर दिले असते की, मी यशस्वी होण्याचा प्रयत्न केला किंवा त्यांनी म्हटले असते की, त्यांनी मिळवलेले यश टिकवून ठेवण्यासाठी त्यांनी हे सारे काही केले. त्यांच्या मते सुयश म्हणजे भरपूर अर्थप्राप्ती, कॉर्पोरेट विश्वात प्रभाव आणि सामाजिक प्रतिष्ठा. मग अशी बाब असेल, तेव्हा आपण त्यांच्या हेतूस दोष देऊ शकतो का? जीवनात यशस्वी व्हावे हा त्यांचा स्पष्ट हेतू होता. समस्या हीच होती की, त्यांची यशाची व्याख्या गुरफटलेली होती आणि तेच त्यांच्या अधःपतनाचे कारण होते.

जेव्हा आपल्या हेतूची व्याख्या शुद्ध असेल, तेव्हाच आपल्या यशाची व्याख्याही शुद्ध असेल. ते यश मिळवण्याचा आपण गांभीर्याने प्रयत्न करू म्हणून शुद्ध हेतूचे स्वरूप समजण्यासाठी आधी आपल्याला खऱ्या यशाची व्याख्या काय आहे हे समजावून घेणे गरजेचे आहे.

जीवनात यश म्हणजे काय?

आपले जीवन यशस्वी व्हावे, अशी आपली सर्वांचीच इच्छा असते. मानसिक संतुलन नसलेल्या माणसाखेरीज आयुष्यात अपयशी व्हावे, असे कुणालाच वाटत

नसते म्हणजे मानवप्राण्याचा वैश्विक हेतू हा यशस्वी होण्याचाच असतो. प्रश्न असा आहे की, जर यशाबद्दलची आपली संकल्पना चुकीची असेल, तर आपले सर्व प्रयत्न चुकीच्या दिशेने होत राहतील. मग आता यशाची अचूक व्याख्या आपण कशी करायला हवी?

अनेक लोक असे समजतात की, ते जर कोट्यधीश झाले तर ते जीवनात यशस्वी झाले. मग त्यांच्या महागड्या गाड्या असतील. त्यांच्याकडे खासगी विमाने, वैयक्तिक बोटी आणि राजेशाही घर असेल; पण जर आर्थिक सुबत्ता हेच यशाचे मोजमाप समजले तर सगळ्यात श्रीमंत माणसेच सर्वांत सुखी झाली नसती का? वस्तुतः तुम्ही जर अतिश्रीमंत लोकांचे जीवन तपासून पाहिले, तर वस्तुस्थिती नेमकी उलट असल्याचे तुमच्या लक्षात येईल. चित्रपटाचा दिग्दर्शक हॉवर्ड हग्ज हा अमेरिकन उद्योगपती याचे ठळक उदाहरण आहे. त्याच्या काळात तो जगातील सर्वांत धनिक लोकांपैकी एक होता; पण मनोविकार व नैराश्य यांना बळी पडून एकाकी अवस्थेत, दुःखी मनःस्थितीत त्याचा मृत्यू झाला. सत्य हेच आहे की, कुणीही कितीही ऐश्वर्यसंपन्न असले तरी त्यांचे मन अस्वस्थ असेल, क्षुब्ध असेल तर ते सुखी होऊ शकत नाहीत.

काही लोकांचा असा दावा असतो की, ते जर जगभरात प्रसिद्धी मिळवू शकले तर त्यांचे जीवन निःसंशय यशस्वी होईल. जीवनाची परिपूर्णता आणि विजय ते प्रचंड प्रसिद्धीशी जोडतात. खरे तर अफाट प्रसिद्धी मिळालेले लोक आतून इतके दुःखी होते की, त्यांनी आत्महत्या केल्याची अनेक उदाहरणे आहेत. रॉक ॲन्ड रोलचा सम्राट एलव्हिस प्रीसलेचेच उदाहरण घ्या. रेकॉर्डेड अल्बम्सच्या संपूर्ण इतहासात हा सगळ्यात जास्त गाजलेला स्वतंत्र कलाकार (सोलो आर्टिस्ट) अमेरिकन गायक, अभिनेता आणि एका पिढीचे सांस्कृतिक प्रतीक होता. मात्र तरीही त्याला नैराश्याशी झगडा द्यावा लागला आणि जास्तीच्या मादक पदार्थाच्या सेवनाने तरुण वयात त्याचा मृत्यू ओढवला.

काही विशेष ताकदवान उपाधी आपल्या नावामागे मिळवण्यात आपले यश सामावलेले आहे असे काही जणांना वाटते. त्यांच्या मूल्यपद्धतीमध्ये आमदार हा बऱ्यापैकी यशस्वी समजला जातो. खासदार हा नक्कीच यशस्वी असतो, तर मुख्यमंत्री हा चांगलाच यशस्वी समजला जातो. पंतप्रधान हे तर भलतेच यशस्वी! पण ते हे विसरतात की, कोणतीही उपाधी मिळाली तरी आपले मन त्यापुढची उपाधी मिळण्याची उत्कंठेने वाट पाहत असते. खासदार व्हायचेय म्हणून आमदार दुःखी असतो. मंत्री असमाधानी कारण त्याला मुख्यमंत्रिपद मिळवायचेय. मुख्यमंत्री पंतप्रधान होण्याची स्वप्ने पाहत असतो आणि पंतप्रधान निवडणुकीत पुन्हा निवडून येऊ की नाही याबद्दल सचिंत असतो म्हणजे आपण कुठल्या स्थानावर असलो तरी, सुख आपल्याला मृगजळाप्रमाणे चकवत असते.

म्हणजेच केवळ आर्थिक सुबत्ता, सामाजिक लोकप्रियता आणि सत्तास्थाने हे काही यशाचे निकष असू शकत नाहीत. शिवाय शांती आणि आनंद यांचा तर या परिपूर्ण जीवनाच्या व्याख्येमध्ये कुठे मागमूसही नाही. मनाची शांतता मिळत नसेल तर त्या व्यक्तीला नुसते यश कधीही समाधान देऊ शकत नाही.

जोशुआ लिबमन हा अमेरिकेत ज्यू धर्मगुरू होता. त्याने आपल्या मनःशांती या पुस्तकात एक छान गोष्ट लिहिली आहे. तो किशोरवयाचा असताना आपल्याला आयुष्यात कोणत्या गोष्टींची आकांक्षा आहे, यांची त्याने एक यादी तयार केली. मग तो आपल्या सज्जन शेजाऱ्याकडे गेला आणि त्याला लिबमनने आपली यादी दाखवली. त्या धोरणी मनुष्याने ती यादी पाहिली आणि म्हणाला, 'अरे बाळा, तू तर ही यादी अगदी विचारपूर्वक केली आहे; पण त्यात एक गोष्ट मात्र नाहीय आणि ती जर नसेल तर सारे व्यर्थ आहे.'

जोशुआने विचारले, 'अशी कोणती विशिष्ट गोष्ट आहे?'

'मनःशांती! जर तुझ्या मनाला शांती नसेल, तर तू दुःखी व असमाधानी राहशील. मग बाकीच्या गोष्टी कितीही मिळाल्या तरी त्याचा काय उपयोग?'

जोशुआच्या शेजाऱ्याने अगदी शहाणपणाने या मुद्याकडे लक्ष वेधले की, जीवनाच्या परिपूर्णतेची कोणतीही व्याख्या, त्यात जर शांततेचा समावेश नसेल तर ती उथळ आणि अपूर्णच होय. मग यशाचा पूर्ण आणि योग्य अर्थ कोणता?

ऑक्सफर्ड डिक्शनरीने यशाच्या दोन प्राथमिक व्याख्या सांगितल्या आहेत. १) प्रसिद्धी, संपत्ती किंवा प्रतिष्ठा यांचे संपादन २) ध्येयसिद्धी किंवा हेतूची पूर्णता साध्य होणे. पहिली व्याख्या तर अगदीच दूरची आहे. कारण, आपण यापूर्वीच श्रीमंत, सत्ताधीश आणि प्रसिद्ध लोकांच्या उदाहरणाचा उल्लेख केला आहे.

आता आपण काही प्रसिद्ध लेखक आणि विचारवंत हे यशाची व्याख्या कशी करतात ते पाहू या.

- प्रसिद्ध लेखक आणि स्वास्थ्य शिकवणारे शिक्षक दीपक चोप्रा लिहितात, 'आनंदाचा सातत्याने होणारा विस्तार आणि योग्य त्या ध्येयांचे प्रगत आकलन अशी जीवनातील यशाची व्याख्या करता येईल.'
- बलाढ्य उद्योगपती वॉरन बफे म्हणतात, 'किती माणसे माझ्यावर प्रेम करतात, यावर मी माझे यश मोजतो.'
- स्व-मदत लेखक स्टीफन कोव्हे हे यशाकडे सखोलपणे विचार करून सांगतात की, 'तुमच्या पश्चात लोकांनी काय बोलावे असे तुम्हाला वाटते, यावर तुम्ही बारकाईने विचार केलात तर तुम्हाला यशाची व्याख्या सापडेल.'

- विन्स्टन चर्चिल म्हणतात, 'अपयशांच्या मालिकेत उत्साह कमी न होणं म्हणजे यश.'
- कोट्यधीश रिचर्ड ब्रॅनसन यांच्या मते, 'तुम्ही जितके कृतिशील आणि प्रत्यक्षात गुंतलेले राहाल, तितके तुम्हाला यशस्वी असल्याची जाणीव होईल.'

वरील सर्व व्याख्या यशाच्या अर्थांच्या छटा समजण्यासाठी मदत करतात; पण या संकल्पनेत अंतर्भूत असलेले सर्व अर्थ त्यातून प्रकट होत नाहीत. अगदी आंतरजालावरील (इंटरनेटवरील) माहितीतसुद्धा योग्य ती व्याख्या मिळत नाही. वैदिक ग्रंथांच्या आधारे मी पुढे यशस्वी जीवनाचे अधिक सर्वंकष आकलन दिले आहे.

आपणा सर्वांना तीन गोष्टी व्हायला हव्या असतात. १) चांगले असणे २) चांगले करणे आणि ३) चांगले वाटणे. म्हणून यशस्वी जीवनाचे मोजमाप या तीन निकषांवरून करायला हवे.

१. आपण जितके चांगले होऊन शकतो तितके उत्तम होणे.
२. हाती घेतलेले काम जितके उत्कृष्टरीत्या आपण करू शकतो, तितके करणे.
३. जीवनात आनंद आणि समाधान यांचा अनुभव घेणे.

आता या तीन मुद्यांचा आपण सविस्तर विचार करू.

आपण जितके चांगले होऊ शकतो तितके उत्तम होणे

चांगले होण्याची इतकी उत्कट इच्छा का असते? कारण, स्वभावतःच आपला आत्मा दिव्य आणि पवित्र अशा परमेश्वराचा अंश असतो, त्यामुळे आपल्याला स्वाभाविकच सह-अनुभूती, न्याय, अस्सलपणा आणि खरेपणा असे दैवी गुण आवडत असतात. वंचना, क्रौर्य, खोटेपणा आणि दंभ असे पापी गुणधर्म आपल्या मूलभूत सच्च्या भावनांच्या विरोधात जातात म्हणूनच इतरांनी न्याय्य व बरोबर पद्धतीने आपल्याशी वागावे, अशी आपली नेहमी अपेक्षा असते.

वरील विधानास काही जण आक्षेप घेतील आणि म्हणतील, 'प्रत्येकाचे दैवी गुणांवरच प्रेम असते, असा दावा तुम्ही कसा काय करू शकता? फसवणारे आणि खोटेपणाचा निष्ठेने आश्रय घेणारे जगात खूप जण आहेत.'

जगात कुणीही अप्रामाणिक व खोटेपणा असणारे नाही, असे खरे तर मी म्हटलेले नाही; पण ज्यांनी तुम्हाला फसवले आहे, त्यांच्याशी जर तुम्ही अन्यायाने वागलात, तर ते त्यांना आवडेल का? नक्कीच नाही! ते मोठ्या आवेशाने याला हरकत घेतील. पुढील संभाषणाचा विचार करा :

'तू माझ्याशी खोटे का बोललीस?'

'वेल, तू स्वतःच तुझ्याशी खोटं बोलतेस. मी जर तुला काही खोटे सांगितले, तर त्यात काय झाले एवढे?'

'मी खोटं बोलले तर काही बिघडत नाही; पण माझ्याशी कुणीही खोटे वागता कामा नये.'

याला चोरांमधली प्रामाणिकता म्हणतात. डाकूंचा नायकसुद्धा आपल्या टोळीतील प्रत्येकाने आपल्याशी खरेपणाने वागावे, अशी अपेक्षा करतो.

वेगळ्या शब्दांत सांगायचे, तर आपली वागणूक आणि दृष्टिकोन कसाही असला तरी आपण **नेहमीच** न्याय आणि सह-अनुभूती यांचीच अपेक्षा इतरांकडून करतो. महाभारतातील पुढील कथा हा मुद्दा अधिक स्पष्ट करते.

कौरव-पांडवांचे युद्ध चालू असताना कर्णाच्या रथाचे चाक भूमीत रुतले, तेव्हा कर्ण रथातून खाली उतरतो आणि चाक बाहेर काढण्याचा प्रयत्न करू लागतो. त्याच वेळी अर्जुनाला श्रीकृष्ण म्हणतो, 'त्याच्यावर शरसंधान कर. अन्यथा, तुला त्याला ठार मारणे शक्य होणार नाही.'

श्रीकृष्णाचे हे उद्गार ऐकल्यावर कर्ण म्हणतो, 'हे कृष्णा, तू परमेश्वर आहेस आणि तूच अर्जुनाला पाप करण्यास सांगतो आहेस. तुला वेद ठाऊक आहेत. धर्मयुद्धात वीरांनी कसे वागावे ते त्यात सांगितले आहे. सूर्यास्तानंतर शरसंधानास परवानगी नाही. कमरेखाली वार करण्यास बंदी आहे, तसेच रथामधून खाली उतरलेल्या निःशस्त्र वीरावर रथातून बाण सोडणे हा अधर्म आहे. असे असताना तू अर्जुनाला अधर्माने वागण्यास सांगतो आहेस?'

क्षात्र धर्मामवेक्षस्व

'अरे श्रीकृष्णा, योद्ध्यांचा धर्म काय आहे? आठव, विचार कर.'

श्रीकृष्णांनी उत्तर दिले,

क्व धर्मस्ते तदा गतः

'तेव्हा कुठे गेला होता तुझा धर्म, राधासुता?'

कर्णाला जर धर्माचे इतके महत्त्व वाटत होते, तर या युद्धामध्ये कौरवांची बाजू चुकीची असूनही तो त्यांच्या बाजूने का लढत होता? द्रौपदीची अवहेलना झाली, तेव्हा कुठे गेला होता त्याचा धर्म? आणि पांडवांची हक्काची भूमी कौरवांनी बळकावली, तेव्हा त्याचा धर्म कुठे गेला होता? त्याने तर पापी कौरवांची बाजू घेतली आणि तरीसुद्धा पांडवांनी मात्र आपल्याशी धर्माशी प्रामाणिक राहून वागावे, अशी कर्ण अपेक्षा करीत होता.

या गोष्टीवरून हेच दिसून येते की, जे स्वतः इतरांना फसवतात, तेसुद्धा इतरांनी आपल्याला फसवता कामा नये, अशी इच्छा करताना दिसतात. आपण नेहमीच इतरांनी प्रामाणिकपणे वागावे अशी अपेक्षा करतो. हेच तत्त्व दाखवून देणारे आपण आणखी एक चित्र पाहू या :

चोराने एका घरात चोरी केली आणि घरी परतला. तो खूश होता. मनाशी म्हणाला, 'आज आपल्या हाती चांगले मोठे डबोले लागले.' मिळालेली लूट मोजत असतानाच त्याला झोप लागली.

रात्र झाल्यावर दुसऱ्या एका चोराने त्यांच्या घरात शिरकाव केला आणि ती लूट पळवून नेली. पहिला चोर जागा झाल्यावर फार संतापला आणि म्हणाला, 'कोणी केले हे? मी कोण आहे, हे त्याला माहीत नाही का? माझ्या हाती जर का तो सापडला तर मी त्याला संपवूनच टाकीन.'

आता जर त्या चोराला विचारले असते की, 'तू एवढा का चिडतोयस? तू स्वतः चोरच आहेस. जर कुणी तुझ्याकडे चोरी केली तर तुला तर आनंदच वाटायला पाहिजे. तुझ्याच जमातीतला आणखी एक माणूस तुला मिळाला. आता एकाच्या जागी दोघे झाले. तुझा पक्ष मोठा झाला.'

पहिला चोर म्हणेल, 'नाही, लोकांना लुटण्याचा हक्क माझाच आहे. माझ्याकडून कोणीही काही चोरून नेता कामा नये.'

आपण इतरांकडून नेहमीच दयाळू, न्याय्य आणि प्रामाणिक वर्तणुकीची अपेक्षा करतो. सोन्यासारखेच गुण आहेत हे आणि जोपर्यंत आपण त्या देवाची लहान लेकरे असतो तोपर्यंत आपल्याला हे गुण मनःपूर्वक आवडत असतात. आपण सगळेच आपल्यातील त्रुटींवर मात करून सद्गुण विकसित करण्यासाठी धडपडत असतो.

म्हणजे गुणांनी वाढण्याची इच्छा आणि उत्तम मनुष्य व्हावे, अशी इच्छा ही सार्वत्रिक म्हणावी लागेल. यानुसार जीवनातील यशासाठी चांगले, गुणी आणि शुद्ध बनणे हा पहिला निकष आहे.

इथे हे नमूद केले पाहिजे की, वाल्याचा वाल्मिकी होणे हे एका दिवसाचे काम नाही. ती एक सावकाश होणारी, हळूहळू वाढत जाणारी प्रक्रिया आहे. त्यासाठी आपण आपल्या प्रयत्नांची शिकस्त करतो की नाही हे पाहणे महत्त्वाचे आहे. एडमन्ड हिलरीचे उदाहरण या बाबतीत स्फूर्तिदायक आहे.

आपल्या सर्वांनाच माहीत आहे की, सन १९५३मध्ये एडमन्ड हिलरी आणि शेर्पा तेनसिंग यांनी माउंट एव्हरेस्ट हे जगातील सर्वांत उंच शिखर पहिल्यांदा सर केले. अतिशय धैर्य, कमालीचा निग्रह आणि उत्तम शारीरिक तंदुरुस्ती आवश्यक असणारा हा एक मोठाच पराक्रम होता. मात्र फार थोड्या लोकांना माहीत असेल

की, हिलरी आणि शेर्पा या दोघांनी हाच पर्वत सर करण्याचा त्याआधीही स्वतंत्रपणे प्रयत्न केले होते; पण ते अयशस्वी ठरले होते.

इंग्लंडमधील गिर्यारोहकांच्या संघटनेस, हिलरीच्या १९५१मधील एव्हरेस्ट चढून जाण्याच्या प्रयत्नांची माहिती मिळाल्यावर, त्यांनी त्याच्या सत्कारार्थ एक कार्यक्रम आयोजित केला. गिर्यारोहकांच्या मेळाव्यापूर्वी हिलरीला व्यासपीठावर बोलावण्यात आले.

व्यासपीठावर एव्हरेस्ट पर्वताचे चित्र ठेवले होते. एडमन्ड हिलरी तिकडे चालत गेला आणि हाताची मूठ हलवत म्हणाला, 'एव्हरेस्ट, या वेळी तू मला हरवलेस; पण पुढच्या वेळी मी तुला हरवेन. कारण, आता तुझी वाढ तर पूर्ण झालेली आहे. मी मात्र अजून वाढतोच आहे.'

वृद्धिंगत होण्याची तीव्र इच्छा हे आपल्या आत्म्याचा मूलभूत स्वभाव आहे. ईशतत्त्व जाणण्याची अवस्था गाठेपर्यंत आपण थांबणार नाही. याच बाबतीत स्वामी विवेकानंद म्हणतात,

> हे संतमहात्मे काही एकमेवाद्वितीय नाहीत. ती तुमच्या माझ्यासारखीच माणसे आहेत. त्यांनी ती सर्वोच्च अवस्था मिळवली होती आणि आपणही ते साध्य करू शकतो. वस्तुस्थिती हीच आहे की, जी गोष्ट एक व्यक्ती मिळवू शकते, ती इतरही मिळवू शकतात आणि मग तो धर्म बनतो.

याच प्रकारचा उपदेश बायबलमध्ये सांगितला आहे :

> परिपूर्ण व्हा, कारण, तुमचा आकाशातील पिता परिपूर्ण आहे. (मॅथ्यू ५:४८)

चांगुलपणा आणि गुणवत्ता याबाबतीत आपण देवासारखे व्हावे, यासाठी मदत करणे हाच धर्माचा हेतू असतो. अर्थात हे कवेळ ईश्वराच्या कृपेनेच घडते आणि अशी आपल्यावर अशी कृपावृष्टी करण्यासाठी तो नेहमीच उत्सुक असतो आणि म्हणून वेदांमध्ये देवासाठी ब्राह्मण हे नाव आहे. जगद्गुरू श्री कृपाळूजी महाराज ब्राह्मण या शब्दाचा अर्थ पुढीलप्रमाणे सांगतात :

> *ब्रह्म वृहत्वात असा बरो जाको आदि ना अंत*
> *बरा बृन्हनात्वात असा औराना करे अनंत* (*भक्ती शतक* श्लोक ५१)

या श्लोकामध्ये असे म्हटले आहे की, 'ब्राह्मण' या शब्दाचे दोन अर्थ आहेत. पहिला अर्थ असा की, 'जो अपरिमित मोठा आहे, ज्याला आदि वा अंत नाही असा'. दुसरा अर्थ म्हणजे, 'जो स्वतःप्रमाणेच इतरांनाही अपरिमित मोठा करतो, तो'. दुसऱ्या शब्दांत सांगायचे, तर परमेश्वर काही कंजूसपणा करून स्वतःचा

मोठेपणा आपल्या आत्म्याला देण्याचे नाकारत नाही. किंबहुना, त्याला हेच हवे असते की, परमात्म्याचेच लहान अंश असलेल्यांमध्ये सात्त्विक गुणांची वाढ व्हावी आणि ईश्वराप्रमाणेच लोकांनी परिपूर्ण व्हावे.

अशा प्रकारे मानवाच्या प्रवासाचे ध्येय अधिकाधिक उन्नती वाढवत जाणे हेच आहे. अर्थातच प्रवास पूर्ण केल्याशिवाय कोणीच परिपूर्ण बनू शकणार नाही; पण जर आपण वर्तमानात सर्वोत्कृष्ट होण्याचा प्रयत्न केला, तर आपण यशस्वी जीवनाकडे वाटचाल करीत आहोत.

आता, यशाच्या दुसऱ्या पैलूवर आपण चर्चा करू या.

हाती घेतलेले काम जितके उत्कृष्टरीत्या आपण करू शकतो, तितके करणे

चांगले बनण्याची इच्छा करून आपल्या आत्म्याचे समाधान होत नाही. आपल्याला निर्मितीशीलही व्हायचे असते. पुढील गोष्टीत दाखवल्याप्रमाणे आपली बुद्धी अर्थपूर्णरीत्या वापरली जावी, अशी आपली इच्छा असते.

कर्नाटकमध्ये एक लाकूडतोड्या रोजंदारीवर काम करीत असे. त्याला एक वर्तणूक मानसशास्त्रज्ञ भेटतो आणि दुप्पट पगारावर एक काम देण्याची तयारी दाखवतो. दुसऱ्या दिवशी त्या संशोधकाला तो कामाच्या ठिकाणी भेटतो. 'मी आता काय करायचे आहे?' तो त्या संशोधक मानसशास्त्रज्ञाला विचारतो.

'ही कुऱ्हाड घे आणि तिथे असलेल्या झाडावर ती मार. रोज आठ तास तुला हे काम करायचे आहे. मात्र झाड कापले जाता कामा नये. मला फक्त तू कुऱ्हाड पाठीमागे घेऊन त्यावर मारायला हवी आहे. मात्र पात्याच्या बाजूने नको. त्या झाडावर कुऱ्हाडीचा दांडा मार.'

'अच्छा? पण मग त्याचा काय उपयोग? अशाने तर ते कधी कापलेच जाणार नाही आणि मी नुसताच दिवसेन्‌दिवस ते झाड ठोकत बसणार. काही महिने, वर्षं...'

'त्याने काय फरक पडतो तुला? तुला दुप्पट पगार मिळेल. मी सांगतोय तसे कर फक्त.'

दुप्पट पगार मिळण्याचे आमिष असल्याने प्रेरित होऊन तो कामाला लागला. सकाळपासून रात्रीपर्यंत कुऱ्हाडीच्या दांड्याने त्याने पाचशे वेळा त्या झाडावर आघात केले. अर्थातच त्याने जे घाव घातले, त्यामुळे झाडही कापले गेले नाही किंवा त्याची एखादी ढलपीसुद्धा उडाली नाही; पण त्याच्या कष्टाचे पैसे मिळत असल्यामुळे त्याने काही तिकडे लक्ष दिले नाही.'

मात्र काही थोड्या दिवसांतच तो बोअर झाला. दहाव्या दिवशी तो कुऱ्हाड घेऊन त्या अभ्यासकाकडे गेला आणि म्हणाला, 'मी चाललो. ही तुमची कुऱ्हाड!'

'काम सोडून तू जातो आहेस? हे काम किफायतशीर नाही का तुला?'

'हे फायद्याचे आहे; पण त्यात मजा नाही. मला त्यातून उडणाऱ्या ढलप्या पाहायच्यात. तसे झाले तर मला वाटेल की, मी काहीतरी चांगले काम करतो आहे.'

मानवी स्वभावाची हीच सत्यता आहे. आपण जी वेगवेगळ्या प्रकारची कामे करीत असतो, त्यातून उडणाऱ्या ढलप्या आपल्याला पाहायच्या असतात. अर्थात आपण सगळे भिन्न प्रकारची कामे करीत असतो. आपल्या प्रत्येकाकडे वेगळ्या प्रकारची बुद्धी आहे आणि त्यातून आपल्या मूळ निर्मितीमध्ये आपण वैविध्य आणू शकतो.

आपण निसर्गात हमिंगबर्ड पाहिला आहे. त्याचे वजन एका औंसाचा दहावा भाग म्हणजे एक दशांश इतके असते. त्याची हाडे पोकळ असतात आणि पिसे अगदी हलकी. सर्व पक्ष्यांमध्ये हा पक्षी वजनाने कमी असतो. तीनशे पौंड वजन असलेला शहामृगही आपण पाहिलेला आहे. हा सर्व पक्ष्यांत जास्त जड असतो. गंमत म्हणजे दोन्ही पक्ष्यांना आपापली खासियत आहे.

हमिंगबर्ड एका सेकंदात पंचाहत्तर वेळा आपले पंख हलवतो. फुलांमधून मधुरस चाखताना तो हवेमध्ये एकाच जागी घिरट्या घालत असतो. त्याचे वजन हलके असल्यामुळेच त्याला हे शक्य होते. दुसरीकडे, शहामृग त्याच्या वजनामुळे उडू शकत नाही. मात्र जमिनीवरून उड्या मारत तो पुष्कळ मोठे अंतर ऐंशी किलोमीटर वेगाने चालून जातो. जगातील धावपटूंपेक्षाही हा वेग जास्त आहे. त्याचप्रमाणे निसर्गातील प्रत्येक प्राण्याला वेगवेगळी खासियत दिली गेली आहे.

आपण माणसेही एकमेकांपेक्षा वेगळे आहोत. जन्मजात प्रत्येकाला एक वेगळे कौशल्य, बुद्धी दिलेली आहे. देशाचा पंतप्रधान होण्याइतका एखादा माणूस बुद्धिमान असू शकेल. दुसरा कुणी ऑफिसमधील कारकुनाचे काम उत्तररीत्या करू शकेल. मात्र आपल्यामधील क्षमतांचा उत्पादकतेसाठी उपयोग व्हावा आणि जगामध्ये काहीतरी बदल व्हावा, असा दोघांचाही प्रयत्न असणार. भोवती असणाऱ्या माणसांच्या जीवनामध्ये आपल्या कामाचा काही लाभदायक परिणाम व्हावा, अशी दोघांचीही इच्छा असते. अशा तऱ्हेने यशस्वी जीवनाचा दुसरा निकष हा की, आपण जे कुठले काम हाती घेऊ ते उत्तम होण्याचा आहे.

आता यशाचा तिसरे परिमाण आपण पाहू या.

जीवनातील आनंद आणि समाधान यांचा अनुभव घेणे

अखेरीस जीवन हे आनंद मिळवण्यासाठीच असते. आपणा सर्वांनाच आनंदी व्हायचे असते. बाकी सगळे हे मधले थांबे आहेत; मुक्काम गाठण्याचे ठिकाण पुढे असते. उदाहरणार्थ, कुणाला चांगली नोकरी हवी असते, कुणाला छान जोडीदार हवा असतो आणि आणखी कुणाला आलिशान घर हवे असते. दिसायला या वेगवेगळ्या इच्छा वाटतात; पण यातून प्रत्येक जण सुख मिळवण्याचाच प्रयत्न करीत असते.

अशा प्रकारे सुखाचा शोध हे आपले एकसमान ध्येय असते आणि चोवीस तास आपल्या कृती तिकडे पोहोचण्याचाच प्रयत्न करीत असतात.

हे तत्त्व ग्रीसमधील एक विद्वान गृहस्थ ॲरिस्टॉटल यांनी बरोबर सांगितले आहे. म्हणून पंचविशे वर्षांपूर्वी त्याने म्हणून ठेवले आहे :

> आपल्याला सन्मान, संपत्ती आणि प्रतिष्ठा एवढ्यासाठीच हवे असते की, त्यामुळे आपल्याला आनंद मिळतो. आनंद हा मात्र आपण केवळ आनंदासाठीच मिळवीत असतो, त्यापुढे आपल्याला काही नको असते.

आश्चर्य म्हणजे पंचविशे वर्षांपूर्वी ॲरिस्टॉटलने जे सांगितले, ते आधीच वेद व्यास या ऋषींनी सांगून ठेवले आहे :

> *सर्वेशम् अपि भूतानां नृप स्वत्मैव वल्लभः*
> *इतरेपत्य-वित्ताद्यास तद्-वल्लभातयैव ही* (श्रीमद् भागवतम् २०.२४.५०)

'प्रत्येकाला आनंदी व्हायला आवडते. स्वतःला सुख मिळावे म्हणूनच त्यांना अपत्य, संपत्ती हवे असते.'

आता या प्रश्नाचा विचार करा : आपण जशा अनेक गोष्टी शिकून घेतल्या, तसा आनंद शोधायला आपल्याला कुणी शिकवले का? आपण लहान असताना आपल्याला सांगितले गेले, 'अरे बाळा, खोटे बोलू नये.'; 'मुला, मोठ्यांचे ऐक आणि त्यांचा मान राख'; 'अगं मुली, चोरी करू नये;' इत्यादी; पण आपल्याला असे कधीही शिकवले गेले नाही की, 'तू सुखाचा शोध घ्यायलाच हवा. दुःखाचा शोध घेऊ नकोस.' अशी सूचना आपल्याला कधीही दिली गेली नाही. याचा अर्थ असा की, कुणीही न सांगतासवरता, आपण उत्स्फूर्तपणे आपल्याला हव्या असलेल्या आनंदाचा शोध घेण्याचे ठरवले.

खरं तर आपण जन्मलो, तेव्हाच आपण पहिली गोष्ट अशी व्यक्त केली की, 'मी या जगात आले आहे आणि मला आनंद हवा आहे.' आपण बोलू शकत नसल्याने आपण ते शब्दांत सांगितले नाही; पण आपल्या सर्व शक्तिनिशी रडत राहिलो. आपण आपल्या जन्मावर का रडलो? कारण, जन्म घेत असताना आपल्याला वेदना सहन कराव्या लागल्या. म्हणून मग हुंदक्यातून आपण आपले म्हणणे व्यक्त केले. 'मी काही या पृथ्वीतलावर दुःख सहन करण्यासाठी आलेला किंवा आलेली नाही. मी आनंदासाठी जन्म घेतला आहे. मला आनंद द्या, दुःख नव्हे.'

त्या दिवसापासून ते आजतागायत, आपण सर्व जण त्या सुखाचाच पाठलाग करतो आहोत. हा सगळा विचार करता, आपण निश्चितपणे म्हणू शकतो की, सर्व प्राणिमात्रांचे एकमेव ध्येय सुखप्राप्ती हेच आहे.

का हवे असते आपल्या सगळ्यांना सुख? याचे उत्तर वेदग्रंथांमध्ये सापडते. परमेश्वर हा सुखसागर आहे आणि म्हणून आपण सतत सुखाचा शोध घेत असतो, असे त्यात म्हटले आहे.

आनंदो ब्रह्मेती व्यजानात (*तैतरीय उपनिषद* ३.६)

आनंदमयो भ्यासात (*वेदांत दर्शन* १.१.१२)

आनंद सिंधु मध्य तव वासा (रामायण)

आनंद म्हणजेच सुख. वैदिक ग्रंथातील वरील श्लोकांमध्ये म्हटले आहे, देव हा अमर्याद सुखाचा सागर आहे. आपण सर्व जण त्या ईश्वराचे लहान अंश आहोत म्हणून आपण स्वतःसुद्धा सुखसागराचा एक अंश आहोत.

कोणताही अंश आपल्या मूलस्रोताकडे ओढ घेतो. मातीचे ढेकूळ हा जमिनीचाच एक भाग आहे आणि म्हणून तो वर टाकला तरी जमिनीकडेच येतो. तुम्ही तो वर फेकलात तरी जमिनीच्या गुरुत्वाकर्षणामुळे खाली खेचला जातो. यामुळेच सफरचंद डोक्यावर पडल्यावर न्यूटनला गुरुत्वाकर्षणाचा पत्ता लागला. याच पद्धतीने सुखसागराचा आपला आत्मा हा अंश आहे आणि स्वाभाविकच त्यालाही सुखाची ओढ लागते.

म्हणजे समाधान वाटण्याची इच्छा हीसुद्धा वैश्विक आहे. भौतिक सुखे कितीही आकर्षक असली तरी ती या इच्छेचे समाधान करू शकत नाहीत. कारण, ती ईश्वराच्या अमर्याद सुखासाठीच आसावली आहे.

आपले मन आपण शुद्ध करू तेव्हाच खऱ्या अर्थाने समाधान देणारा आनंद मिळतो. आपण ज्या सुखाचा शोध घेत आहोत, ते कुठे बाहेर नाही; आपल्या आतच आहे आणि पवित्र भावनांच्या मार्गानेच आपल्याला तिथपर्यंत पोहोचता येईल.

रामायणात म्हटले आहे : *निर्मल मनजाना सो मोही पावा.* ज्यांचे हृदय शुद्ध आहे, त्यांनाच माझा लाभ होईल.

त्याचप्रमाणे बायबलमध्ये म्हटले आहे : ज्यांचे हृदय शुद्ध आहे, त्यांनाच आनंद मिळेल. कारण, तेच देवदर्शन घेऊ शकतील. (मॅथ्यू ५:८)

निष्कर्ष असा की, यशस्वी जीवनासाठी तीन मुद्यांबाबत समाधान होणे गरजेचे आहे.

१. आपण जितके चांगले होऊ शकतो तितके उत्तम होणे.
२. हाती घेतलेले काम जितके उत्कृष्टरीत्या आपण करू शकतो, तितके करणे.
३. जीवनात आनंद आणि समाधान यांचा अनुभव घेणे.

हे सर्व तीन मुद्दे एका वाक्यात सांगायचे तर पुढीलप्रमाणे सांगता येतील :
चांगले असणे, चांगले करणे आणि चांगले वाटणे म्हणजे जीवनातील यश होय.

यशाचा सखोल अर्थ समजण्यासाठी आपण शुद्ध विरुद्ध अशुद्ध हेतू हा विषय नीट समजावून घेऊ यात.

शुद्ध हेतू म्हणजे काय?

आपापल्या कृतींबद्दल लोकांकडे विविध कारणे असतात. स्वतःचे उदात्तीकरण आणि अहंभावना सुखावणे हा एक हेतू असू शकतो. इतरांचा द्वेष किंवा इतरांना आपल्यापेक्षा कमी लेखणे हाही हेतू असतो किंवा इंद्रियसुखाने तृप्त होण्याची तीव्र इच्छा हाही हेतू असेल. धार्मिक ग्रंथांमधील पवित्र ज्ञानावरील विश्वास काहींना प्रेरणा देतो, तर कुणाला उदात्त मूल्ये प्रवृत्त करतात. असे अनेक हेतू असणे शक्य आहे. या हेतूंचे वैविध्य म्हणजे न संपणारे प्रकाशाचे कवडसे आहेत, हे पुढील गोष्टीवरून लक्षात येईल.

भारताचे पवित्र स्थान वृंदावन येथे एक देऊळ बांधण्यासाठी विटांच्या पाट्या बांधकामाच्या ठिकाणी कामगार वाहून नेत होते. एका साधूने कामगाराला विचारले, 'काय करतोयस तू?'

तो ताडकन उत्तरला, 'दिसत नाही का? मी विटांचा भार उचलतो आहे.'

मग साधूने दुसऱ्या एका कामगाराला तो काय करतोय ते विचारले; तेव्हा तो म्हणाला, 'माझ्या कुटुंबासाठी कमाई करतो आहे.'

साधूने आणखी एक कामगाराला त्याच्या कामासंबंधी तोच प्रश्न विचारला, तेव्हा तो म्हणाला, 'मी श्रीकृष्णाचे देऊळ बांधतो आहे.'

तिघेही एकाच प्रकारचे काम करत होते; पण त्यांचे दृष्टिकोन वेगवेगळे होते.

वैदिक वाङ्मयानुसार लोकांचे चार प्रकार असतात आणि त्यानुसार त्यांचे चार हेतू असतात.

१. **तामसी लोक (बेफिकीर वृत्ती)** : हे लोक फसवणूक करतात. अफरातफर, लुटालूट या मार्गाने ते आपल्या गरजा भागवतात. देवाधर्माचे नियम त्यांना मान्य नसतात. त्यांना जी गोष्ट करायची असते, ती करणे त्यांना समर्थनीय वाटते. इतरांना त्याने इजा पोहोचेल किंवा काय याची त्यांना तमा नसते. वर उल्लेख केलेल्या रामलिंग राजू यांचा हेतू याच वर्गवारीत मोडतो.

२. **राजसी लोक (वासनासक्त वृत्ती)** : या वृत्तीची माणसे वैध मार्गाने पैसा मिळवतात आणि तो पैसा आपली सुखे, गरजा यांसाठी वापरतात. राजस वृत्तीचे लोक कायदा मोडत नाहीत; पण त्यांचे सारे लक्ष सुखोपभोगांकडे असते. ते सामाजिक कार्यात असले तरी त्यांचा पहिला हेतू यामुळे आपली

प्रतिष्ठा वाढावी हाच असतो. समाजात नाव आणि प्रसिद्धी मिळवण्यासाठी ते दानधर्म करतात. राजसी स्वभावाचे लोक तामसी लोकांकडे तुच्छतेने पाहतात; कारण ते लोकांना फसवतात, कायदेभंग करतात; पण राजसी लोकांच्या हे लक्षात येत नाही की, तेसुद्धा पुढे स्पष्ट केले आहे, त्यानुसार दैवी नियमांचे उल्लंघनच करीत असतात.

३. **सात्त्विक लोक** (*चांगुलपणाची वृत्ती*) : औदार्य सह-अनुभूती यांसारख्या उदात्त गुणांकडे त्यांचा कल असतो. समाजातील लोकांना उपयोग व्हावा, यासाठी ते काम करतात व अशा प्रकल्पांमध्ये सहभागी होतात. हे लोक परदुःख दूर करण्यासाठी झटतात. प्रामाणिकपणे समाजकार्य करतात. विद्वान, संशोधक असे लोक या वर्गात मोडतात. राजसी वृत्तीच्या लोकांपेक्षा सात्त्विक लोकांचा हेतू अधिक निःस्वार्थी आणि शुद्ध असतो. तरीसुद्धा पवित्र ज्ञानाचा विचार केला, तर ही वृत्ती अजून अशुद्ध आहे. कारण, ती ईशभक्तीपासून दूरच आहे.

४. *गुणातीत लोक* (*भौतिक प्रकारच्या तीनही प्रकारांच्या पलीकडे पोहोचलेले*) : या लोकांचे नाते परमपूज्य देवाशी जोडले गेलेले असते. त्यांचे प्रत्येक कृत्य ईशप्रेरणेने प्रेरित झालेले असते, त्यामुळे प्रत्येक कृतीमागचा त्यांचा हेतू देवाला संतुष्ट करण्याचा असतो आणि म्हणून त्यांचा हेतू खरोखरच शुद्ध असतो.

हाच मुद्दा आपण माणसाच्या हातावरून समजावून घेऊ या. हात हा माणसाच्या शरीराचा अभेद्य भाग आहे. माणसाची सेवा करणे हे त्याचे निसर्गदत्त काम आहे. हा हात ताटातून अन्न उचलून तोंडात घालतो; पाण्याचा पेला उचलून ओठांपर्यंत नेतो; तो टूथब्रश उचलून दात घासतो. अशा प्रकारे रात्रंदिवस आपल्याला लागणाऱ्या सर्व शारीरिक सेवा करतो. आता समजा, अशा सेवा करून हात दमला आणि तो म्हणाला, 'सेवा, सेवा, सेवा... खूप झालं आता. शरीरापासून वेगळं करून टाका मला. मी स्वतः माझी काळजी घेईन.'

शरीरापासून तोडलेला हात स्वतःच्या गरजा पुरवू शकेल काय? नाही. जर शरीराशी तो जोडलेला नसेल, तर तो केवळ एक मांसाचा गोळा होऊन राहील. शरीराची सेवा करण्यामध्येच त्याचे हित आहे. असे केल्याने त्याला आपोआप रक्त मिळते, पोषण होते आणि जगण्यासाठी आवश्यक असलेला प्राणवायू मिळतो. दुसऱ्या शब्दांत सांगायचे तर हात स्वतंत्रपणे जगू शकत नाही. ज्या देहाचा तो अविभाज्य भाग आहे, त्या शरीराला सेवा पुरवणे हाच त्याचा धर्म आहे.

याच प्रकारे आपला अंतरात्मादेखील ईश्वराचा एक अंश आहे. तोडलेल्या हाताप्रमाणे आपले भान मूळ स्रोतापासून हटले आहे. अशा तुटलेल्या स्थितीत आपण म्हणतो, 'मी का देवाची सेवा करू? त्याच्यावर अवलंबून न राहता मी माझा आनंद शोधेन.' ही भौतिक जाणीव अशी आहे की, त्यात आपण देवापासून

दुरावलेले असतो. अशा विस्मरणावस्थेत जीवन-मृत्यूच्या फेऱ्यात आपण अडकतो आणि आपल्याला त्यातून खरे प्रेम, खरे ज्ञान किंवा खरा आनंद मिळतच नाही.

आपण आपल्या मूळ स्रोताशी जोडले गेलो की, त्याच्या आनंदासाठी आपण प्रत्येक काम करू लागतो. त्यानंतरच अनेक जन्मांपासून शोधत असलेल्या आनंदाचा आपला आत्मा अनुभव घेऊ शकतो. **अशा प्रकारे हेतूची शुद्धता म्हणजे ईश्वराला संतुष्ट करण्यासाठी केलेला प्रत्येक विचार, म्हटलेला प्रत्येक शब्द आणि केलेली प्रत्येक कृती होय.** हेच तत्त्व भगवद् गीतेमध्ये सांगितले आहे :

यत्करोषि यदश्नासि यज्जुह्योषि ददासि यत्
यत्तपस्यसि कौन्तेय तत्कुरुष्व मद-अर्पणम् (९.२७)

अर्जुनाला श्रीकृष्ण म्हणतो, 'तू जे काही करशील, खाशील, तू जो काही त्याग करशील, दानधर्म करशील आणि जी काही तपश्चर्या करशील, ती सगळी तू मला अर्पण कर.'

हाच विषय आणखी समजावून घ्यायचा म्हटले, तर महायोद्धा छत्रपती शिवाजी महाराज यांची एक प्रेरणादायक गोष्ट सांगितली जाते.

शिवाजी महाराज यांचे गुरू श्री समर्थ रामदास स्वामी हे सर्वसंगपरित्याग केलेले साधू होते. एकदा शिवाजी महाराज त्यांच्या राजवाड्याच्या गच्चीत उभे असताना त्यांनी त्यांचे गुरू समोरील रस्त्यावरून येताना पाहिले. हातात कटोरा घेऊन ते समोरून येणाऱ्यांना भिक्षा मागते होते आणि म्हणत होते, 'ओम् भवती भिक्षांदेही...'

ते बघून शिवाजी महाराजांना संकोच वाटला. त्यांना वाटले की, मी तर या इथला राजा आणि माझे गुरू भिक्षा मागतात! माझ्यासाठी हे लज्जास्पद आहे.

अचानक एक उदात्त विचार त्यांच्या मनात आला. त्यांनी एक चिट्ठी लिहिली आणि ती घेऊन ते धावत जिना उतरून त्यांच्याकडे गेले. ते रामदास स्वामींकडे गेले आणि त्यांनी ती चिट्ठी त्यांच्या कटोऱ्यात टाकली.

स्वामींनी चिट्ठी उघडून वाचली. त्यात लिहिले होते, 'मी माझे राज्य व सर्व काही तुमच्या चरणी अर्पण करतो.'

समर्थ रामदास हसले. म्हणाले, 'बाळा, शरण जाण्याचा हा तुझा सुंदर प्रकार आहे; पण मी पडलो संन्यासी. मी भिक्षा मागतो ती काही माझ्या गरजा भागवण्यासाठी नाही. मी यासाठी फिरतो की, त्यामुळे मला लोकांच्या घरगुती अडचणी कळतात. त्यांना मी चार शहाणपणाच्या गोष्टी सांगू शकतो आणि साधू लोकांची सेवा करण्याची त्यांना संधी देतो. मी राज्य घेऊन काय करू? मी ते तुला परत करतो; पण लक्षात ठेव, इथून पुढे हे राज्य तुझे नाहीये. ते तुझ्या गुरूचे आहे

आणि तू त्याचा प्रतिनिधी आहेस. माझ्या वतीने तू हे राज्य चालव. गुरू आणि ईश्वर यांची सेवा म्हणून प्रत्येक गोष्ट तू कर.'

समर्थ रामदास यांनी त्यांच्या राजा असलेल्या शिष्याला हेतूच्या शुद्धतेचा उत्तम धडा दिला. शिवाजी महाराजांनी पुढे आपला राज्यशकट उत्तम प्रकारे हाकला; पण त्यांची मनातली जाणीव बदलली होती. आधी त्यांना वाटत होते म्हणून ते सर्व गोष्टी करीत होते आणि आता तीच कामे ते देवाची सेवा म्हणून करू लागले.

हेतू अशुद्ध असतो, तेव्हा आपला आत्मा ते आपल्या लक्षात आणून देतो

'माझा हेतू शुद्ध आहे का, हे मला कसे कळणार?' असे लोक बऱ्याचदा विचारतात.

याचे उत्तर असे आहे की, आपला आत्मा याची कल्पना आपल्याला देत असतो. आपला हेतू अशुद्ध असतो, तेव्हा ईश्वरी कृपा असल्याचा अनुभव आपल्या आत्म्याला येत नाही. आपला अनुभव सांगतो की, 'मी खऱ्या अर्थाने सुखी नाही.' याउलट, शुद्ध हेतूने कृती केल्यास आपल्याला आतून ईश्वरी सुखाचा प्रत्यय येतो आणि आपल्याला वाटते, 'मी आतील सुखाचा अनुभव घेत आहे.'

उदाहरणार्थ, आपण भुकेले आहोत, हे आपल्याला कसे कळते? त्यासाठी बाहेरून काही पुरावा नसतो. आपली इंद्रिये आपल्याला सांगतात की, आम्हाला भूक लागली आहे. तसेच जेवल्यावर कसे कळते की, आता आपले जेवण झाले आहे? आपले पोट भरते आणि ते आपल्याला सांगते की, तुझी भूक आता भागली आहे.

त्याचप्रमाणे आपला अनुभव असे सांगतो की, ईश्वराचा पवित्र आनंद आपल्यापर्यंत पोहोचला आहे. नारदमुनींना प्रश्न विचारला गेला की, 'भक्तीचा पुरावा काय?' ते म्हणाले,

प्रमाणांतरस्यानापेक्षात्वत स्वयम् प्रमाणत्वत (*नारद भक्ती दर्शन* सूत्र ५९)

'भक्तीला बाहेरून कोणत्याही पुरव्याची गरज नसते. तुम्ही जेव्हा खऱ्या भक्तीत गुंग होता, तेव्हा तुमच्या अनुभवास आतून आलेले समाधान तुम्हाला पुरावा देते.' असेही काही दिवस असतात की, जेव्हा देवापुढे समर्पणवृत्तीने बसता; पण अस्वस्थता, अनेक प्रकारच्या इच्छा... यांमुळे तुमचे मन एकाग्र होऊ शकत नाही. अशा वेळी तुम्हाला आतील भावना सांगते की, काही तरी चुकतेय, तुम्ही असमाधानी आहात. काही वेळा तुमचे मन उदात्त विचारांनी भरलेले असते आणि प्रेमाने ईशभावनेत तुम्ही तल्लीन होता, तेव्हा तुम्हाला सखोल आत्मिक समाधान मिळते. तुमचा अनुभव तुम्हाला माहिती देतो की, तुम्ही उत्तम भक्ती करता आहात.

याची तुलना आपण टेनिस किंवा क्रिकेटच्या खेळाशीही करू शकतो. क्रिकेट खेळताना तुमच्या बॅटने तुम्ही बरोबर त्या वेळेला टोला दिलात, तर बॉल कुठे गेला

आहे, हे पाहण्याची तुम्हाला गरज नसते. तुम्हाला आतून अशी भावना होते की, मी बरोबर शॉट मारला आहे आणि बॉल कदाचित बाउंड्री पार करूनही गेला असेल. त्याचप्रमाणे तुमच्याकडून जर नीट टोला बसलेला नसेल, तर आपण चांगला शॉट मारला आहे, असे समाधान तुम्हाला मिळत नाही. बॉल कुठे उडाला हे न पाहताही तुम्हाला कळते की, आपल्याला हवा तसा खेळ झालेला नाही.

त्याचप्रमाणे आपला आत्मा शोधत असलेले समाधान हे हेतूची शुद्धता, प्रयत्नांची शुद्धता आणि जाणिवेच्या शुद्धतेतूनच मिळते. त्या ठिकाणी अशुद्धता असेल, तर मनातून असमाधानाची जाणीव सांगते की, आपल्याला हवे तसे हे झालेले नाही.

तुम्हाला आश्चर्य वाटेल; पण मोठ्या प्रमाणात ताणतणाव, अस्वस्थता आणि दुःख अशा नकारार्थी भावनासुद्धा हेतूच्या अशुद्धतेतून निर्माण होतात. हे कसे होते ते आता आपण पाहू या.

आधुनिक काळातील सर्वव्यापी ताण

सध्याच्या काळात ताणतणावाचे व्यवस्थापन याला एक वेगळेच महत्त्व आले आहे; पण 'ताणतणाव' म्हणजे नेमके काय? एखादा इंजिनिअर त्याची व्याख्या अशी करेल की, मशिनमधला एखादा पार्ट, एखादा दांडा किंवा एखादे बांधकाम यांना मोडणारा, सोलून काढणारा, पिळून काढणारा किंवा त्याला चिरडून टाकणारी तीव्र शक्ती म्हणजे ताणतणाव होय. बाह्य जगाशी आपली देवाण-घेवाण होते, तेव्हा याच प्रकारचा ताण आपल्या भावनिक व्यक्तिमत्त्वावर आल्याचा, आपल्यासारखा माणसांना अनुभव येतो. आपली जी काही परिस्थिती असेल, त्यापेक्षा अधिक आर्थिक, आध्यात्मिक, शारीरिक किंवा बौद्धिक आधार गरजेचा असल्याचे आकलन आपल्याला होते, तेव्हा आपण दबावाखाली येतो; असा निष्कर्ष मानसशास्त्रज्ञांनी काढला आहे.

लहानपणी दुसऱ्या दिवशी असलेल्या आपल्या वार्षिक परीक्षेची तयारी पुरेशी झालेली नसते, तेव्हा या प्रकारचा ताण अनुभवास येतो. मोठेपणी आपला कार्यालयातील व्यवस्थापक जेव्हा सांगतो की, तो आपल्या कामाबाबत असमाधानी आहे आणि त्यामुळे आपली नोकरी जाण्याची शक्यता आहे, तेव्हा आपल्यावर ताण येतो. ताण येण्याच्या परिस्थितीत अनेक प्रकार असू शकतात.

आलेल्या ताणाला तोंड देताना आपल्या शरीरावर आणि मनावर काय परिणाम होतात? सन १९१५मध्ये हार्वर्ड विद्यापीठातील मानसशास्त्रज्ञ वॉल्टर कॅनन यांनी 'लढा किंवा पळून जा प्रतिसाद' हे निरीक्षण शोधून काढले. प्राण्यांचा जीव धोक्यात आल्यावर ते जेव्हा तणावाच्या स्थितीत असतात, तेव्हा जगण्याची शक्यता वाढवण्यासाठी त्यांचे शरीर कशा प्रकारे प्रतिसाद देते हे त्यांनी शोधून काढले. त्यांचे हृदय जोरात धडधडू लागते, त्यामुळे हृदयाकडे जास्त रक्त ओढले

जाते. रक्तप्रवाह त्वचेकडून स्नायूंकडे पाठवले जाते. त्यामुळे त्वचेला काही इजा झाली तरी जास्त रक्तस्राव होत नाही. स्नायूंना थंडावा मिळावा म्हणून घर्मग्रंथी अधिक काम करू लागतात. ज्याची भीती वाटते आहे, त्यावर मन पूर्णपणे लक्ष केंद्रित करते. या साऱ्यामुळे दोनपैकी एक गोष्ट करणे प्राण्याला शक्य होते. एक म्हणजे समोर आलेल्या संकटाशी दोन हात करणे किंवा समोरचा जर ताकदवान असेल तर पलायन करणे. अस्तित्व टिकवून ठेवण्यासाठी प्राण्यांकडून ही प्रतिक्षिप्त क्रिया घडून येते.

आता हे मान्य झाले आहे की, मानवी शरीराची यंत्रणादेखील 'लढा किंवा पळून जा प्रतिसाद' याच प्रकारच्या शारीरिक आणि मानसिक प्रतिसादाने समोरील संकटास तोंड देते. मग अॅड्रेनेलिन रक्तात मिसळते, त्यामुळे आपल्या हृदयाचे ठोके वाढतात. त्यामुळे रक्तदाब वाढतो आणि शरीरातून घाम येऊ लागतो. आता एकविसाव्या शतकात जगण्यासाठीचे धोके फारसे येत नाहीत. हे धोके वेगळ्या स्वरूपाचे असतात. आर्थिक दबाव, समाजामध्ये झालेला अपमान किंवा भावनिक संघर्ष अशा स्वरूपाचे असतात. त्यांना चांगल्या प्रकारे हाताळता यावे, यासाठी शांत मन आणि स्थिर शरीर हवे. अशा वेळी कमकुवत हृदय असेल तर त्याचा उपयोग होत नाही. दुर्दैवाने, मानवी यंत्रणाही प्राण्यांप्रमाणे संकटांना 'लढा किंवा पळून जा प्रतिसाद' या पद्धतीने प्रतिसाद देते. तर्कशुद्ध रीतीने विचार करण्याऐवजी भयानेच काळीज व्याकूळ होते आणि त्यामुळे परिस्थिती हाताळणे अवघड होते.

शिवाय, मनावर येणारा ताण आपल्या आरोग्यावर परिणाम घडवून आणतो. सुरक्षा यंत्रणेच्या नेहमीच्या कार्यांमध्ये बदल होतो. पचनक्रिया दडपली जाते. आधुनिक समाजात ही तणावग्रस्त परिस्थिती थोड्या काही क्षणांपुरती राहत नाही. ती अनेक दिवस, महिने राहते. कधी आपल्याला विशिष्ट मुदतीत काम पुरे करायचे असते; कधी कर्जाची रक्कम चुकती करायची असते... इत्यादी. याचा परिणाम म्हणून ताण-प्रतिसाद यंत्रणा कार्यरत होते आणि कोर्टिसोल व इतर तणाव-हार्मोन्स जास्त प्रमाणात सोडले जातात, त्यामुळे शरीराच्या नेहमीच्या प्रक्रियेत अडथळे येतात. यातून नैराश्य, अपचन, डोकेदुखी, हृदयविकार, निद्रानाश, वजनवाढ, विस्मरण अशांसारख्या आरोग्याच्या गंभीर समस्या उद्भवतात.

ताण येण्याचे मूळ कारण

आपण अनुभवत असलेल्या ताणाचे प्राथमिक कारण काय असते? याचे उत्तर कोणालाही माहीत आहे, असे दिसत नाही. तुम्ही जर आंतरजालावर ताण येण्याची कारणे शोधलीत, तर बरीचशी वरवरची कारणे मिळतात. लोकप्रिय मेडिक वेबसाइट *वेबएमडी* यांनी ताण येण्याची कारणे पुढीलप्रमाणे नमूद केली आहेत :

हेतूच्या शुद्धतेची मनोधारणा

- नोकरीत असमाधान.
- कामाचा खूप भार असणे किंवा अतिरिक्त जबाबदारी असणे.
- जास्त काळ काम करावे लागणे.
- निर्णयप्रक्रियेत स्थान नसणे.
- प्रगतीच्या संधीबाबत असुरक्षित वाटणे.
- नोकरीतून काढून टाकण्याचे भय.
- सहकाऱ्यांसमोर भाषण देण्याची वेळ येणे.
- कामात पक्षपात किंवा जाच यांना तोंड द्यावे लागणे.

ताणतणावांचे व्यवस्थापन यांविषयी, इतर काही वेबसाइट्स अशाच प्रकारची काही बाह्य कारणे सांगतात; पण मूळ कारणाचा शोध घेण्यात ते सर्वच अपयशी ठरतात आणि ताण कशामुळे निर्माण होतो, हे लोकांना कळत नाही, तोपर्यंत त्यासाठी सुचवलेले सर्व तथाकथित उपाय हे वरवरचे ठरतात. योगसाधना, ताई ची, ध्यानधारणा, शांत करणारे संगीत ऐकणे, वेळव्यवस्थापन, परिस्थितीचे व्यवस्थापन अशा प्रकारचे हे तात्पुरते उपाय असतात.

मलेरियात येणाऱ्या तापाशी या वरील गोष्टीची तुलना करता येते. पॅरासिटॅमॉल ही गोळी घेतल्यावर मलेरियाची दिसणारी लक्षणे दबली जातील, तापही कमी होईल; पण मूळ रोग बरा होणार नाही. याच प्रकारे योग, ध्यान, ताई ची इत्यादींमुळे ताणाची दिसणारी लक्षणे नाहीशी होतील; पण यातील कोणत्याही तंत्राने मूळ समस्येचे निराकरण होणार नाही. मग आपल्यामध्ये निर्माण होणाऱ्या ताणाचे कारण काय आहे?

आपण जेव्हा एखाद्या विशिष्ट निष्पत्तीशी जोडले जातो, तेव्हा ताण विकसित होतो. आपल्या मनाप्रमाणे गोष्टी होणार नाहीत म्हणून आपण चिंतित होतो. उदाहरणार्थ, एखादा उद्योजक नफा कमवण्याशी जोडला गेला असेल; पण तोटा झाल्यास त्याची भीती त्याच्या मनात बसली असेल तर त्याची परिणती तणाव निर्माण होण्यामध्ये होते. एखाद्या विक्री प्रतिनिधीची विशिष्ट प्रमाणात वस्तू विकण्याचे ध्येय गाठण्याची इच्छा असेल; पण ती संख्या गाठणे शक्य होईल का, या कल्पनेने तो भयभीत झाला तर ताण उत्पन्न होण्याची परिस्थिती उद्भवते. याचा अर्थ असा की, विशिष्ट परिणामाशी जोडलेले असणे आणि इतर काही त्यातून निष्पन्न झाल्यास ते स्वीकारण्याची आपली अनिच्छा असणे हेच ताणाचे कारण असते.

हा मुद्दा आपण अधिक खोलात जाऊन समजावून घेऊ या. फार काम केल्याने ताण येत नाही. अनेकदा आपल्याला असे वाटते की, अतिश्रमांमुळे आपल्यावर ताण येतो; पण ही चुकीची समजूत आहे. तुम्ही रात्रंदिवस काम करू शकता आणि तरीही तुमच्यावर ताण येत नाही.

एक विद्यार्थी माझ्याकडे आला आणि म्हणाला, 'स्वामीजी, तीन महिन्यांनी माझी एक महत्त्वाची परीक्षा आहे आणि त्याचा माझ्यावर ताण आला आहे.'

मी विचारले, 'तू करीत असलेल्या खूप अभ्यासाचा ताण अनुभवास येतो आहे काय?'

'होय.' तो उत्तरला.

'पुन्हा विचार कर.' मी स्पष्ट केले, 'तुझ्या अवस्थतेचे कारण अभ्यास नसून, तू त्यातून काही विशिष्ट अपेक्षांशी जोडला गेला आहेस. तुला त्याचा त्रास होतो आहे. तुझ्या पूर्वतयारीसाठी तुमच्या शाळेने काही अंतर्गत मूल्यमापनाच्या परीक्षा घेतल्या असतील, तेव्हाही तू असाच अभ्यास केला असशील; पण त्या वेळी तुला असा दबाव आला नसेल. कारण, त्या वेळी तुला माहीत होते की, त्यातून जे काही निष्पन्न होईल त्यावर काहीही अवलंबून नाही. आता ही वार्षिक मोठी परीक्षा आली, तेव्हा त्यातून काय निष्पन्न होईल, याविषयी तू त्यात भावनिकदृष्ट्या गुंतला आहेस आणि तुझ्यावर ताण येण्याचे हेच एक कारण आहे.'

मला अनेकदा लोक विचारतात, 'स्वामीजी, तुम्ही दिवसाला पंधरा तास असे वर्षाचे ३६५ दिवस काम करता. हजारो लोकांशी तुमचे आदानप्रदान चालते. भाविकांची शेकडो हजारो केंद्रांचे आणि कितीतरी आश्रमांचे तुम्ही व्यवस्थापन करता; पण तरीही तुम्ही कधीही वैतागलेले दिसला नाहीत.' असो, तर याचे कारण असे की, मी जेव्हा खूप मेहनत घेत असतो आणि जास्तीत जास्त प्रयत्न करीत असतो, त्याचे परिणाम मी देवाच्या हाती सोपवतो. माझ्या कामातून काय निष्पन्न होईल, यात मी गुंतत नसल्याने मी ताणविरहित अवस्था उपभोगू शकतो.

एकंदरीत, आपल्यावर ताण येतो कष्टांचा नव्हे; तर परिणाम काय होईल, याचा विचार करण्याचा ताण येतो.

ताणतणावावर उपाय

एकदा ताण येण्याचे कारण आपल्याला कळले की, उपाय सोपा आहे. यातून काय निष्पन्न होईल, याचा विचार करण्याचे सोडून द्या. तुम्ही केवळ तुमच्या प्रयत्नांवर लक्ष केंद्रित करा; परिणामांवर नको. कामाचे हे शास्त्र पाच हजार वर्षांपूर्वी भगवद् गीतेमध्ये स्पष्ट करून सांगितले आहे :

कर्मण्ये वाधिकारस्ते मा फलेषु कदाचन (२.४७)

श्रीकृष्ण अर्जुनाला सांगतात : तुझे काम करण्यावर तुझा अधिकार आहे; पण तू त्याच्या फळावर हक्क नाही सांगू शकत. तुझे काम तू चांगल्या तऱ्हेने पूर्ण कर आणि त्याची फळे देवाला दे.

कोणत्याही परिस्थितीत आपल्या प्रयत्नांचे फळ कोणते मिळावे हे आपल्या हातात नसते. परिस्थिती, इतरांकडून मिळणारी मदत, स्पर्धकांचे प्रयत्न, केवळ नशीब, योगायोग आणि ईश्वरेच्छा अशा अनेक घटकांवर ते अवलंबून असते म्हणून आपले उत्तम आपण त्यात घालावे आणि मिळेल त्यावर समाधान मानावे, हाच शहाणपणाचा मार्ग होय. भगवद् गीतेतील या प्रकारच्या कामाचे शास्त्र भारतातील अनेक नेत्यांना प्रेरक ठरले आहे.

महात्मा गांधी यांच्या आधी बाळ गंगाधर टिळक हे भारतीय स्वातंत्र्य चळवळीचे नेते होते. ते कर्मयोगी म्हणून प्रसिद्ध होते. ते त्यांच्या कर्मफलाबद्दल अलिप्त असत. त्यांची मनोधारणा त्यांनी या प्रकारच्या कामाचा दृष्टांत देऊन सिद्ध केली आहे. एकदा ब्रिटिश पोलिस त्यांच्या घरी आले आणि १२४ कलमाखाली त्यांनी लोकमान्य टिळकांना अटक केली. लोकमान्य टिळकांनी त्यांना पाच मिनिटे थांबण्यास सांगितले. मग त्यांनी मित्राला सांगितले की, एखाद्या वकिलाला गाठून १२४ कलमाखाली कोणते अधिकार येतात, त्याची माहिती काढ. मग तुरुंगात येऊन त्यासंबंधी मला काय ते सांग. त्यानंतर ते पोलिसांबरोबर तुरुंगात गेले आणि कसलीही काळजी करत न बसता ते गाढ झोपी गेले. त्यांचा मित्र त्यांना भेटायला तुरुंगात आला, तेव्हा लोकमान्य टिळक लहान मुलासारखे झोपी गेलेले होते. ज्या कार्यासाठी त्यांनी आयुष्य वाहून घेतले होते, त्यासाठी त्यांनी सर्व ते करण्यावर फक्त लक्ष केंद्रित केले आणि मग त्यातून काय निष्पन्न होईल, याबाबत ते अलिप्त राहिले.

असाच दुसरा एक प्रसंग. एकदा लोकमान्य टिळक ऑफिसमध्ये काम करीत बसले असता त्यांच्या घरून एक कारकून आला. तो म्हणाला, 'तुमचा मोठा मुलगा फार आजारी आहे.' त्यांना त्या कारकुनास घरी डॉक्टरांना घेऊन जाण्यास सांगितले.

अर्ध्या तासाने त्यांचा मित्र टिळकांकडे आला आणि म्हणाला, 'तुझा मुलगा इतका आजारी, तुला काळजी नाही वाटत का?'

लोकमान्य टिळक म्हणाले, 'काळजी करून काय उपयोग? डॉक्टरांना मी त्याची तपासणी करण्यासाठी बोलावले आहे. दुसरे मी काय करू शकतो?'

दुसऱ्या एका प्रसंगी लोकमान्य टिळक यांना विचारण्यात आले की, 'भारत जर स्वतंत्र झाला, तर तुम्हाला इथे काय व्हायला आवडेल? परराष्ट्र मंत्री, पंतप्रधान...?' ते उत्तरले, ''डिफरन्शियल कॅलक्युलस' या विषयावर पुस्तक लिहिण्याची माझी आकांक्षा आहे. मी ती पुरी करेन.' ते राष्ट्रीय चळवळ चालवत आणि तरीसुद्धा ते केवढे त्यापासून अलिप्त होते!

वसाहतवादी सरकारविरुद्ध राष्ट्रव्यापी चळवळीत पुढाकार घेतलेला असताना लोकमान्य टिळक स्वतःबाबत आणि आपल्या कामाबाबत किती मोठी शांतता

अनुभवत होते, हे यावरून लक्षात येते. याचे मर्म हेच आहे की, केवळ आपले काम उत्तम करण्यावर भर द्यायचा आणि बाकी सारे परमेश्वरावर सोपवून द्यायचे.

अशा वेळी काही जण अशी शंका काढतात की, आम्ही जर परिणामाबाबत अलिप्त राहिलो, तर त्याचा आमच्या कामगिरीवर परिणाम होणार नाही का? व्यावसायिक स्पर्धेमध्ये आम्ही मागे पडणार नाही का?

खरे म्हणजे असे म्हणणे बरोबर होणार नाही. दबाव, अस्वस्थता, औदासीन्य अशा कमजोर करणाऱ्या भावनांपासून आपण मुक्त राहिलो, तर आपली परिणामकारकता वाढेलच. उदाहरणार्थ, बऱ्याच उद्योजकांना माहीत असते की, वाटाघाटी करताना ते जर फार अधीर झाले तर त्यांच्याकडून चुका होणार, त्यामुळे ते स्वतःला अशा वेळी सांगत असतात, 'शांतचित्त ठेव.' जो काही परिणाम होईल, त्यापासून स्वतःला अलिप्त ठेवण्याचाच संदर्भ यातून ध्वनित होतो.

आता याचा परिणाम काय होईल, अशीच जर आपण काळजी करीत बसलो तर मनाची द्विधावस्था होईल. हाती असलेल्या कामापासून लक्ष विचलित होईल. त्याऐवजी आपण जर प्रयत्नांवर लक्ष केंद्रित केले, तर आपोआपच शक्य ते उत्तम परिणाम मिळण्यास मदत होईल.

आता पुढचा विचार करू या. आपल्या प्रयत्नांची परिणती कशात होणार आहे, या विचाराशी झालेली मनाची जोडणी सोडून कशी द्यायची? यासाठी आपल्याला कर्मयोगाचा अभ्यास करावा लागेल.

कर्मयोग – दिव्य जाणिवेत काम करणे

कर्मयोग याचा शब्दशः अर्थ कर्म आणि योग. हे समजावून घेण्यासाठी आधी योग या शब्दाचा खरा अर्थ चांगला ध्यानात यायला हवा. अलीकडच्या काळात पाश्चिमात्य जगात योग हा एक परवलीचा शब्द बनला आहे. विकसित देशांमध्ये, कावळ्याच्या छत्र्या उगवाव्यात, त्याप्रमाणे प्रत्येक मोठ्या शहरात योग-स्टडिओज उगवलेले दिसतात. अलीकडेच अमेरिकेत केलेल्या अभ्यासावरून असे कळते की, तीन कोटी वीस लाख लोक योगाभ्यास करतात म्हणजे दहापैकी एक जण आणि नजीकच्या काळात याचे प्रमाण साधारण दुप्पट होण्यास सुरुवात होण्याचा संभव आहे.

भारताचे प्राचीन शास्त्र इतके लोकप्रिय होत असलेले पाहून आनंद तर होतो. बरेच योगाचे अभ्यासक चांगले आरोग्य, सौंदर्य यांच्या वर्धनासाठी किंवा वजन कमी करण्यासाठी योगाचा उपयोग करतात. हे सारे ठीकच आहे; पण योगशास्त्राच्या आध्यात्मिक खोलीविषयी ते अनभिज्ञ असतात. योगातील शरीरस्थितीस आसने म्हणतात. *अष्टांगयोगातील* आठ पायऱ्यांमधील आसन ही केवळ तिसरी पायरी आहे. तिच्या आणखी सात शाखा आहेत. त्याचा संपूर्ण क्रम असा आहे :

यम-नियमासन-प्राणायाम-प्रत्याहार-धरणा-
ध्यान-समाधयो श्तवांगनी (*पतंजली योग दर्शन* २.२९)

'योगाच्या एकूण आठ शाखा अशा आहेत : *यम* (मिताहार), *नियम* (वर्तणुकीचे निर्बंध), *आसन* (शरीरस्थिती), *प्राणायाम* (श्वासावरील नियंत्रण), *प्रत्याहार* (अंतर्मुख होणे), *धारणा* (एकाग्रचित्त), *ध्यान* (मनन) आणि *समाधी* (ईश्वरात तल्लीन होणे).

योगाभ्यासासाठी ही आठ पायऱ्यांची पद्धत आपल्याला मदत करते. योग या शब्दाचा अर्थ एकात्मता. उदाहरणार्थ, आयुर्वेदात दोन औषधे मिसळली जातात, तेव्हा त्यास योग म्हणतात. आध्यात्मिक संदर्भात बोलायचे तर योग हा आत्मा आणि परमात्मा यांची भेट घालून देतो. अशा प्रकारे योगपद्धतीचे महत्त्वाचे ध्येय हे ईश्वराशी जोडले जाणे हे आहे.

संयोगो योग इत्युक्तो जीवात्मा परमात्मनः (गरुड पुराण)

'आत्मा आणि परमात्मा यांचा संयोग म्हणजे योग होय.' देवाशी जोडले जाण्याची भावना तेव्हाच मनात निर्माण होते, जेव्हा आपण प्रेमाने ईशस्मरण करतो.

मनामध्ये दिव्यत्वाचा विचार ठेवून व्यावहारिक कामे करू शकतो, तेव्हा कर्मयोग साधता येतो. भारतीय इतिहासात अनेक कर्मयोगी होऊन गेले. ध्रुव, प्रल्हाद, अंबरीश, पृथु, युधिष्ठिर वगैरे सर्व थोर सार्वभौम सत्ताधारी सातत्याने माणसांच्या गराड्यात असत आणि राज्यकारभाराची अनेक गुंतागुंतीची कामे करीत असत. मात्र तरीही त्यांचे मन नेहमी देवाशी रत झालेले असे. संत कबीर यांनी स्वतः त्यांच्या घरगुती जीवनात कर्मयोग साधलेला आहे. ते म्हणतात,

जहाँ जहाँ चालूँ करूँ परिक्रमा, जो जो करूँ सो पूजा
जब सौ करूँ दंडवत, जानूँ देव न दूजा

'जेव्हा जेव्हा मी चालतो, विचार करतो, तेव्हा तेव्हा मी श्रीकृष्णाची परिक्रमा करीत असतो. मी जे काही कर्म करतो, ते सर्व मी त्यालाच अर्पण करतो. मी झोपतो, तेव्हा मी देवाला साष्टांग दंडवत घालत आहे, असेच मला वाटते. माझ्या प्रत्येक कृतीने मी ईश्वरपूजाच करीत असतो, त्याच्याशिवाय मी दुसरे काहीही जाणत नाही.'

कर्मयोगाच्या सरावाने हे बदल होतात. आपण कुठेही जावो अथवा काहीही करत असो; आपले मन देवाशी जडलेले असते. मग आपले प्रत्येक कर्म त्यालाच अर्पण होते. अशा प्रकारे कर्मयोगामध्ये आपल्या कृतींची विचारांची 'हे काम माझे आहे, हे देवाचे आहे' अशी विभागणी आपण करू शकत नाही. त्याऐवजी मन सतत देवापाशी लीन राहिले तर आपली प्रत्येकच कृती परमेश्वरापाशी जाऊन पोहोचते. जेव्हा आपले प्रत्येक कर्म ही देवाची प्रार्थना होते, तेव्हा आपोआप

आपला हेतू शुद्ध होऊन तामसी, राजसी आणि सात्त्विक अवस्थेपासून आपला गुणातीत या अवस्थेपर्यंत (दैवीदृष्ट्या पवित्र) प्रवास होतो.

आपली सर्व व्यावहारिक कर्तव्ये देवाच्या चरणी कशी वाहता येतील आणि त्यातून आपल्या हेतूचे शुद्धीकरण कसे करता येईल हे आता आपण पाहू या. उदाहरणार्थ, असा विचार करा की, आपल्या चरितार्थासाठी पैसे मिळवणे भाग आहे. पैसे मिळवण्याची कृती हे व्यावहारिक काम आहे; पण हेच काम अशा वेळी आध्यात्मिक होऊन जाईल, जेव्हा आपण असा विचार करू, 'माझ्या कुटुंबातील सदस्य ही ईश्वराची लेकरे आहेत आणि देवानेच मला त्यांची काळजी घेण्यासाठी विश्वासाने नेमले आहे. मी चांगली कमाई करून त्यांची नीट काळजी घेतली पाहिजे. मी जी काही बचत करेन त्यातून मी देवाची व गुरूची सेवा करेन.' अशा प्रकारे व्यवसायातून पैसे कमावणे हीसुद्धा पवित्र सेवा होऊ शकते.

त्याचप्रमाणे खाणे ही तर आपल्या सर्वांना करावी लागणारी व्यावहारिक गोष्ट आहे. देवाकडून मिळणाऱ्या आनंदासाठी आपण त्यास नैवेद्याचे स्वरूप देऊ शकतो. आपण असा विचार करू या, 'देवाची सेवा करण्याचे आपले शरीर हे एक साधन आहे. ते बळकट असले तरच मी चांगली भक्ती करू शकेन. त्यासाठी मला चौरस आहार घ्यायला हवा आणि माझ्या शरीराची नीट काळजी घ्यायला हवी.'

आपण असेही करू शकतो की, जेवताना असा दृष्टिकोन ठेवायचा : 'मी हे अन्न देवाला अर्पण करते. त्याने ते खाल्ले आहे आणि माझ्यासाठी ठेवले आहे. आता तो त्याने ओठी लावलेला त्याचा प्रसाद आहे. तो खाताना मी त्याच्या कृपेची आठवण ठेवायला हवी आणि अशा प्रकारे मी माझे चित्त त्याच्यापाशी नेईन.'

थोर संत उद्धव यांनी श्रीकृष्णाला पुढीलप्रमाणे सांगितले होते :

त्वयोपभुक्ता श्रगंधवासोलंकार करितः
उच्छिष्टभोजिनो दासास त्वा मायाम जयेम हि

(श्रीमद् भागवतम ११.६.४६)

'हे परमेश्वरा, तू माझ्यासाठी ठेवलेला अन्नाचा प्रसाद मी ग्रहण करेन. कपडे आणि अलंकार मी तुला अर्पण करतो आणि कृपाप्रसाद म्हणून मी ते धारण करेन. तुझ्या पूजेसाठीचे उर्वरित सुगंध मी वापरेन. या प्रकारे, मी तुझ्या दयेने, ही माया पार करून जाईन. ही मोहमाया तुझीच आहे आणि ती पार करणे फार कठीण आहे.'

दुसरे एक उदाहरण पाहू. झोपणे हे तर आपले नित्यकर्म आहे; पण कर्मयोगी ही निद्रा त्याच्या देवाला अशा भावनेने अर्पण करतो : 'माझे शरीर दमले आहे. ते ताजेतवाने होण्यासाठी मी आता झोपतो आहे आणि मग उद्या मी पुन्हा भक्ती करू शकेन.'

किंवा कर्मयोगी असा विचार करतात : 'झोपण्याची शारीरिक गरज पूर्ण करणे गरजेचे आहे. देवा, तू माझ्या स्वप्नात येण्याची कृपा कर. झोपेतसुद्धा मला तुझी आठवण देऊन माझी भक्ती वाढवत राहा.'

अशा प्रकारे प्रत्येक काम देवाशी जोडून घेता येते. जगद्गुरू श्री कृपाळूजी महाराज यांनी म्हटले आहे की, आपण आपल्याला वाटते म्हणून खाजवूसुद्धा नये. खाजवायचेच असेल तर अशी कल्पना करावी की, श्रीकृष्ण माझ्यासमोर बसला आहे. मी काय करतोय म्हणून तो हसतो आहे. बरं देवा, मी खाजवतोय तर तू तुझी करमणूक करून घे आणि हास मला.'

आणखी एक घरगुती कृती म्हणजे आपण घर स्वच्छ करतोय किंवा झाडून काढतोय. एक आपली अशी प्रतिक्रिया होऊ शकते की, 'हं, किती बोअरिंग काम आहे हे! माझा नवरा फार पसारा करतो. मुलं तर अगदी घाण करून ठेवतात घर!' पण अशा भावना मनात आल्या तर ते काम अगदी सामान्य, नकोसे वाटेल आणि मनाचे शुद्धीकरण होऊ शकणार नाही.

त्याऐवजी असे व्यावहारिक विचार करण्यापेक्षा देवत्वाच्या भावनेने विचार केला की, 'माझा प्रिय श्रीकृष्ण आता माझ्या घरी येणार आहे. त्याला राहता यावे, यासाठी मला माझे घर स्वच्छ ठेवायला हवे.' ही भावना हेच घरगुती काम करताना ईशसेवा बनून जाईल.

रामायणातली भिल्लीण शबरीने अगदी हेच केले. रोज ती सकाळी उठायची, तेव्हा तिच्या मनात विचार येत : आज श्रीराम माझ्या घरी नक्की येईल. त्याला कुठे बसवावे बरं? ही जागा ठीक होईल का? नको, ती जागा चांगली आहे. मी त्याला हे खायला देऊ का? नको, मी त्याला ते दुसरे देईन खायला.' या प्रकारे अशा भावनांमध्ये मग्न असणे हीच तिची भक्ती आहे. दररोज ती घरासमोरचे रस्ते स्वच्छ करीत असे आणि घर सजवून ठेवीत असे. पुढे कधीतरी श्रीराम वनवासात जात असताना तिच्या घरी आले. ते जेव्हा भेटले, तेव्हा ती त्यांच्या भक्तीने इतकी भारावून गेली की, ती बाकी सारे विसरून गेली. तिने बोरे चाखून ती आंबट तर नाहीत हे आधी पाहिले आणि मग चांगली; पण उष्टी बोरे तिने रामाला दिली. रामानेही शबरीची उष्टी बोरे आवडीने खाल्ली. कारण, तो तर भक्तीचा भुकेला होता. म्हणाला, 'इतकी चविष्ट बोरे मी कधीच खाल्ली नव्हती!'

'सातत्याने केलेले ईशस्मरण' या महत्त्वाच्या अटीची पूर्तता करणे कर्मयोगाच्या सरावासाठी आवश्यक आहे. भगवद् गीतेमध्येही सातत्याने याच एका सूचनेवर वारंवार भर दिला आहे. अर्जुनाचे म्हणणे होते की, 'मी माझ्या कर्तव्याचा त्याग करू इच्छितो. हे काम फार गोंधळाचे आणि त्रासदायक आहे.' त्यावर श्रीकृष्णाने त्याला सांगितले की, 'नाही अर्जुना! तुझी कर्तव्ये तू धीरोदात्तपणे पार पाडली पाहिजेस.

> *सर्वेषु कालेषु मामनुस्मर युध्य च* (भगवद् गीता ८.७)

'माझी सदैव आठवण ठेव आणि तुझे कर्म करीत राहा.' जगद्गुरू श्री कृपाळूजी महाराज यांनीही सतत ईशस्मरण करण्यावर त्यांच्या उपदेशामध्ये भर दिला आहे :

> *मन हरि में तनजगत में, कर्म योग यही जान* (भक्ती शतक, श्लोक ८४)

'शरीर जगात गुंतलेले असेल आणि मनात देव असेल तर तो कर्मयोग होय.' संत कबीर यांनी सोप्या भाषेत हेच तत्त्व सांगितले आहे.

> *सुमिरन की सुधी यूँ करो, ज्यों सुरभि सुत माहीं*
> *कहे कबीर चरो चरत बिसरत कबहूंका नहीं*

'गायीला जसे आपल्या वासराचे नित्य स्मरण असते, तसे ईश्वराचे स्मरण ठेवा. ती दिवसभर शेतात चरत असली तरी तिच्या मनात तिचे वासरू असते.'

पण दिवसभराची नित्यकर्मे करताना सगळा वेळ आपण देवाचे स्मरण कसे काय करू शकणार? त्यासाठी पुढे स्पष्ट केलेल्या सोप्या तंत्राचे पालन करा.

ईश्वराच्या अस्तित्वाची सवय

जागे असतानाच्या काळात आपल्या मनात सतत स्वतःविषयीची जाणीव असते. 'मी खाते आहे. मी चालते आहे. मी विचार करते आहे. मी बोलते आहे, इ.' आता आपण आपल्या जाणिवेत देवाचे अस्तित्व असल्याच्या संकल्पनेची भर घालायला हवी. 'मी एकटी नाही. देव माझ्याबरोबर नेहमी आहे. श्रीकृष्णाचे माझ्याकडे लक्ष आहे. तोच माझा साक्षीदार आणि रक्षणकर्ता आहे.' वस्तुतः देव सर्वत्र आणि सर्वव्यापी आहे; पण आपण त्याची उपस्थिती ओळखण्यास विसरतो. आता आपण आपल्या जाणिवेमध्ये त्याच्यासाठी जागा करणे गरजेचे आहे आणि तो सतत आपल्याबरोबर आहे हे ओळखण्याचा सराव केला पाहिजे.

देऊळ, चर्च, मशीद, गुरुद्वारा, सिनॅगॉग, इत्यादी ठिकाणी आपण जातो, तेव्हा आपल्यापैकी बरेच जण त्या ठिकाणचे देवाचे अस्तित्व मान्य करतात; पण तिथून बाहेर पडताच आपण त्याला विसरतो. देव फक्त देव्हाऱ्यातच असतो ही अर्धवट संकल्पना आपला घात करते. यामुळे आपण दुटप्पी होतो. देवळात गुणी व्हा आणि पावित्र्य राखा; पण बाहेर पडल्यावर तुम्ही कसेही वागा असा त्याचा अर्थ होतो. कारण, देवाची अनुभूती आपण देवळापुरतीच सीमित केली आहे. आपल्या सदाचाराची पातळी आपण खाली आणतो. त्याऐवजी आपण जर हे ओळखले की, सारी दुनिया म्हणजे त्याचे देऊळच आहे आणि तो आपल्याला सर्व ठिकाणी पाहतो आहे, तर आपण कुठेही पाप करण्यास धजावणार नाही, त्यामुळे काही मूल्ये आणि नैतिकता पाळण्याची आपली श्रेणी नेहमीच वरची राहील.

हेतूच्या शुद्धतेची मनोधारणा १०५

दैनंदिन व्यवहारात हे तंत्र कसे अमलात आणता येईल ते पाहू. आपण असे समजू यात की, सकाळी तुम्ही तुमच्या ऑफिसात गेलात आणि खुर्चीवर बसलात. कामाला सुरुवात करण्यापूर्वी क्षणभर थांबा. आधी असे पाहा की, खोलीच्या कोपऱ्यात देव एका खुर्चीवर बसला आहे. मनात असा विचार करा की, 'श्रीकृष्ण मला पाहतो आहे. मी जे जे करीत आहे ते ते त्याच्या आनंदासाठी आणि त्याच्या सेवेसाठी करीत आहे.' आता कामास सुरुवात करा.

तुम्ही अद्याप पूर्णतया कर्मयोगी झालेले नसल्यामुळे, तुम्ही तुमच्या कामात गुंतून गेल्यावर देवाला विसरणे साहजिक आहे. हरकत नाही. तासाभराने क्षणभरासाठी काम थांबवा आणि पुन्हा विचार करा, 'तो मला पाहतो आहे. मला म्हणतोय, 'अरे, तू तर मला मनात सतत ठेवणार होतास ना? कसला विचार करतोस?'' अशा प्रकारे तुमचे विचलित झालेले मन पुन्हा जागेवर येईल. तुमच्या मनात येत राहणारे निष्फळ विचार थांबून जातील.

अशा तऱ्हेने दर तासाने असे करण्यास सुरुवात करा. एकदा तासातासाने थांबून ईशस्मरण करण्याची सवय पक्की झाली की मग हा वेळ अर्ध्या तासावर आणा. ते साध्य केलेत की, हीच वेळ पंधरा मिनिटांवर आणा. सातत्यपूर्ण सरावानंतर तुम्ही अशा अवस्थेला पोहोचाल की, तुम्हाला नेहमीच असे वाटू लागेल की, देव आपल्याबरोबरच आहे.

वरील तंत्राची आपण क्रिकेटशी तुलना करून पाहू या. क्रिकेटच्या सामन्यात बॅटिंग करण्यासाठी क्रीजपाशी खेळाडू येतो, तेव्हा तो त्या जागेचा अंदाज घेतो. कारण, फास्ट बॉलरचा बॉल अर्ध्या सेकंदात पिचवरचे बावीस यार्ड पार करत असतो, त्यामुळे बॉलरकडून बॉल सुटल्यावर बॉलला टोला मारण्यापूर्वी फील्डर्स नेमके कुठे उभे राहिलेत हे पाहण्यास बॅट्समनकडे पुरेसा वेळ नसतो म्हणून पवित्रा घेण्यापूर्वी बॅट्समन, विरुद्ध संघाच्या कॅप्टनने त्याच्यासाठी फील्ड कसे ठेवले आहे ते नीट पाहून घेतो.

मग ते अकरा खेळाडू कोणकोणत्या ठिकाणी उभे आहेत, हे लक्षात घेऊन बॅट्समन बॉलरला तोंड देतो. बॉल त्याच्याकडे पोहोचताच तो कौशल्याने दोन फील्डर्समधून बॉल टोलवतो. समालोचक ओरडतो, 'बॅट्समनला फील्डर्समधली गॅप सापडली. बॉल मिड-विकेट आणि मिड-ऑन यांच्यामध्ये पडला आहे आणि आता चार धावांसाठी तो बाउंड्री ओलांडतो आहे!'

ही कौशल्यापूर्ण कामगिरी बॅट्समन कशी काय दाखवू शकतो? अकरा फील्डर्सची पोझिशन लक्षात घेऊन मग त्याने शॉट मारल्यामुळेच हे शक्य होते. यापेक्षा कर्मयोगाचा अभ्यास तर फार सोपा आहे. त्यासाठी अकरा जणांना मनात ठेवण्याची काहीही गरज नाही. सगळा वेळ फक्त एक जण लक्षात ठेवा... तुमचे पवित्र दैवत! आणि खुशाल तुमचे काम करत राहा.

हेतूची शुद्धता मनावरचा ताण घालवते

परिणामाशी आपल्या मनाची असलेली संलग्नता हे ताणाचे मुख्य कारण आहे, यावर आपण आत्ताच चर्चा केली. ताणाचे मूळ कारण कर्मयोगाच्या सरावाने सहजपणे दूर होते. यामध्ये आपण प्रत्येक गोष्ट देवाच्या आनंदासाठी करतो. अनेक प्रयत्नांनंतरही जर आपण ही गोष्ट साध्य करू शकलो नाही तर समजावे की, 'देवाचीच बहुतेक इच्छा नसावी. त्याच्या इच्छेचा मी आदर करतो आणि आनंदात राहतो.' परिणामांपासूनची ही अलिप्तता ताण, अस्वस्थता, दडपण आणि भय यांपासून दूर ठेवते.

हा मुद्दा स्पष्ट करण्यासाठी मी माझे स्वतःचे एक उदाहरण देतो :

अमेरिकेला जाण्यापूर्वी मला भारतात पंधरा-वीस दिवसांची व्याख्यानमाला द्यायची होती. माझ्याकडे गुरू आणि देव यांना वाहून घेतलेल्या तरुणांचा संघ आहे. माझ्याबरोबर राहून ते त्यांची साधना करतात आणि या कार्यास मदत करतात.

संघप्रमुख हा चांगला प्रभावी तरुण मुलगा होता. तो पुढच्या गावी आधीच जाऊन कार्यक्रमाची आखणी करीत असे. मग तो प्रचाराची साधने तयार करीत असे. पाच हजार लोकांसाठी मांडव घातला जाई. मग कार्यक्रमाला आठवडा अवकाश असताना बाकीचा पूर्ण संघ तिथे पोहोचत असे. मग ते हजारो भित्तिपत्रके आणि बॅनर्स लावून जोरदार प्रचार करीत असत. लाखो पत्रकेही वाटली जात.

आमचा कार्यक्रम सहसा यशस्वी होत असे आणि अपेक्षेइतक्या संख्येने प्रेक्षागारात लोक जमत असत; पण कधी कधी तसे होत नसे. या वेळी लोक कमी संख्येने आल्याने कार्यक्रम तसाच पार पडला आणि त्यामुळे माझा संघप्रमुख निराश होऊन रडकुंडीला आला. एवढा छान उत्साही तरुण रडतो आहे हे पाहणे मला अवघड होते. मी विचारले, 'तू एवढा का अस्वस्थ झालायस?'

त्याने उत्तर दिले 'स्वामीजी, आपण एवढे प्रयत्न केले; पण लोक काही आलेच नाहीत.'

मग मी त्याला स्पष्ट करून सांगितले, 'तू कुणासाठी प्रयत्न केलेस? तुझ्या स्वतःसाठी की देवाच्या आनंदासाठी? तू जर ईशसेवा म्हणून इतकी मेहनत घेतली असलीस तर त्रास करून घेण्याचे काही कारण नाही. तू सर्वतोपरी प्रयत्न केलेस. त्यानंतरचे परिणाम देवाच्या हाती होते. अस्वस्थ होणे म्हणजे परिणामाशी जोडले जाणे. दुसऱ्या शब्दांत सांगायचे, तर याचा अर्थ तू स्वतःच्या सुखासाठी सारे करीत होतास, देवासाठी नव्हे. मात्र तू जर खरंच देवाचे काम म्हणून हे केले असशील तर हे समजून घे की, जर अपेक्षेप्रमाणे परिणाम घडून आले नसतील, तर ती ईश्वराचीच इच्छा नसणार; असा विचार करून तू समाधान मानून घे. अर्थात, आपण नेहमीच असे आत्मपरीक्षण करायला हवे की, यापेक्षा आपण अधिक काही चांगले करू शकलो असतो; पण त्यानंतर योग्य तो धडा घेऊन पुढे जाणे श्रेयस्कर.

अशा तऱ्हेने आपले काम आपण त्याची सेवा म्हणून केले आणि आपल्या मेहनतीचे फळ आपण देवाला अर्पण केले तर ताण नाहीसा होतो. परिणामी देवाच्या आनंदासाठी आपण आपली क्षमता जास्तीत जास्त वापरतो. असे केले म्हणजे कामाचे स्वरूप रुक्ष न होता आनंदाचे होऊन जाते.

हेतूची शुद्धी झाली म्हणजे आपण ईश्वराचे दास म्हणून आपल्याकडे बघू लागतो. या ज्ञानावर आधारित आपण स्वतःची निरोगी ओळख विकसित करतो. स्वतःची अशी ओळख अहंकारातून निर्माण झालेली नसते. त्याऐवजी स्वतःला एक पवित्र देवाचा दूत असलेला छोटा जीव अशी स्व-ओळख पटते. या पद्धतीने स्वतःला खालच्या पातळीवर न नेता विनयशील राहता येते. शिवाय आपल्याला हेही कळते की, त्याच्या कृपाकटाक्षाने सर्व गोष्टी शक्य होतात आणि 'मी कर्ताकरविता' यापासून आपण मुक्त होतो.

हेतूची शुद्धता आपल्या वैयक्तिक आदानप्रदानामध्येही सुधारणा घडवून आणते. इतरांमधला दैवी अंश ओळखल्याने सर्वांशीच निकोप दृष्टिकोन ठेवण्यास मदत होते. सर्वांत महत्त्वाचे म्हणजे आपली व्यावहारिक कामे करीत असतानाही ईश्वराचा शोध घेण्याच्या ध्येयाकडे आपण वाटचाल करू लागतो.

हेतूची शुद्धता ईश्वरी कृपेचे भांडार आपल्याकडे वळवून घेते. परमेश्वराच्या भव्यतेची पुसट कल्पना येण्यासाठी आपण राहत असलेल्या प्रचंड मोठ्या विश्वाला नीट पाहा. त्याची निर्मिती किती विशाल आहे आणि आपण किती लहान आहोत, हे कळण्यासाठी तुम्ही नक्षत्रांनी भरलेल्या आकाशाखाली रात्रीच्या वेळी नुसते उभे राहिलात तरी ते पुरेसे आहे. प्रचंड मोठ्या असलेल्या विश्वाकडून आपण अगदी छोट्या कणापर्यंत पोहोचतो. इथेसुद्धा एकेका निर्मितीच्या थेंबामध्ये प्रचंड विविधता भरलेली आढळून येते. लाखो प्रकारचे जीव आहेत. प्रत्येकाचे आपापले वैशिष्ट्य आणि खासियत आहे. प्रत्येक प्रकारामध्ये कितीतरी वैविध्य आहे. सातशे कोटींपेक्षा जास्त संख्या असलेल्या मानवांमध्ये प्रत्येकाचे दिसणे वेगळे, हाताचे ठसे वेगळे, आवाज वेगळे आणि दृष्टिकोन वेगळे. इतर प्रकारांमध्येदेखील अशीच विविधता मोठ्या प्रमाणात दिसून येते. एका झाडाची दोन पानेदेखील पूर्णपणे एकसारखी नसतात.

भगवद् गीतेमध्ये म्हटले आहे की, देवाच्या तेजाचा हा ठिपका आहे. यावरून परमेश्वराची अथांगता मनाला चक्रावून टाकणारी आहे हे लक्षात येते. देव हा प्रत्येक दृष्टीने अमर्याद आहे आणि आपल्यासाठी महत्त्वाची गोष्ट म्हणजे त्याचा कृपासागरदेखील अपरिमित आहे. केवळ आपल्या शुद्धतेच्या कमतरतेमुळे या कृपेचा लाभ आपल्यापर्यंत पोहोचण्यास अडचण येते. आपण आपला हेतू शुद्ध करत गेलो, तर साहजिकच त्याची दैवी कृपा आपल्याकडे आधिकाधिक आकृष्ट होईल.

निष्कर्ष

जीवनात यशप्राप्तीसाठी हेतूची शुद्धता असणे गरजेचे आहे, यावर आपण या प्रकरणात चर्चा केली. अन्यथा ब्रेक नसलेल्या वेगवान गाडीसारखी आपली अवस्था होईल. अशुद्ध हेतू हा ताण, अस्वस्थता, भय इत्यादींना कारणीभूत ठरतो हे आपण शिकलो. याउलट शुद्ध हेतू सर्व नकारार्थी भावनांवर रामबाण उपाय आहे. आपण हेही पाहिले की, कर्मयोगाच्या अभ्यासात हेतूची शुद्धता सामावलेली आहे. कर्मयोगामध्ये आपण प्रत्येक गोष्ट ईश्वराच्या आनंदासाठी करतो, त्यामुळे बाहेरील सर्व प्रकारच्या गुंतागुंतीच्या कामात आपण व्यग्र असलो तरी मनाला आतून स्थिर ठेवणे शक्य होते.

इथे कर्मयोगाच्या अभ्यासातील एका महत्त्वाच्या पैलूकडे लक्ष वेधणे उचित ठरेल. कर्मयोगात यश मिळवणे म्हणजे देवापर्यंत आपल्या प्रेमाचा आवाका वाढवणे होय. आपल्याला त्याच्याबद्दल जितके जास्त प्रेम वाटते, तितके आपले मन देवामध्ये एकरूप करणे आपल्याला सोपे जाईल.

मग आता देवाविषयीचे प्रेम विकसित करण्याचा मार्ग कोणता? कोणतेही तंत्र शिकून घ्यायचे असेल तर त्या तंत्राचा विकास आणि अंमलबजावणी साधण्यासाठी त्याचे पद्धतशीर ज्ञान असणे आवश्यक आहे. आश्चर्याची गोष्ट म्हणजे पवित्र ज्ञानाबरोबरच देवाबद्दलचे प्रेम वाढत जाते. अशा रीतीने आपण आता यश, आनंद आणि परिपूर्णता यांच्यासाठी आवश्यक असलेल्या पाचव्या मनोधारणेकडे पोहोचलो आहोत. ही मनोधारणा म्हणजे 'ज्ञानाची पेरणी करणे, मनावर ज्ञानाचा संस्कार घडवणे'.

प्रकरण पाच

ज्ञानाची प्राप्ती करणारी मनोधारणा

नकारार्थी भावनांवर हेतूची शुद्धता कशी मात करू शकते हे आपण मागील प्रकरणात पाहिले; पण फक्त हेतू पुरेसा नाही. असे म्हटले जाते की, अनेकांचे हेतू उत्तम असतात; पण आवश्यक ते ज्ञान नसल्यामुळे ते सिद्धीस जाऊ शकत नाहीत. दरवर्षी अनेक जोखमीची कामे सद्हेतूने सुरू केली जातात; पण आकडेवारीवरून असे दिसून येते की, नव्याने सुरू केलेल्या पाच कार्यांपैकी चार कार्ये अपयशी ठरतात. जे अपयशी ठरतात त्यांनाही यशस्वी व्हायचे असते; पण त्यांना त्या प्रक्रियेचे तंत्र अवगत नसते. ते काम अचूक तऱ्हेने करण्याचे ज्ञान त्यांच्यापाशी नसते. यामुळेच आपण आता यश, आनंद आणि परिपूर्णता संपादन करण्यासाठी योग्य ते ज्ञान मिळवण्याची मनोधारणा शिकणार आहोत.

काही लोकांना ज्ञान इतके काही आवश्यक नाही असे वाटत असते. केवळ हेतूची ताकद त्यांना पुरेशी वाटते. त्यांचे म्हणणे असते की, आपण जर गांभीर्याने एखाद्या गोष्टीची इच्छा केली, तर ती आपल्याला नक्कीच मिळेल. 'तुम्हाला जिथे पोहोचण्याची इच्छा असते, तिथे तुम्ही जीवनात असता' या विधानावर त्यांचा विश्वास असतो. वाचायला जरी हे विधान छान वाटले तरी सत्यापासून ते फार दूर आहे. या विषयावरचा माझा अनुभव मी सांगतो.

एकदा भारतातील ओडिशा राज्यात आम्ही एका गावातून दुसऱ्या गावात गाडी चालवत जात होतो. आम्ही फुलबनीहून निघालो. भवानीपटणाला पोहोचायचे होते.

रस्त्याने जाताना बौध येथे आम्ही रस्ता चुकलो. गाडी थांबवून आम्ही जवळच्या पेट्रोल पंपावर जाऊन कसे जायचे ते विचारले. तो भला माणूस होता. त्याने सविस्तर वर्णन करून रस्ता सांगितला आणि आमच्यासाठी एक नकाशाही काढून दिला. आम्ही नकाशानुसार मार्गक्रमण करू लागलो; पण अडीच तासांनी आम्ही संबळपूरला पोहोचलो. काय चुकले होते?

भवानीपत्न येथे आम्हाला पोहोचायचे होते आणि आम्ही सर्वतोपरी तसे प्रयत्नही केले होते; पण आमचा केवळ हेतू पुरा पडला नाही. पेट्रोल पंपधारकाने आम्हाला जो नकाशा काढून दिला, तो चुकीचा होता, ही गोष्टी अडचणीची झाली. योग्य ते ज्ञान नसल्यामुळे आमचे प्रयत्न निष्फळ ठरले. 'तुम्हाला जिथे पोहोचण्याची इच्छा असते, तिथे तुम्ही जीवनात असता' हे म्हणणे बरोबर नाही असे त्या दिवशी सिद्ध झाले.

म्हणजे कोणतीही गोष्ट साध्य होण्यासाठी हेतूची शुद्धता पुरेशी नसते; तर ज्ञानाच्या मनोधारणेचाही तिला आधार हवा. तुम्ही गोल्फ खेळत असाल तर चांगल्या कामगिरीसाठी सकारात्मक दृष्टिकोनाचा नक्कीच उपयोग होईल. मात्र शॉट कसा मारायचा याचे तंत्र तुम्हाला माहीत नसेल, तर केवळ सकारात्मक दृष्टिकोनामुळे तुमचा बॉल मधल्या तळ्यावरून, काटेरी झुडुपांवरून किंवा वाळूच्या केलेल्या छोट्या छोट्या ढिगाऱ्यांवरून पुढे जाऊन योग्य ठिकाणी तो पोहोचेल असे नाही.

अतिशय हुशारीने सुचलेल्या प्रभावी कल्पना असूनसुद्धा त्या यशस्वी न होता दरवर्षी अनेक लोकांचे दिवाळे वाजते. त्यांचे हेतू अगदी शुद्ध असतात आणि ध्येयसिद्धी होईल असा त्यांना मनापासून विश्वास वाटत असतो; पण त्यांच्याकडे त्या तंत्राचा अभाव असतो.

काही लोक असा दावा करतात की, अज्ञानात सुख असते; पण जर अज्ञानात सुख असेल तर अज्ञानी, अडाणी आणि सामान्य बुद्धीचे लोक दुःखी का होतात? अज्ञानात सुख नाही; अज्ञान म्हणजे दुःख, रोग, वेदना आणि कुरूपता. हा मुद्दा स्पष्ट करण्यासाठी मी एक गमतीशीर गोष्ट सांगतो :

एक जोडपे त्यांचे काका धर्मेन्द्र यांचा अंत्यविधी उरकून परत येत असताना मी त्यांचे बोलणे ऐकले. ते या दांपत्याबरोबर वीस वर्षे राहिले होते. या दोघांचे वैवाहिक जीवन जवळजवळ बरबाद व्हावे इतके ते तापदायक ठरले होते.

'मला तुला एक गोष्ट सांगायची आहे, प्रिये ... ' पती म्हणाला, 'माझे जर तुझ्यावर प्रेम नसते, तर मी तुझ्या धर्मेन्द्रकाकांना एक दिवससुद्धा सहन करू शकलो नसतो.'

'माझे काका धर्मेन्द्र!' पत्नी चक्रावून उद्‌गारली. 'मी समजले की, ते तुझे काका आहेत!' दोघांच्याही लक्षात आले की, अनभिज्ञ राहिल्यामुळे वीस वर्षे त्यांना त्रास सहन करावा लागला.

या जोडप्यासाठी अज्ञान हे नक्कीच सुखदायक ठरले नाही. खरे काय आहे हे शोधून काढण्याचे त्यांनी कष्ट घेतले नाहीत आणि खोटीच गोष्ट गृहीत धरली. हे अज्ञान त्यांना वीस वर्षे भोवले. हे सगळे त्यांना कशामुळे सहन करावे लागले? 'अज्ञान!'

अज्ञानातून निर्माण झालेले दुःख अधोरेखित करणारी आणखी एक कहाणी ऐका :

एक पेशंट पोटदुखीने हैराण होऊन डॉक्टरकडे गेला. दवाखान्यात पोहोचल्यावर डॉक्टर तिथे नसल्याचे त्याला कळले. असह्य दुखण्याच्या कळा सहन करीत पेशंट वाट बघत बसला.

तासाभराने डॉक्टर आत आले. त्यांनी पेशंटला तपासले, औषधे लिहून दिली आणि तिथल्या फार्मासिस्टला ते औषध देण्यास सांगितले. पेशंट उद्गारला, 'डॉक्टर, फार्मासिस्टकडे हे औषध होतेच. कोणते औषध घ्यावे याबद्दलचे ज्ञान मला नसल्याने, असह्य कळा सहन करीत मला तुमची एक तास वाट पाहावी लागली.'

डॉक्टर उत्तरले, 'आपल्याला जे सहन करावे लागते, त्याचे कारण अज्ञान हेच असते. आपल्याला योग्य ते ज्ञान असेल तर दुःख नाहीसे होईल.'

ज्ञानवंत गुरू वेदव्यास यांचे शब्द डॉक्टर बोलले,

अज्ञानमेवस्य हि मूळ कारणम् (अध्यात्म रामायण)

'ज्ञानाचा अभाव हेच मानवी दुःखाचे कारण आहे.' अशा प्रकारे जीवनाचा प्रवास म्हणजे अज्ञानाच्या अंधाराकडून शहाणपणाच्या उजेडाकडे होणारी वाटचाल आहे.

व्यावहारिक अंमलबजावणीपेक्षा सैद्धान्तिक ज्ञान अधिक योग्यतेचे आहे

कोणत्याही प्रकारच्या तंत्राचे आकलन व अंमलबजावणी होण्यासाठी त्याचे ज्ञान आवश्यक असते. त्याविना आपण अंधार चाचपडत, धडपडत असतो. अधिक चांगली दिशा नसेल, तर आपल्या अंदाज, प्रयोग आणि ऐकीव गोष्टींवर अवलंबून राहावे लागते. त्याऐवजी आपल्याला योग्य ते ज्ञान असेल, तर त्यातून आपल्याला हवा असलेला उत्तम आणि सर्वांत परिणामकारक मार्ग दिसू लागतो.

म्हणून जीवनाचे सर्व पैलू व्यावहारिकतेची गुणवत्ता सिद्धान्ताने वाढते. कोणतीही गोष्ट चांगल्या रीतीने करण्यासाठी सैद्धान्तिक ज्ञान गरजेचे असते. आपल्या ज्ञानाची गुणवत्ता जितकी चांगली असेल, तितके कोणतेही काम आपण अधिक परिणामकारकतेने करू शकतो. ही गोष्ट व्यावहारिक आणि आध्यात्मिक दोन्ही संपादनांमध्ये खरी आहे.

अलीकडे बरेच लोक मुलांना उत्तम शिक्षण देण्याचा प्रयत्न करतात. बहुतेक सर्वांचा जीवनातील सुरुवातीचा एक चतुर्थांश भाग ज्ञानसंपादनामध्ये जातो. याचे कारण असे की, शाळेत आणि महाविद्यालयात मिळवलेल्या ज्ञानाच्या गुणवत्तेवर त्यांच्या मुलांचे जीवन अवलंबून आहे हे पालकांनी ओळखले आहे.

याचप्रमाणे विकसनशील राष्ट्रे विकसित राष्ट्रांकडून तंत्रज्ञान विकत घेण्यासाठी मोठमोठ्या रकमा मोजतात. त्यांना विशेष प्रकारे प्रगत कृतीचे ज्ञान हवे असते, त्यासाठी त्याची किंमत मोजावी लागते हे ते जाणून आहेत. यश आणि अपयश यांमध्ये गुणवत्तापूर्ण ज्ञानाने मोठा फरक पडतो हे त्यांना माहीत असल्यामुळे ते विशेषज्ञांसाठी तेवढी किंमत देतात. पुढील गोष्टीत सांगितल्याप्रमाणे एखादी ज्ञानातून मिळालेली युक्ती किंवा हुशारीची सूचनासुद्धा इतरांपेक्षा वरचढ ठरवण्यास मदत करू शकते.

अविकसित देशात असलेल्या अल्फाटेल या कंपनीस मोबाईल फोन्सच्या कारखान्याची उभारणी करण्याची इच्छा होती. तिथल्या अधिकाऱ्यांनी ते तंत्रज्ञान विकत घेण्यासाठी ड्यूश टेलिकॉम या जर्मन कंपनीशी संपर्क साधला. ड्यूश टेलिकॉम कंपनीने एक 'टर्न-की' प्रकल्प करण्याची तयारी दर्शवली. अशा प्रकल्पात पुरवठादार संपूर्ण प्रकल्पाची उभारणी करून देतात. त्यानंतर तो प्रकल्प कार्यान्वित करण्यासाठी, ग्राहकाला एक कळ तेवढी दाबावी लागते.

कारखाना वर्षभर चांगला चालला. मात्र तेरावा महिना सुरू होताच उत्पादनातली सर्वांत मोठी प्रॉडक्शन लाइन बंद पडली.

अल्फाटेलने ड्यूश कंपनीला सेवा देण्यास कळवले. त्यांच्याकडून कळवण्यात आले की, जर्मनीहून सर्व्हिस इंजिनिअर येईल; पण आता गॅरंटीचा काळ संपला असल्यामुळे त्याच्या भेटीचा खर्च तुम्हाला द्यावा लागेल.

इंजिनिअरने येऊन मशिन पाहिले; कान लावून थपडा मारून त्याचा आवाज ऐकला. एक स्क्रू ढिला झाला असल्याचे त्याच्या लक्षात आले. तो त्याने घट्ट केला आणि लगेच प्रॉडक्शन लाइन सुरू झाली.

'दहा हजार ड्यूशे मार्क्स!' सर्व्हिस इंजिनिअर म्हणाला.

'काय? एक स्क्रू पिळण्याचे दहा हजार?' अल्फाटेलचा अधिकारी ओरडला.

'दहा हजार स्क्रू पिळण्याचे नाही,' इंजिनिअर म्हणाला, 'कोणता स्क्रू घट्ट करायचा हे कळण्याचे ते पैसे आहेत. त्या ज्ञानाच्या तुकड्यासाठी आणि त्यानंतर मोबाईल तंत्रज्ञानाचे जास्तीची खास विशेष ज्ञान मिळवण्यासाठी मी इंजिनिअरिंगमध्ये पदव्युत्तर परीक्षा दिली. त्याखेरीज ड्यूशे टेलिकॉममध्ये गेल्या पंधरा वर्षांचा माझा अनुभव आहे.'

वरील कथेवरून हे स्पष्ट होते की, माहितीचा एखादा छोटा भागदेखील बदल घडवून आणू शकतो. एखादे विशिष्ट काम करताना आपल्या विचारपद्धतीत किंवा कृती करण्याच्या पद्धतीत अगदी लहानशी केलेली सुधारणा आपल्या कामगिरीवर लक्षणीय परिणाम घडवून आणते. काही वेळा एखादी कल्पना माणसांची कारकीर्द किंवा संपूर्ण उद्योगधंदा बदलू शकते. खेळातली एखादी उपयुक्त क्लृप्ती त्या खेळाडूंना शिखरावर पोहोचण्यास मदत करते. आरोग्यविषयक एखादी विशिष्ट छोटीशी माहिती आजारी माणसाच्या आरोग्यामध्ये परिवर्तन आणते आणि म्हणूनच आपल्या क्षेत्रातील नवीन आणि उपयुक्त ज्ञान विकसित करण्याची वृत्ती ज्यांच्या अंगी असते, तेच जीवनात पुढे जातात.

लाभासाठी प्रत्येक जण ज्ञानाची ताकद वापरू शकते. दुर्दैवाने या साध्या सत्याकडे लाखो लोक लक्ष देत नाहीत. महाविद्यालयातून उत्तीर्ण होऊन बाहेर पडल्यावर तेहेतीस टक्के अमेरिकन लोकांनी पहिल्या पानापासून शेवटच्या पानापर्यंत एकही पुस्तक वाचलेले नसते, असे संशोधनात उघडकीस आले आहे. ते असा गैरसमज बाळगून असतात की, आपण विद्यापीठाची पदवी मिळवली म्हणजे यशस्वी जीवनासाठी आवश्यक असलेले सर्व ज्ञान अवगत झाले आहे.

ज्ञानाची मनोधारणा ठेवणारे मात्र शिकण्याची प्रत्येक संधी घेत असतात. ते विविध मार्गांनी माहिती मिळवतात आणि त्यांच्या कार्यक्षेत्रातील उत्कृष्टता साधण्यासाठी आवश्यक असलेली कौशल्ये ते त्यातून विकसित करतात.

आजच्या जगात माहिती मिळवण्यास इतका मोठा वाव आहे की, हवे असलेले ज्ञान मिळवण्यासाठी वर्षानुवर्षे घालवण्याची गरज पडत नाही. आंतरजालाच्या व्यासपीठावर विविध प्रकारांत ही माहिती उपलब्ध असते; आपण फक्त तिथे जाऊन पोहोचण्याचाच अवकाश असतो. ज्यांना ज्ञानाचे महत्त्व कळलेले आहे, ते उत्कृष्टतेच्या उच्च पातळीवर भराभर पोहोचण्यासाठी सतत नवनवीन ज्ञान मिळवण्याच्या खटपटीत असतात.

आधुनिक काळातील माहितीचा विस्फोट

गेल्या दोन हजार वर्षांच्या आधुनिक इतिहासातील मागील काही वर्षांमध्ये मानवाच्या विभिन्न प्रकारच्या ज्ञानामध्ये असामान्य वाढ झाली आहे. सातशे वर्षांपूर्वी इंग्रजी तत्त्ववेत्ता रॉजर बेकन ही अशी एक व्यक्ती होती की, माहीत असायला हवे असे सर्व काही तो जाणत होता, असे समाजात मानले जाई. त्या काळात शास्त्र आणि सर्व प्रकारचे आधुनिक ज्ञान त्याला माहीत आहे असा विश्वास होता. मात्र आताच्या माहिती तंत्रज्ञानाच्या जगात, अगदी एका विषयातदेखील पूर्ण ज्ञान असणे हे कोणाच्याही बाबतीत अशक्य आहे.

वेगवेगळ्या माध्यमांमधून एकत्र आलेल्या ज्ञानाच्या विस्फोटाचा हा परिणाम आहे. सुरुवातीला वर्ल्ड वाइड वेब यामुळे माहिती क्षेत्रात क्रांती होऊन ती मुक्त झाली. जगभरात असलेल्या हजारो वेबसाइट्समध्ये, काही हजार ग्रंथालयांतून संग्रहित केलेल्या भरपूर माहितीपर्यंत, आपण आंतरजालामुळे पोहोचू शकतो. त्यानंतर मोबाईलच्या प्रगत तंत्रज्ञानामुळे तर ही माहिती आपल्या बोटांच्या टोकांवर आली.

दुसरे म्हणजे तंत्रज्ञानाच्या प्रगतीमुळे मिळालेल्या माहितीवर प्रक्रिया करणे वेगवान संगणकामुळे शक्य झाले आहे. विविध प्रकारची कामे आश्चर्यकारक वेगाने आणि सुलभतेने करण्यास सक्षम असलेले लॅपटॉप किंवा डेक्सटॉप संगणक आजकाल दर दोघांपैकी एकाकडे असतात.

तिसरी गोष्ट अशी झाली आहे की, संपर्कसाधनांमध्ये वाढ झाल्याने एकमेकांकडे ज्ञान पोहोचणे हे भलतेच गतिमान झाले आहे. एक केवळ 'सेन्ड' ही कमांड ई-मेलवर देताच तुमच्या ऑफिसमधून पाठवलेला तुमचा संदेश जगभरातील हजारो लोकांच्या ई-मेल बॉक्समध्ये थेट जाऊन पडतो. समाजमाध्यमांमुळे तर हे आणखी पुढे वाढले आहे. तुमच्या फेसबुकवर, ट्विटरवर किंवा इन्स्टाग्राम अकाउंटवर तुमचा मेसेज टाकताच काही थोड्या सेकंदात तो लाखो लोकांपर्यंत जाऊन पोहोचतो.

परिणामी एका क्षेत्रातील संशोधकांनी नव्याने लिहिलेले ज्ञान त्याच क्षेत्रातील शास्त्रज्ञांना सहजतेने उपलब्ध होते. त्याहीपुढे जाऊन त्यांना त्यांच्या क्षेत्रातील विशेषत्वाने हवे असलेले तंत्रज्ञान हे शास्त्रज्ञ जतन करून ठेवू शकतात, त्यावर प्रक्रिया करून, त्यावर काही काम करून वापरू शकतात. अशा एकमेकात गुंतलेल्या संबंधांमुळे क्षणार्धात मानवाचे ज्ञान दुप्पट-तिप्पट होते.

माहिती, तंत्रज्ञान आणि संपर्क हे तीन जोरदार घटक एकत्रितपणे काम करत असल्यामुळे लोकांना नवनव्या शक्यता खुल्या होतात. उपलब्ध ज्ञानाचा उपयोग करून आपापली उद्दिष्टे प्राप्त करता येतात आणि ही तर सुरुवात आहे. कारण, दरवर्षीच नव्हे तर दररोज बदलाचा वेग वाढतोच आहे. ही जणू काही हिमनदी आहे; ती हलायला सुरुवात झाली आहे आणि ती अधिकाधिक प्रमाणात वाढत जाणार आहे. थांबण्याचा पर्याय अस्तित्वात राहिलेला नाही. आता आपण या बदलास आत्मसात करायचे की त्यास बळी पडायचे एवढेच ठरवणे आपल्या हातात उरले आहे.

बदलाच्या या लाटेवर स्वार व्हायचे असेल तर पूर्वीच्याच संचिताला कवटाळून बसणे बरोबर होणार नाही. आपण सतत आपली कौशल्ये अत्याधुनिक करण्याचा ध्यास विकसित केला पाहिजे. त्यासाठी आंतरजालाच्या विविध व्यासपीठांवर सहज उपलब्ध होऊ शकत असलेली माहिती वापरायला हवी.

मात्र तरीसुद्धा माहिती आणि ज्ञान यांमधला वेगळेपणा आपल्याला पक्का ध्यानात ठेवावा लागेल. नुसती माहिती तर आपल्या उपयोगाची नाही. त्या माहितीतून

आपल्याला उपयुक्त असलेले ज्ञान उत्पन्न करण्याची आपली क्षमताच फायदेशीर ठरेल. ज्या लोकांच्या अंगी हे कौशल्य आहे, तेच नवीन अर्थयुगावर स्वार होतील. यावर आपण नंतर चर्चा करणार आहोत.

ज्ञानाचे अर्थशास्त्र

गेल्या तीनशे वर्षांत मानवी समाज वेगवेगळ्या टप्प्यांनी विकसित होत गेला. त्यास समाजशास्त्रज्ञांनी वेगवेगळी नावे दिली आहेत. साधारण १७५०च्या सुमारास शेतीव्यवसायाचे जगावर सगळ्यात जास्त वर्चस्व होते. त्या काळात नव्वद टक्के लोक खेडेगावात राहत होते आणि शेतीशी संबंधित व्यवसाय करीत होते, त्यामुळे समाजाची रचना शेतीविषयक अर्थशास्त्रानुसार झालेली होती.

त्यानंतर औद्योगिक युग आले. या काळात व्यापारी स्वरूपाच्या उपयुक्त वस्तूंचे कारखाने उभे राहिले, त्यामुळे शहरांमधील लोकसंख्या वाढली. या सुधारणांमुळे समाजाचे एका उत्पादक अर्थशास्त्र पद्धतीमध्ये संक्रमण झाले. ज्यांच्याकडे अधिक चांगल्या प्रकारची उत्पादनाची प्रक्रिया आहे, ते आज जगावर अधिराज्य करीत आहेत. राल्फ वाल्डो इमर्सन याचे औद्योगिक युगाचे चपखल वर्णन करणारे उद्गार प्रसिद्ध आहेत : 'उंदराचा पिंजरा तुम्ही अधिक चांगल्या तऱ्हेने बनवा, सारे जग वाट तुडवत तुमचा दरवाजा वाजवायला येईल.'

पण काही काळानंतर उत्पादनाची प्रक्रिया सर्वसामान्य होऊन गेली. तयार केलेली उत्पादने ही बऱ्याच जणांची सारख्या गुणवत्तेची होऊ लागली. अशा तऱ्हेने आधीच्या मानाने उत्पादनाचे समाजात असलेले महत्त्व कमी होऊ लागले. त्यानंतर जगाने मार्केटिंग युगात पदार्पण केले. मार्केटिंगमधून वेगळे स्थान मिळवता येऊ लागले. ज्यांनी खप वाढवण्याच्या अधिक चांगल्या कल्पना लढवल्या ते भराभर संपत्तीची शिडी चढून गेले.

१९८०च्या दशकात पर्सनल कॉम्प्युटरच्या आगमनामुळे पुन्हा समाज वेगाने बदलला. समाजातील भिन्नभिन्न स्तरांना संगणकामुळे बळ मिळाले. भावी काळासाठी माहितीवर प्रक्रिया करणे व ती साठवून ठेवणे शक्य झाले. आता समाजातील वेगळेपणा लोकांना मिळणाऱ्या माहितीच्या गुणवत्तेवर अवलंबून राहू लागला. यामुळे मानव समाजाने माहिती युगात प्रवेश केला.

मात्र आता तर आणखी एका पावलाने पुढे स्थित्यंतर झाले आहे. नवीन सहस्रकात माहितीची उपलब्धता हीदेखील सर्वसामान्य गोष्ट झाली आहे. ही माहिती असण्या-नसण्याने काही फारसा फरक पडत नाही. सहज उपलब्ध असलेल्या माहितीतून उपयुक्त ज्ञान निर्माण करण्यास आता महत्त्व आले आहे. परिणामी आर्थिक रचनाबंध हळूहळू ज्ञानयुगाकडे संक्रमित होत असल्याचे दिसून येत आहे. दृश्य-अदृश्य मूल्ये निर्माण करण्यासाठी ज्ञानाचा उपयोग हेच या युगाचे वैशिष्ट्य

ठरते आहे, त्यामुळे आता अर्थपुरवठा आणि यंत्रसामग्री यांच्यापेक्षादेखील ज्ञान हाच सगळ्यात महत्त्वाचा भांडवली आधार बनून राहिला आहे.

संपूर्ण इतिहासात आर्थिक मूल्य हे पैसा, जमीन, मानवी श्रम, यंत्रसामग्री, तिथे तयार असलेले इतर काही सामान आणि इतर किमती व्यावहारिक वस्तू यांमध्ये सामावलेले असे. मालमत्तेवर ताबा मिळवण्यासाठी देशांमध्ये युद्धे झाली. वैयक्तिकरीत्या असेच लोक आर्थिकदृष्ट्या सबळ ठरले होते की, जे या सर्व गोष्टी बाळगत असत आणि त्यातून उत्पादन करून ते बाजारात आणून विकत असत. हे सारे आताच्या काळात बदलून गेले. ज्ञान, माहिती आणि कल्पना हाच आता सगळ्यात महत्त्वाचा स्रोत झाला आहे.

आता या नवीन वातावरणात तुमची सगळ्यात मोठी संपत्ती म्हणजे तुमचे डोके म्हणजेच अतिशय हुशारीने काढलेल्या कल्पना आणि दृष्टिकोन. आज जगावर राज्य करणारे मोठमोठे उद्योजक शून्यातून उभे राहिले आहेत. केवळ एखाद्या अफाट कल्पनेमुळे त्यांच्या उद्योगात क्रांती घडून आली म्हणून आज सगळ्यात उत्तम संधी सखोल चिंतनात आणि तुमच्या ज्ञानातून, विचारांमधून परिणामकारक काम करण्यामध्ये आहेत. आताच्या बदललेल्या जमान्यात अगदी तुमचे कार्यालय जळून जरी गेले तरी तुम्ही तिथून निघून तुमच्या बुद्धिमत्तेच्या जोरावर दुसरा नवीन व्यवसाय सुरू कराल.

सध्याच्या आर्थिक पुनर्रचनेचे वर्णन करताना 'ज्ञानाची अर्थव्यवस्था' असा एक वाक्प्रचार समाजशास्त्रज्ञांनी प्रचलित केला आहे. माहिती तर अनेक जणांना मोठ्या प्रमाणात तयार स्वरूपात उपलब्ध आहे; पण यशस्वी होण्यासाठी आणखी काही आवश्यक आहे. माहिती लगेच मिळवणे, त्यावर विचार करण्यासाठी प्रक्रिया करणे, शिकून घेणे, संशोधन करणे आणि मग नवीन ज्ञान निर्माण करणे याची गरज आहे. आताच्या काळात तुमच्याकडची सगळ्यात मौल्यवान गोष्ट म्हणजे विचार करण्याची क्षमता आणि ती विचारप्रक्रिया इतरांना महत्त्वाची वाटेल, असा त्याचा वापर करता येणे ही होय.

जुन्या काळच्या अर्थव्यवस्थेमध्ये यशस्वी उत्पादन व्यवसाय किंवा सेवाउद्योग सुरू करण्यासाठी भांडवल जमवण्याकरिता लोक वर्षानुवर्षे परिश्रम करीत. नवीन अर्थव्यवस्थेमध्ये तुमच्या डोक्यातच सगळ्यात मोठे भांडवल आहे. त्याचा हुशारीने वापर केला तर यशस्वी होण्यास फार काळ लागणार नाही. बौद्धिक संपदेचे महत्त्व इतके झपाट्याने वाढले आहे की, त्याचे मूल्यमापन कसे करावे हा बँकांना प्रश्न पडला आहे. यापूर्वी कर्जे मंजूर करताना ते कर्जदाराच्या तारण असलेल्या स्थावर मालमत्तेचे मूल्य ठरवत. आताच्या काळात कर्जदारापाशी असलेली मौल्यवान मिळकत अदृश्य स्वरूपात असू शकते. कर्जदाराची विचार करण्याची आणि निर्माण करण्याची किंवा काही मौल्यवान भर घालण्याची क्षमता हीच त्याची स्थावर मालमत्ता असू शकते.

जुन्या काळातील अर्थव्यवस्थेमध्ये प्रत्यक्ष मालमत्तेची काही मर्यादित रक्कम असे आणि ती वेगवेगळ्या भागधारकांमध्ये वाटली जात असे. मानवी इतिहासात संसाधनांची टंचाई हे अनेक युद्धांचे कारण बनले आहे. याउलट ज्ञानाच्या अर्थव्यवस्थेचे वैशिष्ट्य टंचाई नव्हे; तर मुबलकता हे आहे. ज्ञान हे कधी कमी होत नाही; उलट हजारो वेळा ते उत्पन्न होत असते. इतकेच नव्हे तर ते जितके जास्त वाटले जाईल, तितके ते वाढत जाते. विविध तज्ज्ञ आणि निष्णात लोकांपर्यंत ते पोहोचत असल्याने त्याचे अनेकविध पैलू विकसित होतात.

पुढे यामध्ये संपर्कानेही वाढ होते. माऊसवरच्या एका क्लिकने तुमची कोणतीही नवीन कल्पना शून्य वेळात जगभरात पोहोचू शकते. अशा तऱ्हेने भौगोलिक अंतराची मर्यादाही आता राहिलेली नाही. तुम्ही समुद्रातील जहाजावर असाल, डोंगरावरच्या घरात असाल किंवा अगदी विमानातसुद्धा असाल; इंटरनेट चालू असेल तर तुमच्या व्यवसायात तुम्ही सक्रिय राहू शकता.

अशा तऱ्हेने ज्ञानाची अर्थव्यवस्था विकसित करण्यामध्ये ज्ञानाच्या मनोधारणेस फार महत्त्व आहे. माहिती चटकन कशी घ्यावी, मग सखोल विचार करून त्याचे उपयुक्त ज्ञानात कसे रूपांतर करता येईल हे प्रत्येकाने शिकून घेतले पाहिजे.

ज्ञानाची पेरणी करणाऱ्या मनोधारणेची चर्चा करीत असताना, केवळ भौतिक किंवा व्यावहारिक ज्ञानच फक्त अस्तित्वात नाही, हे आपण ध्यानात ठेवणे गरजेचे आहे. **जीवनात यश, सुख आणि परिपूर्णता मिळवायची असेल तर आध्यात्मिक ज्ञान हे अधिक मौल्यवान आणि लाभदायक आहे.**

अशा मुद्यापर्यंत पोहोचल्यावर बहुतेकदा प्रश्न विचारला जातो की, ज्ञानयुगात अध्यात्माची गरज काय? हे जास्तच होत नाही का? आता आपल्याला इतक्या गोष्टींची माहिती आहे की, अजूनही देवावर विश्वास ठेवायला हवा? अध्यात्मावर विश्वास ठेवणे म्हणजे अडाणीपणाच नाही का? अनेकांच्या मनात नेहमी उद्‌भवणारे हे प्रश्न आहेत. त्यांचा आपण परामर्श घेऊ या.

आध्यात्मिक ज्ञानाची गरज

पृथ्वीतलावरील सर्व ज्ञानशाखांमध्ये विज्ञानाने अभिमानास्पद स्थान मिळवले आहे. बुद्धिमान वर्गाला ते विशेष भावते. कारण, ते तर्कशुद्ध युक्तिवादांवर आधारलेले आहे. त्यात फेरफार करता येऊ शकतो आणि त्याच्या प्रक्रिया पडताळून पाहता येतात. सर्वसामान्य लोकांनाही विज्ञान हवे असते. कारण, त्यामुळे राहणीमान सुधारते व सर्वांना महत्त्वाच्या वाटणाऱ्या सोयीसुविधा त्यातून मिळतात.

आधुनिक जगात आपण खरोखरच विज्ञानाची पूजा करतो. कोणतीही बाब असो, कोणताही विषय असो; शास्त्रशुद्ध मत हे त्याबाबतीतील वादातीत आणि शेवटचा शब्द मानले जाते. अशा या विज्ञानयुगात अध्यात्माला जागा कोठे आहे?

वैज्ञानिक दृष्टिकोनाशी ते विरोधी नाही का? विज्ञान आणि अध्यात्म यांपैकी एकाचीच निवड करायला हवी का? ज्ञानाच्या या दोन शाखा जवळ आणण्याचा काही मार्ग आहे का?

विज्ञान आणि आध्यात्मिकता यांच्यात संघटन होण्याविषयी बोलण्याचे कारण म्हणजे पाश्चात्त्य जगात काहीशे वर्षांपूर्वी कोपर्निकस आणि गॅलिलिओ यांच्यामुळे दोन संकल्पनांमध्ये अंतर पडत गेले. विज्ञान आणि आध्यात्मिकता या दोन्हींना आपापल्या दृष्टिकोनातून ज्ञानाचे पूर्ण क्षेत्र समजावून घेता येईल असे वाटत होते. दोन्ही बाजूंकडून हे मतभेद विकोपाला गेले आणि त्यामुळे विज्ञान आणि आध्यात्मिकता यांमध्ये अखेरीस शत्रुत्व निर्माण झाले. त्या दोघांमधील एकसारखी गोष्ट अशी कोणतीच राहिली नाही. अमुक एक घटना परमेश्वरी इच्छेने झाली असे एकही शास्त्रीय लेखी विधान सापडत नाही.

अध्यात्माकडे विज्ञानाने केलेले हे दुर्लक्षच आपल्या आजच्या अप्रिय परिस्थितीस कारणीभूत आहे, त्यामुळे झालेय असे की, अणुशक्ती आणि जेनेटिक बायो इंजिनिअरिंग अशी विज्ञानाने आपल्या हाती पुष्कळ मोठी ताकद दिली असली तरी त्याचा योग्य उपयोग करण्यासाठी कोणतीही नीतिमूल्ये अथवा जीवनमूल्ये त्याने आपल्याला दिलेली नाहीत. विज्ञानाने आपले जीवन समृद्ध केले; पण औद्योगिकीकरणामुळे नव्याने पुनरुज्जीवित न होणारी ऊर्जा आणि खनिज स्रोत कमी होत गेले. औद्योगिकीकरणामुळे पर्यावरणाची प्रचंड प्रमाणात अधोगती झाली आणि त्याबरोबरीने आले जमीन, पाणी आणि हवा यांचे प्रदूषण!

मानवजातीचे दुःख निवारण करून त्यास आनंद आणि सुखाचा अनुभव घेता यावा हे एक विज्ञानाचा पाठपुरावा करण्याचे प्राथमिक उद्दिष्ट होते. मात्र आपल्यापैकी बहुतेकांच्या बाबतीत तसे घडलेले नाही. व्यावहारिक सोयीसुविधा कमी असूनदेखील आपले पूर्वज आपल्यापेक्षा जास्त सुखी होते हे आपल्या सर्वांना माहीत आहे. असे का होते आहे?

आपल्याजवळ असलेल्या आरामदायी गोष्टींच्या संख्येनुसार सुख मिळत नसते, हे आपण सर्व जण जाणतोच. स्वतःच्या मनात असलेले समाधान व शांतता यांवर ते अवलंबून असते. पाश्चात्त्य तत्त्वज्ञ जॉन मिल्टन याने ही गोष्ट अगदी योग्य शब्दांत मांडली आहे :

> मनाची एक स्वतःची जागा असते आणि त्यामध्ये
> ते स्वर्गाचा नरक करू शकते व नरकाचा स्वर्ग. *(पॅराडाइज लॉस्ट)*

असे जर आहे, तर आपल्या मनावर ताबा ठेवण्याची आणि त्याचे व्यवस्थापन करण्याची कोणती पद्धत आहे? हे तंत्रज्ञान विज्ञानात नाही आणि म्हणूनच मागील शतकातील थोर शास्त्रज्ञ अल्बर्ट आइनस्टाइन म्हणाला आहे,

ज्ञानाची प्राप्ती करणारी मनोधारणा ११९

प्लुटोनिअम या अणूचे विघटन करणे विज्ञानास शक्य झाले; तथापि माणसाच्या मनातील दुष्टाव्याचे विघटन करणे मात्र त्यास शक्य झाले नाही.

इथेच आध्यात्मिक विज्ञानाचा संबंध येतो. हीच ती ज्ञानशाखा आहे, जिच्यामुळे आपले मन आणि बुद्धी यांचे शुद्धीकरण होते आणि शांत व समंजस आयुष्य जगता येते. तिच्यामुळेच आपण आपल्या विचारांवर ताबा ठेवू शकतो. त्यांना उच्च आणि उदात्त बनवता येते. हिच्यामुळेच आपल्याला नीतितत्त्वे व जीवनमूल्ये यांची शिकवण मिळते. ही मूल्ये आपल्या जवळ नसतील तर आपण जनावराच्या पातळीला पोहोचतो म्हणजेच आध्यात्मिक ज्ञान हेसुद्धा माणसाच्या जीवनाशी संबंधित असून महत्त्वाचे आहे.

आध्यात्मिक ज्ञान हे दुसऱ्या एका विशिष्ट हेतूसाठीदेखील आवश्यक आहे. आपण आता त्यावर चर्चा करू या.

निखळ सत्याचा शोध

विज्ञानाचा पाठपुरावा लोक काही केवळ व्यावहारिक उपयोगासाठी करतात असे नव्हे; तर निखळ सत्याचा शोध घेण्यासाठी करतात. जीवन आणि निर्मिती यांचे रहस्य उलगडण्याचे साधन म्हणून आपण विज्ञानाकडे पाहतो. आपण कोण आहोत हे आपल्याला जाणून घ्यायचे आहे. पृथ्वीतलावर आपण का आहोत? आपला जन्म कशासाठी झाला आहे? आपल्या जीवनाचा हेतू काय आहे? मात्र वैज्ञानिक सिद्धान्तांची इतकी प्रगती होऊनसुद्धा हे प्रश्न अनुत्तरितच राहिले आहेत.

याचे एक कारण असे आहे की, विज्ञानाचे काम अजून चालू आहे, त्यामुळे त्यातील संकल्पना बदलत राहतात. विज्ञानाचा विकास होत असताना मोठ्या शास्त्रज्ञांकडून सिद्धान्त विचारार्थ पुढे ठेवले जातात आणि समकालीनांकडून ते स्वीकारले जातात; पण त्यानंतर इतर शास्त्रज्ञ पुढे येऊन ते जुने सिद्धान्त बाद ठरवतात किंवा अपुरे असल्याचे सांगतात आणि काही नवीन गोष्टी प्रस्थापित करतात. यामुळे आपले असे मत होते की, आज सत्य मानलेला सिद्धान्त विज्ञानात काही नवीन शोध लागल्यावर उद्या मोडीत निघेल म्हणून जवळ असलेल्या लहानशा आयुष्यात आपल्याला चिरंतन सत्य जाणून घ्यायचे असेल तर विज्ञान विचारपद्धती पुरेशी नाही.

हा मुद्दा अधिक स्पष्ट होण्यासाठी आपण गेल्या साडेतीनशे वर्षांतील भौतिक शास्त्रात कसकशी उत्क्रांती होत गेली ते पाहू या.

सर आयझॅक न्यूटन याने १६७५च्या सुमारास गतीचे नियम मांडले. त्या वेळी ते नियम गतिशास्त्रातले अंतिम सत्य म्हणून स्वीकारले गेले. दुसरे त्याचे

म्हणणे होते, अवकाश हे त्रिमितीबद्ध आहे आणि काळ हा त्यामधूनच वाहत असतो; पण तो त्यात ढवळाढवळ करीत नाही. आणखी एक सिद्धान्त असा की, बल हे नेहमी वस्तुमान व अंतर यांच्या प्रमाणात असते आणि ते एकाच वेळी दोन बिंदूंमध्ये दोन्हीकडून कार्यरत असते. न्यूटनच्या शास्त्राप्रमाणे संपूर्ण जगच त्यामुळे अनेक बले कार्यरत असलेले प्रचंड यंत्रच ठरते. आपल्याला जर वर्तमानातील एका क्षणाची नीट माहिती असेल, त्या क्षणी कार्यरत असलेली सर्व बलेही ज्ञात असतील तर पुढच्या क्षणाला काय होईल हे आपण निश्चितपणे वर्तवू शकू असे त्याला वाटे.

न्यूटननंतर मायकेल फॅरडे याने एक प्रयोग केला. त्याने तारेच्या भेंडोळ्यातून लोहचुंबक फिरवला आणि विजेचा प्रवाह निर्माण करून दाखवला. न्यूटनच्या दोन बिंदूतील गतिशास्त्राच्या पलीकडे जाऊन त्याने विश्वातील एक नवीनच दालन खुले केले.

त्यानंतर जे. सी. मॅक्सवेल याने 'बल' या गृहीताला शह देऊन 'बलक्षेत्रा'च्या अस्तित्वाची कल्पना मांडली. त्यांचे म्हणणे होते की, अणूतील धनभार असलेल्या प्रोटॉनच्या बाजूला बलक्षेत्र अस्तित्वात असते, त्याच्या बाजूला इलेक्ट्रॉनचा ऋणभार कितीही कसाही असला तरी त्यावरून 'प्रकाश' या ऊर्जेविषयी नवीन विचारसरणीला सुरुवात झाली. प्रकाश आता अतिवेगाने हेलकावणाऱ्या विद्युतचुंबकीय लहरी असा मानला जाऊ लागला.

मॅक्सवेलनंतर अल्बर्ट आइनस्टाईन या शास्त्रज्ञाने त्याचा सुप्रसिद्ध सापेक्षतावादाचा सिद्धान्त मांडला. त्याचे असे गृहीतक होते की, अवकाश व काळ हे वेगवेगळे नसून ते एकमेकांशी संबंधितच आहेत, जोडलेले आहेत. भिन्न वेगाने फिरत असलेले दोन दर्शक असतील, तर त्यांना दृगोचर होणाऱ्या समान घटना या त्यांच्या त्यांच्या कालबिंदूप्रमाणे मागेपुढे असतील. दोघांना दिसणाऱ्या घटनांचा क्रम सारखाच असेल असे नाही.

आइनस्टाईन याने असाही सिद्धान्त मांडला की, स्थिर वस्तुमानातही ऊर्जा असते आणि ती $E = mc^2$ या सूत्राने मांडता येते.

याच कालावधीत रसायनशास्त्रातही प्रगती होतच होती. अर्नेस्ट रुदरफोर्ड याच्या मूलद्रव्य सारिणी (पीरिऑडिक टेबल) विषयी शाळेत शिकल्याचे तुम्हाला कदाचित स्मरत असेल. या रुदरफोर्ड याने अणूंवर अल्फा कणांचा मारा करून काय होते, त्याचे गीगर मापनयंत्रावर मोजमाप घेतले. त्याला असे आढळून आले की, आपण समजतो तसा अणू हा पूर्ण घनपदार्थ नसून त्याच्या आतमध्येही मोकळी जागा असते. खरे तर ९९.९९ टक्के जागा मोकळीच असते.

कालांतराने या मांडणीतही बदल सुचवला गेला. सन १९२०च्या आसपास नीलस बोहर व त्याच्या बरोबरच्या शास्त्रज्ञांनी ऊर्जा पुंज स्वरूपात असते, असा

सिद्धान्त (Quantum Theory) मांडला. आपण पूर्वापार मानत आहोत की, अणूच्या अंतरंगात वस्तुमान घन स्वरूपात असते; पण तसे नसावे. अंतरंगातील वस्तुमान घन स्वरूपात असते असे नाही तर ते तिथे फक्त अस्तित्व असण्याची प्रवृत्ती दर्शवते. वस्तुमानाची सर्व कल्पनाच आता 'ऊर्जाक्षेत्र' यात रूपांतरित झाली. आइनस्टाईन याच्यापर्यंत जेव्हा हे नवीन संशोधन पोहोचले, तेव्हा त्यालाही त्याच्याशी जुळवून घेणे कठीण गेले. 'भौतिक शास्त्रातली आतापर्यंतची जी काही गृहीतके, सिद्धान्त आहेत; त्या सर्वांची नवीन संशोधनाशी सांगड घालणे, अनेक प्रयत्नांनंतरही मला शक्य होत नाहीय. जणू माझ्या पायाखालची जमीन ओढून काढून फेकून दिली आहे; पण नंतर ज्यावर उभं राहावं असं काहीच दिसत नाहीय.' फ्रिट्यॉफ काप्रा यांनी त्यांच्या *ताओ ऑफ फिजिक्स* या पुस्तकात आइनस्टाईन याचे वरील उद्गार उद्धृत केले आहेत.

अशाच धर्तीवर 'वेर्नेर आयझेनबर्ग' जे स्वतःच पुंज सिद्धान्त मानणाऱ्या शास्त्रज्ञांपैकी होते, ते म्हणाले :

> 'आधुनिक शास्त्रामध्ये नवनवीन सिद्धान्त पुढे येत आहेत. त्यावरच्या ज्या जोरदार प्रतिक्रिया मिळताहेत त्या समजू शकतील. कारण, आतापर्यंतच्या ज्या मूलभूत कल्पना होत्या, त्याच हळूहळू डळमळू लागल्या आहेत. वाटते आहे की, भौतिकशास्त्र वास्तवापासून तुटते आहे की काय?'

आता गरज निर्माण झाली ती आइनस्टाईनचा सापेक्षतावाद, ऊर्जेचे समीकरण आणि पुंजस्वरूपातली ऊर्जा या संकल्पनांची सांगड घालण्याची. त्यात अडचण होतीच. कारण, अणूच्या अंतरंगातील कण प्रचंड वेगाने फिरत असतात. धनकण अतिवेगाने आक्रमण करीत असतात, तर ऋणकण त्याभोवती बावीसशे किलोमीटर प्रतिसेकंद या वेगाने फिरत असतात.

या शास्त्रज्ञांच्या कालापासूनच या दोन्ही प्रारूपांची संगती लावण्याचे प्रयत्न आणि युनिफाइड फील्ड थिअरी (स्वीकृत क्षेत्र सिद्धान्त), जो सर्व बले, वस्तुमान आणि ऊर्जा एकाच सूत्रात बांधेल, तो शोधण्याचे प्रयत्न चालू आहेत; पण अजून तरी काही प्रगती झालेली नाही आणि अशी प्रगती होऊन एखादा सिद्धान्त मांडला गेला तरी कालांतराने तोही मोडीत निघण्याची शक्यता उरतेच. आश्चर्याची गोष्ट अशी की, पाच हजार वर्षांपूर्वीच्या भगवत् गीतेत मात्र अशा 'एकीकृत क्षेत्र सिद्धान्ता'चे उल्लेख सापडतात :

भमिरापोनलो वायुः खं मनो बुद्धिरेवच
अहंकार इतीयं मे भिन्ना प्रकृतिरष्टधा (७.४)

भगवान श्रीकृष्ण अर्जुनाला सांगतात, 'पृथ्वी, जल, अग्नी, वायू, आकाश, मन, बुद्धी आणि अहंकार असे माझ्या प्रकृतीचे आठ प्रकार आहेत.' विधात्याने जे भौतिक विश्व निर्माण केले आहे, त्याचे हे आठ प्रकार म्हणजे निर्मात्याच्या ऊर्जेचेच वेगवेगळे प्रकार आहेत. वस्तुतः याचा अर्थ असा की, आइनस्टाईनने फक्त एवढेच उजेडात आणले की, वस्तुमान हे ऊर्जेचे एक स्वरूप आहे. भगवद् गीतेने त्यापलीकडे जाऊन फार पूर्वीच अधिक विशाल मांडणी केली आहे. ऊर्जा संकल्पनेवर अधिक प्रकाश टाकला आहे.

बल, ऊर्जा, वस्तुमान यांच्या स्वरूपांनी भौतिक शास्त्रज्ञांना गेले शतकभर तरी गोंधळात टाकलेले आहे; पण अध्यात्मशास्त्र मात्र किती सखोल अंतःदृष्टीने विचार करते पाहा. भौतिक शास्त्राने आध्यात्मिक ज्ञान अधिक गांभीर्याने विचारात घेतले तर बरे होईल. फायद्याचे ठरेल.

भौतिक ज्ञानाच्या मर्यादा

शास्त्रज्ञ आध्यात्मिक ज्ञानाला तितकी मान्यता देत नाहीत. कारण, त्यांचे म्हणणे असते की, ते ज्ञान हे फक्त विश्वास, श्रद्धा यांवरच निर्भर राहते; पण ते हे लक्षात घेत नाहीत की, भौतिक शास्त्रातले ज्ञान हेसुद्धा गृहीतकांवरील विश्वास, श्रद्धा यांवरूनच संक्रमित झालेले असते.

न्यूटनचे उदाहरण घेऊ या. त्याचे नियम आपण शिकलो होतो, त्या युक्लिडच्या भूमितीवर आधारलेले होते. त्यातही काही गृहीतके होती. या ग्रीक युक्लिडचे पहिलेच गृहीतक असे होते की, अवकाशातल्या कोणत्याही दोन बिंदूतून एकच एक रेषा पार जाऊ शकते. या गृहीतकासाठी युक्लिडने कोणताही पुरावा दिलेला नव्हता; पण ते मान्य करून न्यूटनने त्याचे सिद्धान्त मांडले होते.

नंतर बर्नार्ड रेइमान या जर्मन गणित तज्ज्ञाने वरील गृहीतकाला नकार देऊन 'दोन बिंदूतून एकाहून अधिक रेषा पार होऊ शकतात' अशी मांडणी करून नवीनच रेईमानियन भूमितीची रचना केली.

युक्लिडचे पाचवे गृहीतक होते की, एक रेषा व एक बिंदू असेल, तर त्या बिंदूतून त्या रेषेला एकच एक समांतर रेषा आपण काढू शकू. निकोलाय लोबाशेवस्की या रशियन गणितज्ज्ञाने याचा अधिक अभ्यास करून नवीन मत मांडले की, अधिक समांतर रेषासुद्धा काढता येतील. या गृहीतकावरून नंतर लोबाशेवस्कीच्या भूमितीचा विस्तार झाला. आइनस्टाईनने त्याच्या सापेक्षतावादाच्या सिद्धान्तात या लोबाशेवस्कीच्या भूमितीतील तत्त्वेच गृहीत धरली होती. यावरून आपल्या लक्षात येते की, भौतिक शास्त्रांमध्येसुद्धा काहीएक विचार, कल्पना, योग्य आणि सत्य आहे, असे मानले जाते आणि मग संशोधन सुरू होते. ती गृहीतके सिद्ध झालेली असतीलच असे नाही; ती चुकीचीही असू शकतात.

प्रो. चार्ल्स एच. टाऊन्स यांना १९६४ सालचे भौतिकशास्त्राचे नोबेल प्राइझ मिळाले होते. ते या संदर्भात म्हणाले होते :

'शास्त्रालासुद्धा श्रद्धेची गरज असतेच. आमचे तर्क बरोबर आहेत की नाहीत, हे आम्हाला माहीत नसते. तुम्ही तिथे आहात हे मला माहीत नसते आणि मी इथे आहे हे तुम्हाला माहीत नसते. आपण कदाचित नुसत्या कल्पनाच करीत असतो. फक्त माझी श्रद्धा असते की, जग मला जसे दिसते तसे ते आहे आणि म्हणून मी विश्वास ठेवतो की, तुम्ही तिथे आहात. एखाद्या मूलभूत दृष्टिकोनातून मी ते सिद्ध करू शकत नाही; पण कृतिशील होण्यासाठी आपल्याला एखादी चौकट स्वीकारून त्यात काम करावे लागते. धर्म म्हणजे श्रद्धा आणि शास्त्र म्हणजे ज्ञान असे मानणेही मला वाटते बरोबर नाही. दृश्य अशा बाह्य जगाच्या अस्तित्वावर आम्ही शास्त्रज्ञ विश्वास ठेवतो आणि आमचे तर्क काही सबळ आधारावर आहेत असेही मानतो. आम्ही त्या संदर्भात समाधानी असतो; पण तरीही ते श्रद्धेनेच मानलेले असते आणि आम्ही ते सिद्ध करू शकत नाही.'

अलेक्सिस कॅरल हे फ्रेंच सर्जन व जीवशास्त्रज्ञ होते. १९१२मध्ये त्यांना शरीरविज्ञानशास्त्र या विषयात केलेल्या कामगिरीबद्दल नोबेल प्राइझ मिळाले होते. *मॅन द अननोन* या पुस्तकात त्यांनी म्हटले आहे :

आपल्या काळातील तात्त्विक श्रद्धा किंवा शास्त्रीय चौकट यांमध्ये न बसणाऱ्या गोष्टी नाकारण्याची आपल्या मनाची सहज प्रवृत्ती असते. अखेरीस शास्त्रज्ञसुद्धा माणसेच असतात. त्यांचा काळ आणि त्यांचे वातावरण यातून त्यांच्याही मनात काही ग्रह तयार होतात. तत्कालीन सिद्धान्तांकडून ज्यांचे स्पष्टीकरण होत नाही, असे मुद्दे स्वीकारण्याची त्यांना इच्छा होत नाही. आताच्या काळातही शास्त्रज्ञ टेलिपथी आणि अशासारख्या इतर तात्त्विक अतिसूक्ष्म घटनांकडे भ्रामक म्हणूनच पाहतात. स्वतः मानत असलेल्या परंपरांविरुद्ध काही ठोस पुरावे किंवा मुद्दे असले तर मग ते दडपले जातात.

विज्ञानाला कमी लेखण्याची माझी इच्छा नाही; परंतु निखळ सत्याचा शोध घेण्यामधील त्याच्या मर्यादा मी दाखवून देत आहे. त्यासाठी वेगळ्या प्रकारचे ज्ञान प्रस्थापित होणे गरजेचे आहे... आणि ते आहे आध्यात्मिक ज्ञान!

'स्व'विषयीचे ज्ञान

आता आपण सगळ्यात मूलभूत प्रश्नाकडे येऊ या. 'आपण कोण आहोत?' विज्ञानाकडे या प्रश्नाचे उत्तर आहे काय? 'स्व' म्हणजे अणूरेणूंपासून बनलेले शरीर, बाकी काही नाही; असा यात सोयिस्कर समज करून घेतलेला आहे म्हणून रसायनांनी जुळणी केलेले शरीर म्हणजे स्व असे मानले जाते आणि त्यामुळे शरीर नष्ट होते, तेव्हा स्व याचेही अस्तित्व थांबते असे गृहीत धरले जाते.

सर्वसाधारणपणे शास्त्रज्ञ आंधळेपणाने वरील मांडणीवर विश्वास ठेवतात, तरीही या गृहीत धरलेल्या गोष्टीबाबत मी एक प्रश्न विचारू इच्छितो : 'श्रीयुत शास्त्रज्ञ, जर आम्ही केवळ अणूरेणूंपासून बनलेला जुडगा असू, तर स्वतंत्रपणे इच्छा कुठून येतात?' या निवडीचे जे स्वातंत्र्य मिळते, त्याचे स्पष्टीकरण देणारे उत्तर काही मिळत नाही.

अर्विन श्रोडिंगर हे एक विख्यात ऑस्ट्रेलियन शास्त्रज्ञ होते. १९३३मध्ये त्यांना पदार्थविज्ञानशास्त्रामध्ये नोबेल प्राइझ मिळाले होते. प्रसिद्ध श्रोडिंगर इक्वेशन याचे ते पुरस्कर्ते होते. हा चुकीचा प्रकार पाहून त्यांनी असे निरीक्षण नोंदवले की,

> माझ्या शरीरातील पेशी निसर्गनियमानुसार काम करतात, तरीही माझा त्यांवर ताबा आहे हे मी जाणतो. केलेल्या कृतींचे परिणाम आणि जबाबदारीही घेतो. असे दिसते की, या दोन विधानांमध्ये तेव्हाच समेट होऊ शकतो; जर 'मी' हा या अणूरेणूंपासून वेगळा केला तर. कारण, हाच 'मी' या अणूरेणूंना निसर्गक्रमांनुसार मार्गदर्शन करीत असतो.

त्याचप्रमाणे इंग्लंडचा जीवशास्त्रज्ञ थॉमस हक्सले याने म्हटले आहे,

> तुम्ही जर शास्त्रज्ञांना विचारले की, धर्मावर किंवा आध्यात्मिकतेवर तुमचा विश्वास आहे का? तर अर्थातच त्यांचे उत्तर हे असणार की, त्यांचा त्यावर विश्वास नाही आणि मग तुम्ही जर त्यांना विचारले की, 'तुमच्याकडे स्वतंत्र इच्छा आहेत का?' तर ते म्हणतील, 'होय, आहेत.' आतून आपल्याला माहीत आहे की, आपल्याकडे स्वतंत्र इच्छा आहेत, तरीसुद्धा आज माहीत असलेल्या निसर्गनियमानुसार स्वतंत्र इच्छेस काहीही वाव नाही. आणि तरीही ही इच्छा निवडावी की ती याविषयीचे स्वातंत्र्य आपल्याला आहे हे शास्त्रज्ञ जाणून आहेत.

आज जाणीव तत्त्ववेत्ते मोठ्या प्रमाणात आहेत. त्यांनी शास्त्रीय विचारामधली ही पोकळी ओळखली आहे. ते शरीरातील जाणिवांच्या स्रोतांचे काही दुसरे स्पष्टीकरण मिळते का ते पाहण्याचा प्रयत्न करीत आहेत. अलबर्ट सजेंट ग्योर्गी

हा हंगेरियन जीवरसायनतज्ज्ञ होता. त्यास १९३७मध्ये जीवशास्त्रामध्ये केलेल्या कामगिरीसाठी नोबेल प्राइझ मिळाले होते. तो असे म्हणतो की,

> जाणीव यावर आधारित मी संशोधन केले असता अणू आणि रेणू इथेच ते संशोधन संपले. या मार्गावर कुठेतरी जीवन माझ्या हातून निसटले. आता म्हतारपणी त्या पावलांचा मी पुन्हा मागोवा घेत आहे.

'स्व' म्हणजे केवळ रसायनांचा जुडगा हे सिद्ध न झालेले गृहीत आहे. 'स्व'च्या स्वरूपाविषयी आध्यात्मिक विज्ञानाची सुरुवात वेगळ्या गृहीतापासून होते. शरीरामध्ये आध्यात्मिक आत्मा आहे असे आपल्याला वेदांनी सांगितले आहे. हा आत्मा आपल्याला 'मी' अशी ओळख देतो. जीवन किंवा जाणीव हे आत्म्याचे लक्षण आहे. जोपर्यंत आपल्या शरीरात आत्मा आहे, ते सचेतन आहे. एकदा आत्मा निघून गेला की, शरीर पुन्हा अचेतन होते. जीवन आता चालू नसल्याने हात, पाय, पेशी आणि अणू हे सारे निर्जीव होते.

भगवद् गीतेमध्ये सांगितले आहे :

क्षेत्र क्षेत्रज्ञयोर्ज्ञानं यत्तज्ज्ञानं मतं मम (१३.३)

शरीर हे क्रियांचे क्षेत्र आहे. आत्मा हा त्या क्षेत्राचा जाणकार आहे. या दोन गोष्टींमधला भेद जाणून घेणे हेच खरे ज्ञान होय. अशा प्रकारे आपण म्हणजे काही फक्त रसायनांची पिशवी नाही आहोत. आपण आध्यात्मिक जीव आहोत. स्वतंत्र आणि दैवी कृपा लाभलेले आत्मा आहोत.

जसे स्वतःविषयीचे ज्ञान आध्यात्मिकाने पुरवलेले आहे, तसेच देवाविषयीचे ज्ञानही पुरवलेले आहे.

जग अस्तित्वात कसे आले?

आता आपण आणखी एक आंधळेपणाने समज करून घेतलेले गृहीत पाहू या. संपूर्ण शास्त्राची तात्त्विक भूमिका ही देव अस्तित्वात नाही; या एकाच गृहीत प्रमेयावर विकसित झालेली आहे. मात्र ही गोष्ट पडताळून पाहण्याजोगी नाही. हे तेव्हाच सिद्ध होईल, जेव्हा विश्वातील प्रत्येक गोष्ट आपण जाणत असू. एक जरी गोष्ट आपल्याला कळलेली नसली तरी ती एक गोष्ट ही परमेश्वर असू शकते म्हणून जोपर्यंत विश्वातली हरएक गोष्ट आपल्याला कळत नाही, तोपर्यंत जगात देव नाही हे सिद्ध होऊ शकत नाही.

मात्र तरीही परमेश्वराचे अस्तित्व नाही, असा समज सोयिस्करपणे शास्त्रज्ञ बाळगून आहेत म्हणजेच याचा अर्थ असा होतो की, जग हे अपघातातून अस्तित्वात

आले आहे. विश्वाच्या उत्पत्तीची प्रचलित मांडणी 'बिग बँग थिअरी' म्हणूनच केली जाते. जड वस्तूंचा गोळा या स्वरूपात जग अस्तित्वात होते. त्याची घनता आणि तापमान हे प्रचंड प्रमाणात होते. या गोळ्याचा आपोआप स्फोट होऊन ते विखुरले व नंतर थंड झाले. अशा तऱ्हेने जग अस्तित्वात आले.

या घटनेस पदार्थविज्ञानशास्त्र आणि रसायनशास्त्र यांचे नियम कसे काय लागू होतात हे मात्र 'बिग बँग थिअरी'मधून स्पष्ट होत नाही. स्फोट झाला असेल तर खूप मोठा गोंधळ, अव्यवस्था होऊन सगळे विस्कळित झाले असणार. मग आताची गुंतागुंतीची रचना विश्वात कशी काय चालू झाली? हे नैसर्गिक तर्काच्या विरोधात जाणारे आहे. या अद्भुत निर्मितीमागे एखादे सर्वश्रेष्ठ बुद्धिमान अस्तित्व असणार हे गृहीत जास्त रास्त होणार नाही का? पुढील अनुभवावरून हे स्पष्ट होते :

एकदा एका शाळेमध्ये भूगोलाचे शिक्षक वर्ग घेत होते. त्यांनी विद्यार्थ्यांना असे सांगितले की, जगाची निर्मिती आपोआप झाली. एक अनियंत्रित असा स्फोट झाला. त्यामुळे एक गोळा उडून गेला आणि नंतर तो थंड झाला आणि त्याचमुळे आपण सर्व मानवप्राणी केवळ ग्रहताऱ्यांमधून उडालेली एक धूळ आहोत. वर्ग संपताना त्यांनी मुलांना एक गृहपाठ दिला. म्हणाले, 'उद्या पृथ्वीचा एक नकाशा काढून आणा.'

विद्यार्थ्यांनी आपापल्या परीने प्रयत्न केले. काहींनी पृथ्वीगोलावरून नकाशे काढले काहींनी हाताने त्याचे चित्र काढले. एका विद्यार्थ्याची विचारसरणी तत्त्वज्ञानाच्या स्वरूपाची होती आणि शिक्षकांनी सांगितलेले त्याला काही पटले नाही. त्याने एक कागदाचा तुकडा घेऊन त्यावर काही रेघोट्या मारल्या आणि त्यावर काही रंग टाकले. दुसऱ्या दिवशी विद्यार्थी त्यांचे नकाशे सादर करीत असताना याने आपल्याकडचा कागद शिक्षकांच्या टेबलावरील ढिगावर ठेवून दिला.

शिक्षक वर्गात आले आणि त्यांनी आलेले गृहपाठ पाहून त्यांना गुण देण्यास सुरुवात केली. या विद्यार्थ्याचा कागद पाहिल्यावर ते संतापले. 'हे कोणी केले?' ते ओरडले. संपूर्ण वर्ग गप्प होता. त्यांनी पुन्हा विचारले, 'सांगा मला, हे कोणी आपल्या हाताने केले आहे?' तरीही प्रत्येक जण गप्पच होता. ते म्हणाले, 'जर कुणीच कबूल झाले नाही, तर मी संपूर्ण वर्गाला शिक्षा देईन.'

मग हा मुलगा उठला आणि म्हणाला, 'सर माझ्या मते, हे कुणीही केलेले नाही.'

'काय म्हणायचे आहे तुला?' संतप्त शिक्षकाने विचारले.

'मला वाटतं, कागद उडाला आणि तो तुमच्या टेबलावर जाऊन पडला. पेन्सिल उडाली आणि तिने रेघा मारल्या. त्या कागदाच्या तुकड्यावर रंग जाऊन पडले आणि अशा तऱ्हेने ते तयार झाले.'

शिक्षक म्हणाले, 'काय विचित्र बोलतोयस तू? हे सारं आपल्या आपण कसं होईल? नक्कीच कोणीतरी हे केलेले आहे आणि मला असं वाटतंय की, हे तुझंच काम असणार.'

मुलगा उत्तरला, 'सर, मनुष्यप्राणी, इतर प्राणी या सर्व अतर्क्य गोष्टी असलेल्या पृथ्वीचा नुसता नकाशा आपोआप बनला असेल, यावर तुमचा विश्वास नाही आणि या ग्रहावरील असंख्य गोष्टी, आकाशस्थ ग्रहगोल, आकाशगंगा या सर्व गोष्टी मात्र आपल्या आपण तयार झाल्या? नकाशा काढण्यासाठीसुद्धा कोणीतरी जर लागत असेल तर या खऱ्या गोष्टी बनण्यासाठी तर अधिक ताकदवान आणि बुद्धिमान निर्मात्याची गरज असणार नाही का?'

अनेक प्रसिद्ध शास्त्रज्ञ, देवाचे अस्तित्व प्रस्थापित करणारा, हा वरील तर्कवाद मनापासून मान्य करतात. दुर्दैवाने त्यांचे दृष्टिकोन त्यांच्या शास्त्रीय विवेचनात मात्र प्रतिबिंबित होत नाहीत. स्विस मायक्रोबॉयॉलॉजिस्ट आणि अनुवंशशास्त्रज्ञ असलेल्या वर्नर आर्बर या शास्त्रज्ञास १९७८मध्ये शरीरविज्ञानशास्त्र या विषयात नोबेल प्राइज मिळाले. तो म्हणतो,

> 'अगदी सगळ्यात प्राचीन पेशींनासुद्धा शेकडो बृहद्-अणूंची (मॅक्रोमोलिक्युल्स) गरज लागली असणार. अशा अनेक प्रकारच्या पेशी एकत्र कशा काय आल्या असतील हे मला कोडे पडले आहे. निर्माता किंवा परमेश्वर हेच याचे तर्कशुद्ध स्पष्टीकरण दिसते.'

सर आयझॅक न्यूटन स्वतः म्हणाला आहे :

> 'सूर्य, ग्रह, धूमकेतू, तारे यांची असलेली ही सर्वांगसुंदर व्यवस्था 'त्या' प्रज्ञावान आणि शक्तिशाली अस्तित्वाच्या सार्वभौमत्वामुळेच अवतरली आहे.'

अल्बर्ट आइनस्टाइनने असा निष्कर्ष काढला आहे की,

> आपल्या मर्यादित साधनांनी निसर्गाची रहस्ये शोधू गेल्यास असे आढळून येते की, सर्व सूक्ष्म निरीक्षण केल्यावर, संगती लावल्यावरही काहीतरी तरल, अदृश्य आणि कल्पनेपलीकडचे काहीतरी उरते. प्रत्येक गोष्टीमागे असलेल्या या शक्तीचा अत्यंत आदर ठेवून होणारे आकलन हाच माझा धर्म आहे.

अशी कोणतीही शक्तिमान बुद्धिमत्ता निर्मितीसाठी जबाबदार नाही; असे सिद्ध न झालेले गृहीतक विज्ञानाने केले आहे असे दिसते. मात्र महान शास्त्रज्ञांपैकी काहींनी,

निर्मिती ही विचारवंत आणि सर्वज्ञ अशा सत्ताधीशाकडूनच झाली आहे, असे मान्य केले आहे म्हणजेच त्यांनी आध्यात्मिकता गृहीत धरण्यास मान्यता दिली आहे. आपण जर विज्ञानाचा आदर करीत असू, तर आध्यात्मिकता ही ज्ञान आणि विचार यांची पूर्णपणे अधिकृत पद्धत आहे हे आनंदाने मान्य करायला हवे.

विज्ञान आणि आध्यात्मिकता यांचे एकीकरण

पाश्चात्त्य जगास विज्ञान आणि धर्म यांच्यातील विरोधाने काही शतके मागे खेचले आहे. हा वाद निकोलस कोपर्निकस याने विश्वाचा सूर्यकेंद्री सिद्धान्त मांडला, तेव्हा सोळाव्या शतकाच्या पूर्वार्धात पेटला. या सिद्धान्ताने असे जाहीर केले की, सर्व आकाशस्थ ग्रहगोल सूर्याभोवती प्रदक्षिणा घालत असतात. आधी आपण समजत होतो, त्याप्रमाणे पृथ्वीभोवती नव्हे. १५१४च्या सुमारास कोपर्निकस याने आपले काम *कमेन्टेरिओल्यूस* (लहानसे समालोचन याचे लॅटिनमधले भाषांतर) या नावाच्या चाळीस पानांच्या पुस्तकात लिहून ठेवले. त्यात त्याने सूर्यकेंद्रित सिद्धान्त मांडताना आगामी गणिती सूत्रे पुरावा म्हणून मांडली. त्यानंतर त्याने *ऑन द रेव्होल्यूशन्स ऑफ द सेलेस्टिअल स्फीअर्स* नावाचे दुसरे पुस्तक प्रकाशित केले. त्यात टोलेमीच्या भूकेंद्रित सिद्धान्तास वैकल्पिक म्हणून त्याने त्याचा सिद्धान्त तपशीलवार मांडला. तो जुन्या काळापासून मोठ्या प्रमाणात मान्यता पावलेला आहे.

दुसरे पुस्तक प्रकाशित झाल्यानंतर लगेचच कोपर्निकसचे निधन झाले. मात्र त्याच्या सिद्धान्तामुळे व्हॅटिकानला राग आला आणि त्यास पाखंडी ठरवले गेले. रिफॉर्मेशन चळवळीचा प्रमुख मार्टिन ल्यूथरनेही सूर्यकेंद्री सौर पद्धतीच्या मॉडेलला विरोध केला. तरीसुद्धा कोपर्निकसची सूर्यकेंद्री सिद्धान्ताची मांडणी समाजात आधीच पसरलेली होती. इ. स. १६००मध्ये इटालियन धर्मगुरू जिओरडॅनो ब्रूनो हा तत्त्वज्ञ, कवी, गणितज्ज्ञ आणि विश्वाच्या उत्पत्तीचे शास्त्र जाणणारा होता. त्यास मृत्युदंड देण्यात आला. त्याने केवळ धर्मानुसार चालण्यास विरोध केला आणि त्याऐवजी धर्म आणि विज्ञान संयुक्तपणे चालावे अशा त्याच्या विचारामुळे त्यास जिवंत जाळण्यात आले.

कोपर्निकसनंतरच्या शतकात गॅलिलिओने गॅलिलिअन टेलिस्कोप शोधून काढली. त्याच्या खगोलीय निरीक्षणांवरून कोपर्निकसचे निष्कर्ष बरोबर असल्याचा त्याने निर्वाळा दिला. १६१६मध्ये गॅलिलिओ रोममध्ये गेला आणि त्याने कोपर्निकसच्या संशोधनावर बंदी घालू नये, अशी रोमन कॅथॉलिक चर्चला विनंती केली; पण त्याचे प्रयत्न निष्फळ ठरले. गॅलिलिओला पाखंडी ठरवण्यात आले. 'होली काँग्रेगेशन फॉर द इन्डेक्स' या हुकुमान्वये त्याला असे बजावण्यात आले की, सूर्य स्थिर आहे आणि पृथ्वी त्याच्या भोवती फिरते आहे हे पूर्णपणे खोटे आहे; असे त्याने लोकांना सांगावे. गॅलिलिओने स्वतःच्या मताचा शपथपूर्वक इन्कार

करावा. आपले मत चुकीचे असल्याचे कबूल करून त्याबद्दल घृणा व्यक्त करावी, असे त्यास सांगण्यात आले.

गॅलिलिओला तसा आदेश देण्यात आल्याने त्याने आपले विधान मागे घेतले; पण समाजामध्ये त्याच्या वैज्ञानिक कल्पनांना मान्यता मिळालेली होती. पुढील दोन शतके धर्म विरुद्ध विज्ञान अशा दोन भागांत लोक विभागले गेले. पुढे जेम्स ब्रॅडले या ब्रिटिश खगोलतज्ज्ञाने ताऱ्यांच्या विचलनाच्या प्रकाशावरून अचूक मोजमाप केले, तसेच विल्यम हर्शेल याने बायनरी ताऱ्यांच्या परिभ्रमणाच्या मार्गावरूनही संशोधन केले व त्यावरून गॅलिलिओच्या सिद्धान्तास पुरावा मिळवून दिला.

शास्त्रज्ञांनी त्यांच्या अनुभवावर व प्रयोगावर आधारलेला पुरावा सादर केल्यावर, विश्वाच्या बाह्य स्वरूपाबद्दलचा खगोलशास्त्रीय वादविवाद बाजूला पडला. त्याचबरोबर चर्चनेही आधुनिक विज्ञानास सामावून घेण्याच्या दृष्टिकोनात तडजोड केली, तरीसुद्धा सर्वसाधारण लोकांच्या मनामध्ये शास्त्र आणि धर्म यांच्यामधील विरोधाभास आजतागायत चालूच राहिला, त्यामुळे शास्त्र मानणारा समाज धार्मिक व्यक्तीकडे अव्यवहार्य व अतार्किक म्हणून पाहतो. त्याचप्रमाणे शास्त्रज्ञांबद्दल धार्मिक प्रमुखांच्या मनात संशय आणि भय राहते.

पौर्वात्य दृष्टिकोनातून पाहिले असता, विज्ञान आणि धार्मिकता यामध्ये कसलाही विरोध नाही. *मण्डुकोपनिषदात* म्हटले आहे :

द्वे विद्ये वेदितव्ये परा चैवापरा च (१.१.४)

'ज्ञानाच्या दोन शाखा आहेत. एक अचेतन विज्ञान आणि दुसरी सचेतन विज्ञान.' दोन्हीही वैध आणि खऱ्या आहेत. वस्तुतः जीवन यशस्वी होण्यासाठी त्यांमध्ये सुसंवाद राहणे आवश्यक आहे. आपण ज्याला आधुनिक विज्ञान म्हणतो, ते व्यावहारिक ज्ञान बाह्य स्वरूप समजण्यासाठी आणि शरीर टिकवून ठेवण्यास मदत करते. आध्यात्मिक ज्ञानामुळे आपले मन, बुद्धी आणि स्वत्व यांची ओळख पटते आणि आपल्यातील आत्म्याचे पावित्र्य स्पष्ट दिसण्यासाठी स्वतःचे आपण शुद्धीकरण करू शकतो. अशा प्रकारे शास्त्र आणि आध्यात्मिकता हे दोन्ही, ज्ञानाचे खरे आणि वैध प्रांत आहेत आणि दोन्ही आपल्या जीवनाशी संबंधित आहे. रेल्वे जशी दोन रूळांवरून प्रवास करते, तसे आपले यशस्वी जीवन जावे, असे वाटत असेल तर या दोन्ही शास्त्रांचा उपयोग करून घेतला पाहिजे.

दुर्दैवाने या विषयाबाबत आध्यात्मिक आणि व्यवहारवादी दोघेही एकारलेला दृष्टिकोन ठेवतात. पारमार्थिक लोक भौतिक शास्त्राकडे एखादी टाळण्यासारखी दुष्ट गोष्ट म्हणून पाहत असतात आणि व्यवहारवादी लोक आध्यात्मिकतेकडे नकोशी अंधश्रद्धा म्हणून पाहतात. प्रत्यक्षात असे दोन ध्रुवांवरचे दोन्ही दृष्टिकोन म्हणजे भ्रामक कल्पना आहेत.

पारमार्थिक लोक म्हणतात, 'व्यावहारिक ज्ञान निरुपयोगी आहे.' हे चुकीचे आहे. व्यवहारातील शास्त्राशिवाय आपण आपल्या शरीराला पोषण, औषध, आरोग्य कसे पुरवणार. एका छान गोष्टीतून हे स्पष्ट होते :

गौतम बुद्धाला साक्षात्कार होण्यापूर्वी त्याच्या जीवनात घडलेली ही गोष्ट आहे. खाणेपिणे, झोप यांचा त्याग करून तो ध्यान करीत बसला होता. बरेच दिवस उलटले आणि सततच्या उपासामुळे त्याला अशक्त वाटू लागले.

त्याच वेळी काही खेडूत स्त्रिया गाणे गात तिथून चालल्या होत्या. गाण्याचे शब्द बुद्धाच्या कानावर पडले. त्या म्हणत होत्या, 'तानपुऱ्याच्या तारा ताणून बांधा; पण त्या तुटतील इतक्याही ताणू नका.' तानपुरा हे गिटारसारखेच एक संगीत वाद्य आहे.

बुद्धाने हे गीत ऐकले, तेव्हा त्याच्या मनात विचार आला, 'खेड्यातील या निरक्षर महिला शहाणपणाचे बोल सांगत आहेत. तारा घट्ट बांधलेल्या नसतील तर तानपुरा हवे तसे सूर निर्माण करू शकणार नाही; पण त्या अति ताणल्या तर त्या तुटणारच.'

तसेच आपणही शरीराला ताणले पाहिजे; पण इतकेही नको की ते दुबळे होईल. तपश्चर्या तर करायलाच हवी; पण शरीराचे कायमचे नुकसान करण्याइतकी नको. आयुर्वेदात म्हटले आहे :

शरीर माध्यम खलु धर्म साधनम् *(चरक संहिता)*

'आपले शरीर हे अध्यात्माची साधना करण्याचे माध्यम आहे.' म्हणून देवापर्यंत पोहोचण्यासाठीसुद्धा आपल्याला शरीराची गरज आहे आणि त्यासाठी भौतिक विज्ञानाची गरज आहे. पारमार्थिक लोकांनी हे लक्षात घेतले नाही तर ते चुकीचे ठरेल.

मात्र त्याच वेळी आपण हेही लक्षात घेतले पाहिजे की, आध्यात्मिक ज्ञान हे अपरिहार्य आहे. भौतिकवादी लोकांना तो वेळाचा अपव्यय वाटत असेल, तर तेही चुकीचे आहे. अध्यात्माचे ज्ञान नसेल तर मनाच्या शुद्धीकरणाचे तंत्रज्ञान सापडू शकणार नाही. जर्मन शास्त्रज्ञ मॅक्स प्लॅन्क याला पदार्थविज्ञानशास्त्रात १९१८ साली नोबेल प्राइझ मिळाले. त्याने अध्यात्माची आवश्यकता मान्य केली आहे. व्हेअर ईज सायन्स गोइंग? या त्याच्या लेखामध्ये तो म्हणतो :

संतुलन आणि आणि सुसंवाद पूर्णपणे साधायचा असेल तर मानवी आत्म्याच्या सर्व शक्तींनी एकत्रितपणे काम करायला हवे. त्यासाठी मला वाटते, मानवी स्वभावातला धार्मिक पैलू मान्य केला पाहिजे. सगळ्यात मोठे सर्वकालीन विचारवंत हे सखोल धार्मिक आत्मे होते, हा काही अपघात नव्हे. भले त्यांनी लोकांसमोर आपल्या धार्मिक भावना जाहीर केल्या नसतीलही!

भौतिक विज्ञान हे मूलतः मूल्यविरहित आहे. हे विज्ञान आपल्या हाती अफाट ताकद देते; पण त्या ताकदीचा चांगला आणि वाईट वापर यातला भेद कधी ते आपल्याला सांगत नाही आणि म्हणूनच वैज्ञानिक क्षेत्रात नव्याने शोध लागणाऱ्या अणुशक्ती, युद्धतंत्रज्ञान, कृत्रिम बुद्धिमत्ता, जीवशास्त्रातील आनुवंशिकतेचे शास्त्र, कृत्रिम बीजारोपण यांबद्दल आधुनिक समाजात इतका विरोध आहे. जीवनमूल्ये आणि नीतितत्त्वे पाळण्याचे शहाणपण अध्यात्मातूनच मिळत असते.

ज्ञानाच्या मनोधारणेवरची कोणतीही चर्चा अध्यात्म विषयास स्पर्श केल्याशिवाय पुरी होऊ शकत नाही हे आम्हाला समजले आहे. या प्रकरणाच्या सुरुवातीस भौतिक ज्ञानाविषयी चर्चा केल्यानंतर आता आपण आध्यात्मिक विज्ञानाकडे वळू या.

आध्यात्मिक मार्गावरील ज्ञानाचे महत्त्व

वैदिक ग्रंथांमध्ये आध्यात्मिकतेची संकल्पना फार सुंदर तऱ्हेने दिलेली आहे. त्याकडे ते एक अंधविश्वास म्हणून पाहत नाहीत, तर स्व-शुद्धीकरणाचे शास्त्र म्हणून पाहतात आणि म्हणून अध्यात्माच्या अभ्यासासाठी कोणत्याही इतर शास्त्राप्रमाणेच ज्ञानाची आवश्यकता आहे. भगवद् गीतेत म्हटले आहे,

न हि ज्ञानेन सदृश्यं पवित्रमिह विद्यते (४.३८)

श्रीकृष्ण म्हणतो, 'हे अर्जुन, या जगात ज्ञानासारखे पवित्र करणारे दुसरे काहीही नाही.' तो असेही म्हणतो,

सर्वं ज्ञानप्लवेनैव वृजिनं सन्तरिष्यसि (४.३६)

'ज्ञानाच्या नौकेत बस आणि जीवन-मृत्यूचा सागर पार कर.' अशा तऱ्हेने अध्यात्माच्या अभ्यासामध्ये ज्ञानाची भूमिका अपरिहार्य आहे. स्वभाव, जीवनाचा हेतू आणि साधनेचे तंत्रज्ञान यांवर ते प्रकाश टाकते. ईश्वराशी असलेले आपले नाते आणि ते प्रस्थापित करण्याची प्रक्रिया समजण्यासाठी ज्ञानाचा उपयोग होतो.

दुर्लक्ष केल्यामुळेच आध्यात्मिकतेची ओळख झाकलेली राहते. पुढील गोष्टीतून ते स्पष्ट होते :

एका बहुराष्ट्रीय ग्राहक कंपनीचा चेतन हा एरिया सेल्स मॅनेजर होता. त्याच्या विक्रीक्षेत्रातील किरकोळ दुकानांना भेट देण्यासाठी तो गेला होता असता, सर्व काम आटपेपर्यंत रात्र होत आली म्हणून एका साध्याशा हॉटेलात जेवण घेण्यासाठी तो थांबला. हॉटेल व्यवस्थापकाने त्याला एका रिकाम्या टेबलावर बसण्यास सांगितले.

शेजारच्याच टेबलावर एक वयस्क पुरुष एका तरुणाबरोबर बसला होता. दोघेही आपापल्या तंद्रीत होते. कोणी कोणाशी बोलतही नव्हते किंवा परस्परांकडे पाहतही

नव्हते. उद्याचा दिवस उगवणारच नाही अशा तऱ्हेने ते पीत सुटले होते. चेतनने त्यांच्याकडे एक नजर टाकली आणि समोर आलेले जेवण जेवण्यात तो मग्न झाला.

काही मिनिटे अशीच गेली आणि अचानक त्या वयस्क माणसाने समोर बसलेल्या मुलाला विचारले, 'मुला, कुठे राहतोस तू?'

'आयपी एक्सटेन्शन, दिल्ली,' मुलगा उत्तरला.

'खरंच! मीही आयपी एक्सटेन्शमध्येच राहतो. किती योगायोग आहे!' तो मनुष्य म्हणाला आणि त्याने विचारले, 'आयपी एक्सटेन्शनमध्ये कुठे?'

आता त्या तरुणालाही यात रस वाटू लागला. 'सर, मी नवनीती अपार्टमेंटमध्ये राहतो.'

'तू चेष्टा करतोयस ना माझी...', प्रौढ गृहस्थ उद्‌गारला, 'मीही नवनीती अपार्टमेंटमध्येच राहतो. तुझे घर कोणत्या मजल्यावर आहे?'

'चौथा मजला,' समोरचा तरुण म्हणाला.

'अरे देवा,' तो वयस्क मनुष्य उद्‌गारला, 'मीही चौथ्या मजल्यावरच राहतो. तुझा घरनंबर काय आहे?'

'काका, माझा घरनंबर ४२१ आहे.'

'विश्वासच बसत नाही माझा,' समोरचा गृहस्थ म्हणाला, 'मीही ४२१ नंबरच्या घरातच राहतो.'

हे संभाषण ऐकल्यावर चेतन अधिकाधिक चकित होत गेला. हे दोघे एकाच पत्त्यावर राहत असताना एकमेकांना ओळखत कसे नाहीत? तो गोंधळून त्यांच्याकडे आश्चर्याने पाहू लागला.

चेतनला असा स्तंभित झालेला पाहून हॉटेलचा मॅनेजर त्याला म्हणाला, 'सर त्यांच्या संभाषणाचे एवढे आश्चर्य नका वाटून घेऊ. गेली दोन वर्षे दर आठवड्याला त्यांचं हे नाटक असतं. ते वडील आणि मुलगा आहेत; पण ते प्यायल्यावर एकमेकांची ओळख विसरून जातात, त्यामुळेच ते दुसरी व्यक्ती कोण आहे याची चौकशी करत बसले होते.'

आपल्या आत्म्याशीही अगदी अशीच परिस्थिती असते. वेद सांगतात, *अमृतस्य वै पुत्रः* परमेश्वर हा आपला पवित्र पिता आहे. आपण त्याची मुले आहोत.' पण त्याच्याशी असलेले आपले हे प्रेमळ नाते आपण विसरून गेलो आहोत. हे दुर्लक्ष ज्ञानाच्या प्रकाशाने हुसकावून लावणे हाच एक परमेश्वराशी जोडून घेण्याचा मार्ग आहे.

आश्चर्य म्हणजे दैवी ज्ञान हेदेखील भक्तीची पेरणी करण्याचे एक साधन आहे. पुढील उदाहरण पाहा :

एक मनुष्य रस्त्यावरून चालत जात असता त्याला एक रत्नजडित अंगठी सापडते. तो घाईघाईने ती उचलतो आणि विचार करतो, 'ही बहुधा आर्टिफिशिअल ज्वेलरी असणार. पन्नास रुपये किंमत असेल याची.' तो ती अंगठी खिशात टाकून घरी येतो.

दुसऱ्या दिवशी तो ती अंगठी घेऊन सोनाराकडे जातो आणि म्हणतो, 'या अंगठीची किंमत तुम्ही मला सांगू शकाल का?' सोनार त्याच्याकडच्या कस पाहण्याच्या दगडाने ती अंगठी तपासतो आणि म्हणतो, 'हे चोवीस कॅरेट सोने आहे. पन्नास हजारांची तरी असेल अंगठी.' हे ऐकल्यावर त्याला त्या अंगठीचे कौतुक वाटते.

काही दिवसांनंतर त्याचे सराफ असलेले काका त्याच्याकडे राहायला येतात. त्यांना ती अंगठी तो दाखवतो आणि विचारतो, 'काका, ही अंगठी आणि त्यात असलेला खडा यांची किंमत किती असेल?' काका ती अंगठी हातात घेऊन पाहतात आणि उद्गारतात, 'अरे, कुठे मिळाली ही तुला? पन्नास लाख तरी किंमत असणार याची.'

'काका, तुम्ही चेष्टा करताय माझी?'

'मी चेष्टा करत नाहीय. तू ती मला विकत दिलीस तर मी तुला आताच्या आता चाळीस लाख रुपये देतो.' यामुळे त्या माणसाची खात्रीच पटते की, ती अंगठी अर्ध्या कोटीची असणारच. त्याबरोबर तो त्या अंगठीच्या प्रेमातच पडतो. आता जेव्हा तो त्या अंगठीकडे पाहतो, तेव्हा त्याला फार समाधान वाटते.

अंगठी तीच होती, मनुष्यही तोच होता आणि आता त्याची दृष्टीही तीच राहिली; पण जेव्हा त्याला असे वाटत होते की, अंगठी पन्नास रुपयांचीच असेल, तेव्हा त्याने त्या अंगठीकडे दुर्लक्ष केले. पन्नास हजार किंमत असल्याचे कळल्यावर त्या प्रमाणात त्याचे प्रेम वाढले आणि जेव्हा त्याला ती अंगठी अर्ध्या कोटीची असल्याचे ज्ञान झाले, तेव्हा तर तो तिच्या भलताच प्रेमात पडला.

ज्ञानानुसार एखाद्या वस्तूबद्दलचे प्रेम कसे वाढत जाते, ते या उदाहरणावरून दिसून येते. याच पद्धतीने ईश्वराविषयीही आपले प्रेम स्वाभाविकपणे वाढत जाईल. संत तुलसीदास म्हणतात :

ज्ञानेन बिनु ना होई परातिती, बिनु परातिती होई नही प्रीती (रामायण)

'देवाची ओळख पटल्याशिवाय त्याच्याविषयीच्या विश्वासात सुधारणा होणार नाही आणि विश्वास असल्याशिवाय आपण त्याच्यावर प्रेम करू शकणार नाही.' परमेश्वर कोण आहे, त्याचे आपल्याशी नाते काय आहे आणि तो आपल्याला काय देऊ इच्छितो, याचे आकलन जसे वाढत जाईल, तसे आपले त्याच्यावरचे प्रेम विकसित होत जाईल.

अशा तऱ्हेने आध्यात्मिकतेची प्राप्ती होण्यासाठी आवश्यक असलेल्या ज्ञानाचे विविध लाभ आपण पाहिले. *भक्ती रसामृत सिंधु* या ग्रंथात आध्यात्मिक साधकांच्या तीन पातळ्या वर्णन केल्या आहेत. वरिष्ठ, मध्यम आणि कनिष्ठ.

शास्त्रे युतायु च निपुणः सर्वथा दृढनिश्चयः
प्रौढश्रद्धोधिकारी यः सा भक्तावुत्तमो मतः (१.२.१७)

'ज्यांचा देवावर गाढ विश्वास आहे व पुराणग्रंथांचे ज्ञान आहे, ते वरिष्ठ साधक होत.' ते वेगाने आणि खात्रीपूर्वक आध्यात्मिक प्रवासात पुढे जातात. अशा भक्तांवर नकारार्थी गोष्टींचा प्रभाव पडत नाही. कुसंगती, संशय, दुर्बलता अशा कशाचाही दुष्परिणाम त्यांच्यावर होत नाही.

यः शास्त्रादिश्वनिपुणः श्रद्धावान सा तु मध्यमः (१.२.१८)

'मध्यममार्गी साधकांचा देवावर विश्वास असतो; पण त्यांना पवित्र ग्रंथाचे ज्ञान नसते. असे साधक जगातील नकारार्थी गोष्टींना बळी पडतात.' उदाहरणार्थ, ते समजा श्रीकृष्णाचे भक्त असतील आणि त्यांच्या *इष्टदेवावर* शंका व्यक्त करणारे कोणी काही म्हणाले की, लगेच त्यांची निष्ठा डळमळीत होते. मात्र त्यांना जर पवित्र ग्रंथातले ज्ञान अवगत असेल तर अशा अपायकारक ठरणाऱ्या सूचना आणि प्रतिक्रियांना त्यांनी झटकून टाकले असते.

यो भवेत कोमला श्रद्धाः सा कनिष्ठो निगाद्यते (१.२.१९)

'कनिष्ठ साधकांचा देवावर नीट चांगला विश्वासही नसतो आणि पवित्र ग्रंथांमध्ये दिलेले पद्धतशीर ज्ञानही त्यांना नसते.' ते दोन पाऊले पुढे जातात; पण शंकेने त्यांच्या मनास वेढा दिला की मग ते तीन पावले मागे येतात. अशा तऱ्हेने ज्ञानाची कमतरता आणि अविश्वास यांमुळे ते पुढेमागे होत राहतात.

म्हणून आध्यात्मिक प्रवासात यश मिळवायचे असेल तर त्यासाठी ज्ञानाची मनोधारणा असणे आवश्यक आहे. आता भौतिक ज्ञान मिळवणे तसे अवघड नाही. ते अनेक मार्गांनी उपलब्ध होऊ शकते. आध्यात्मिक ज्ञान मात्र गहन आहे. हे ज्ञान मिळवण्याचा मार्ग कोणता?

आध्यात्मिक ज्ञानाचा मार्ग

ज्ञानाच्या वेगवेगळ्या पैलूंवर चर्चा केल्यावर आता आपण एका राहिलेल्या ज्ञानावर बोलू या. आपण श्रेष्ठ ज्ञान कसे मिळवू शकतो? यासाठी पहिला संदर्भ वेदांचा आहे.

भूतं भव्यं भविष्यं च सर्वं वेदात् प्रसिध्यति (*मनुस्मृती* १२.९७)

'भूतकाळ, वर्तमानकाळ आणि भविष्यकाळ यांच्याशी संबंधित असलेल्या कोणत्याही आध्यात्मिक तत्त्वाची सत्यता ही वेदाच्या पायावर प्रस्थापित झालेली आहे.' वेद हे काही पुस्तकाचे नाव नाही. ते ईश्वराचे चिरंतन ज्ञान आहे. प्रत्येक देव विश्व निर्माण करतो, वेद अभिव्यक्त करतो आणि जेव्हा ही निर्मिती लुप्त होते, तेव्हा तो त्यांना स्वतःमध्ये सामावून घेतो म्हणून वेदांना लेखक असा कोणी नाही. त्यांना *अपौरुषेय* असे म्हटले जाते म्हणजे 'कोणीही न लिहिलेली पुस्तके'.

निर्मितीच्या सुरुवातीस प्रथम जन्मलेल्या ब्रह्माच्या हृदयात देवाने चिरंतन वेद व्यक्त केले. ते त्याने आपल्या अनुयायांकडे पाठवले. त्यांनी पुन्हा त्यांच्या अनुयायांकडे पोहोचते केले. अशा पद्धतीने वेद मुखोद्गत पद्धतीने पसरत गेले म्हणून या वेदांचेच दुसरे नाव *श्रुती* असे आहे म्हणजे ऐकण्याच्या परंपरेने मिळालेले ज्ञान. हे ज्ञान शेवटी वेद व्यास यांनी लिहून काढले. हे पूर्ण ज्ञान त्यांनी चारवेदांमध्ये विभागले. *ऋग्वेद*, *यजुर्वेद*, *सामवेद* आणि *अथर्ववेद*; पण वेदांचा लेखक म्हणून वेद व्यासाचे नाव कधीही जाहीर झाले नाही. संस्कृत व्यास या शब्दाचा अर्थ संकलक असा होतो. या नावात सुचवल्याप्रमाणे वेदांचे संकलन आणि चार भागांत वर्गीकरण करणारे वेद व्यास हे एक होते.

हेच वैदिक ज्ञान पुढे इतर पवित्र ग्रंथांमध्ये सविस्तर लिहिले गेले. यामध्ये दोन *इतिहास* (रामायण आणि महाभारत), अष्टपुराणे, *षट्दर्शन* (तत्त्वज्ञानावरील सहा ग्रंथ) शंभर *स्मृती* (धर्मावरील पुस्तके) आणि हजारो *निबंध* (महान संतांनी लिहिलेले तात्त्विक प्रबंध). वाङ्मयाचे हे सर्व भाग मिळून होणाऱ्या पूर्ण ज्ञानास पवित्र वैदिक ग्रंथ असे म्हटले जाते. श्रेष्ठ शहाणपणा मिळवण्यासाठी ही पुस्तके उत्तम आहे. पाश्चिमात्य तत्त्ववेत्तेदेखील त्यांची मुक्तकंठाने स्तुती करतात. काही उद्धृते पुढे देत आहे :

जगात सगळ्यात मोठी प्राप्ती होऊ शकेल आणि सगळ्यात वरच्या पातळीवरील पुस्तक जे कोणते असू शकेल, ते वेद होय.

– आर्थर शॉपेनहोर

उपनिषदांइतके दुसरे कोणतेही पुस्तक थरारक, चैतन्यदायी जगात नाही.

– मॅक्स मुल्लर

विचित्र वाटू शकणाऱ्या क्वान्टम फिजिक्समधल्या काही कल्पनांना, भारतीय तत्त्वज्ञानाबद्दल संभाषण झाल्यानंतर अचानक अधिक अर्थ प्राप्त होतो.

– डब्ल्यू. हेसनबर्ग

भारताच्या थोर पुस्तकांच्या माध्यमातून एक साम्राज्य आमच्याशी बोलले. जे बोलले ती काही लहानसहान गोष्ट नव्हती; तर उलट त्यांचे बोलणे मोठे शांत आणि सुसंगत होते. जे प्रश्न आम्हाला कष्टप्रद वाटत होते, त्याचे निराकरण एका प्राचीन बुद्धिमत्तेने केले. ही बुद्धिमत्ता एका वेगळ्याच युगात आणि वातावरणात चिंतन करून निर्माण झालेली होती.

– राल्फ वॉल्डो इमर्सन

जेव्हा केव्हा मी वेद वाचतो, तेव्हा एखादा अलौकिक आणि अज्ञात प्रकाश मला दिव्य दृष्टी देतो आहे असे वाटते. वेदांच्या महान शिकवणुकीमध्ये सांप्रदायिकतेचा स्पर्शही नाही. वेद हे कालातीत आहेत. प्रांत आणि देशांच्या सीमा त्यांना नाहीत. दिव्य ज्ञान मिळवण्याचा तो राजरस्ता आहे. मी जेव्हा वेदाध्ययन करीत असतो, तेव्हा उन्हाळ्यातील रात्री मी नक्षत्रांनी भरलेल्या आकाशाखाली असल्याची भावना मनात निर्माण होते.

– हेन्री डेव्हिड थोरे

शल्यचिकित्सेचे प्रात्यक्षिक, औषध, संगीत अशा सर्व कला वेदांमधून शिकता येतात. वेदांमध्ये यांत्रिकीकरणाचा समावेश असलेल्या घरबांधणीचाही समावेश आहे. जीवन, संस्कृती, धर्म, विज्ञान, नीतिमूल्ये, कायदा, विश्वाचे उत्पत्तीशास्त्र, कालमापन यांमधील प्रत्येक पैलूचा तो ज्ञानकोष आहे.

– विल्यम जेम्स

भारत ही वेदांची भूमी आहे. या वैशिष्ट्यपूर्ण वेदांमध्ये परिपूर्ण जीवन जगता येण्यासाठी केवळ धर्माचा समावेश नाही, तर शास्त्राने सिद्ध केलेल्या काही वस्तुनिष्ठ बाबीदेखील आहेत. विद्युतशक्ती, रेडिअम, इलेक्ट्रॉनिक्स, हवाई जहाज हे सारे वेद लिहिणाऱ्या द्रष्ट्या लोकांना माहीत होते.

– एला व्हीलर विलकॉक्स

यावरून हे स्पष्ट दिसून येते की, या अद्‌भुत ग्रंथांमध्ये प्रचंड ज्ञान भरलेले आहे; पण त्यातील आशयापर्यंत आपण कसे पोहोचू शकतो? भौतिक ज्ञान मिळवण्यासाठी आपण पुस्तके वाचतो; पण ते सहसा पुरेसे ठरत नाही. त्यातील गुंतागुंतीचा अर्थ स्पष्ट करून सांगण्यासाठी आपल्याला शिक्षकाचीही गरज पडते. त्याचप्रमाणे आध्यात्मिक क्षेत्रात आपल्याला शिक्षकाची आवश्यकता आहे.

वैदिक ग्रंथ हे दिव्य ज्ञानाचे निःसंशय आगर आहे, तरीही हे ग्रंथ खूप आहेत आणि त्यातले ज्ञान हे इतके भव्य आहे की, ते आपल्या आपण समजून येणे सोपे

ज्ञानाची प्राप्ती करणारी मनोधारणा १३७

नाही. कुणातरी मार्गदर्शकाशिवाय त्यातले गहन ज्ञान समजणे अवघड आहे म्हणून वेदांमध्ये त्यांनी स्वतःच सुचवले आहे की, एखाद्या गुरूच्या मार्गदर्शनानेच हे ज्ञान समजावून घ्यावे. *यजुर्वेदामध्ये* आहे :

तद्विज्ञानार्थम् सगुरुमेवाभिगच्छेत
समित्पानिः श्रोत्रियम् ब्राह्मनिष्ठम् (मण्डुकोपनिषद १.२.१२)

'सत्य जाणून घेण्यासाठी आध्यात्मिक गुरूकडे जा. या गुरूस ग्रंथांमधील सैद्धान्तिक ज्ञानही अवगत असायला हवे आणि प्रत्यक्षातल्या अनुभवावरून त्याला ते समजलेले असावे.' श्रीमद् भागवतम्‌मध्ये म्हटले आहे :

तस्माद् गुरू प्रपद्येत जिज्ञासुः श्रेय उत्तमम्
शब्दे परेच निष्णातं ब्राह्मण्य उपशमाश्रयं (११.३.२१)

'ज्याला कुणाला सर्वोच्च स्वास्थ्य हवे असेल त्याने सत्य गुरूस शरण जावे. अशा गुरूस सैद्धान्तिक ज्ञान आणि प्रत्यक्षातील अनुभवाने आलेली प्रचिती हे दोन्ही अवगत असावे.' *पंचदशीमध्ये* म्हटले आहे :

तत्पादांबुरु हद्वंद्व सेवा निर्मल चेतसां
सुखबोधाय तत्तवस्य विवेकोयम् विधियते (१.२)

'ज्या गुरूने देवास ओळखलेले आहे, त्याची शुद्ध भावाने सेवा करा. पवित्र ग्रंथांमधील चिकित्सक अभ्यास आणि ज्ञान समजावून घेण्यास तो तुम्हाला मदत करेल आणि त्यातून तुम्हाला मोठाच आनंद प्राप्त होईल.' अशा तऱ्हेने आध्यात्मिक पथावरील गुरूचे महत्त्व वैदिक ग्रंथांमध्ये पुनःपुन्हा सांगितले आहे. महान संत हेच सांगतात. जगद्‌गुरू शंकराचार्य म्हणतात,

यावत् गुरुर्णा कर्तव्यो तावन्मुक्तिर्णा लभ्यते

'श्रेष्ठ अशा गुरूस तुम्ही जोपर्यंत शरण जात नाही, तोपर्यंत तुम्ही भौतिक पाशातून मुक्त होऊ शकत नाही.' म्हणून खऱ्या गुरूशी आपल्या आत्म्याचा संपर्क घडवून आणण्याची कृपा हा परमेश्वराचा सगळ्यात जास्त मोठेपणा आहे.

सुदैवाने अथवा दुर्दैवाने, आताच्या काळात अनेक ज्ञानगुरूंपर्यंत आपण पोहोचू शकतो. ते अनेक भिन्न प्रकारच्या कल्पना आणि विचारपद्धती सादर करतात, त्यामुळे ऐकणारे गोंधळून जातात. कोणत्या गुरूचा शास्त्रार्थ बरोबर आहे आणि कोणाचा नाही हे आपल्याला कसे कळणार? कोणता गुरू परमसत्याचे ज्ञान देऊ करतो आहे आणि कोण त्याचे सत्याबद्दलचे स्वतःचेच मत सांगतो आहे,

याविषयीची योग्य माहिती कळण्याचा काही मार्ग आहे काय? दोन मुद्यांवरून हे निश्चित करता येईल :

१. गुरू जे काही सांगतो ते ग्रंथांना प्रमाण मानूनच सांगायला हवे. तसे नसेल तर तो जे काही ज्ञान प्रदान करतो आहे, तो त्याचा वैयक्तिक दृष्टिकोन आहे, असा संशय घेण्यास वाव आहे. तो सांगत असलेल्या ज्ञानातील अगदी एक टक्का जरी चूक असेल तरी ते समर्थनीय नाही.

२. पूर्वी सांगून गेलेल्या गुरूंशी त्याच्या मताचे साधर्म्य हवे. सूरदास, तुलसीदास, मीराबाई, गुरू नानक, कबीरदास, नरसिंह मेहता, शंकराचार्य, मध्वाचार्य, रामानुजाचार्य, निंबर्काचार्य, चैतन्य महाप्रभू, वल्लभाचार्य वगैरे अनेक गुरू भारतीय इतिहासात होऊन गेले. आपल्या गुरूने आधीच्या गुरूंनी सांगितलेले सत्य सांगितले; तेच अधिकृत वैदग्रंथांमध्ये लिहिलेले असेल तर आपण खात्रीने आपल्याला गुरूवर विश्वास ठेवावा की, निखळ सत्याचे अधिकृत ज्ञान गुरू आपल्याला देत आहेत.

गुरूंची अशी त्रयी मानावी. आपले गुरू (आध्यात्मिक शिक्षक), साधू (इतिहासातील इतर सर्व गुरू) आणि शास्त्रे (वैदिक ग्रंथ). गुरू, साधू आणि शास्त्रे हे तिघेही एकच तत्त्व मानत असतील, तेव्हा आपल्या गुरूंकडून मिळणारे ज्ञान हे अधिकृत आणि विश्वासार्ह आहे, अशी आपण खात्री बाळगावी.

अशा तऱ्हेने आपण आपला खरा गुरू शोधावा आणि मग त्याच्याकडून परमसत्य शिकून घ्यावे. इथे आपण एक गोष्ट ध्यानात घ्यायला हवी की, भौतिक ज्ञान शिकण्यापेक्षा आध्यात्मिक ज्ञान शिकण्याची प्रक्रिया अगदी वेगळी असते. नेहमीच्या शिक्षणाला गुरूंविषयी अतीव आदर असायलाच हवा असे नाही. शिक्षकांना फी देऊन त्यांच्याकडून ठरलेल्या पद्धतीने ज्ञान विकत घेता येते; पण अशा यांत्रिक पद्धतीने आध्यात्मिक ज्ञानप्राप्ती करून घेता येत नाही; ते विकत घेता येत नाही. शिष्य विनयाने वागला आणि गुरूला त्याच्या सेवाभावाने त्याने खूश केले, तर गुरूकडून 'या हृदयीचे त्या हृदयी' अशी कृपा होईल म्हणूनच भगवद् गीतेमध्ये म्हटले आहे :

तद्विद्धी प्रणिपातेन परिप्रश्नेन सेवया
उपदेक्ष्यन्ति ते ज्ञानं ज्ञानिनस्तत्त्वदर्शिनः (४.३४)

'आध्यात्मिक गुरूंकडून तू सत्य जाणून घे. त्यांच्याप्रती आदर दाखव आणि त्यांची सेवा कर. असे केल्यास ते संत तुला सत्याचा साक्षात्कार घडवतील. कारण, त्यांनी सत्य जाणलेले आहे.'

वरील श्लोकामध्ये श्रीकृष्णाने श्रेष्ठ ज्ञानाची प्राप्ती होण्यासाठी तीन गोष्टी सांगितल्या आहेत : (१) आध्यात्मिक गुरूंना भेटणे (२) त्यांच्याशी नम्रतेने वागणे आणि (३) त्यांची सेवा करणे.

अशाच प्रकारे थोर राजा प्रल्हाद याने म्हटले आहे :

नैशं मतिस्तावद् उरूक्रमांध्रिम
स्पृशात्यनर्थापगमो यदार्थः
महियसां पादा राजोभिषेकं,
निष्किंचनानां न वृणिता यावत्

(श्रीमद् भागवतम् ७.५.३२)

'जोपर्यंत आपण संतांच्या पदकमलाच्या धुळीने न्हाऊन निघत नाही, तोपर्यंत अलौकिक तत्त्वांचा आपल्याला अनुभव येणार नाही.'

अशा तऱ्हेने पवित्र ग्रंथातून असे स्पष्ट मत व्यक्त झाले आहे की, आपण खरा गुरू शोधला पाहिजे आणि ग्रंथातील दिव्य ज्ञान मिळवण्यासाठी त्यास शरण गेले पाहिजे; पण आपल्याला जर बराच काळपर्यंत गुरू भेटलाच नाही तर? आपण या मार्गावरून प्रवास करण्यासाठी त्याची वाट पाहत राहायचे का? नाही. वाट नाही पाहायची. आपल्याजवळ असलेल्या ज्ञानानिशी स्व-शोध घेण्याची सुरुवात आपण करायला हवी. या प्रवासात नंतर देवदयेने आपल्याला गुरू सापडेल.

निष्कर्ष

या प्रकरणात आपण जीवनात यश मिळवण्यासाठी दोन्ही प्रकारच्या ज्ञानाची पेरणी करावयास हवी हे पाहिले. शारीरिक गरजा भागवण्यासाठी भौतिक ज्ञानाचा उपयोग करून घेतला पाहिजे आणि आपल्यातील श्रेष्ठत्वाची अभिव्यक्ती करता यावी म्हणून आध्यात्मिक शहाणपणाही शिकला पाहिजे. एखादा लहानसा माहितीचा तुकडादेखील आपले काम, व्यवसाय आणि आरोग्य यांमध्ये केवढा मोठा बदल घडवून आणू शकतो हे आपण पाहिले. आध्यात्मिक क्षेत्रात ज्ञानाचे किती विविध प्रकारे उपयोग होतात, याविषयीही आपण बोललो. परमसत्य जाणून घेण्यासाठी ज्ञानाची मदत होते. ईश्वराशी नाते जोडण्यास ते आपल्याला लायक बनवते. ज्ञानामुळेच त्याग आणि साधना यांचे योग्य तंत्र आपल्याला कळते.

मात्र केवळ तंत्रांचे ज्ञान पुरेसे नाही. त्यांच्या अंमलबजावणीसाठी स्व-नियंत्रण, संयम आणि परित्याग यांची गरज असते. इथेच शिस्तीचा दृष्टिकोन येतो. पुढील प्रकरणात शिस्तीच्या मनोधारणेच्या साह्याने ज्ञानाचा उपयोग करायला शिकू या.

प्रकरण सहा

शिस्तीची मनोधारणा

ज्ञानाच्या मनोधारणेविषयी आपण चर्चा केली. त्यातून यश, आनंद आणि परिपूर्णता मिळवण्यासाठी असलेली तंत्रे व कार्यपद्धती यांची माहिती मिळाली. या प्रकारच्या मनोधारणेची रुजवण केली असता आपल्या आयुष्यात मोठा बदल घडवून आणणारी शहाणपणाची काही रत्ने आपल्याला गवसतील. मात्र केवळ ज्ञान हेसुद्धा पुरेसे नाही. ते अमलात आणण्यासाठी शिस्त व स्व-नियंत्रण यांची आवश्यकता असते.

आयुष्याची लक्तरे झालेले कितीतरी ज्ञानी विद्वान आहेत. उत्तम गुणांनी युक्त असे जीवन जगण्यासाठी त्यांच्या विद्वत्तेचा उपयोग होत नाही. ते नाशाप्रत जातात. असे का होते? कारण, खऱ्या जीवनातील परिस्थितीला सामोरे जाताना, तसे वागताना, त्यांच्याजवळील ज्ञानाचा साठा उपयोगात आणण्यात ते अयशस्वी ठरतात. अशा प्रकारे, ज्ञान मिळवल्यानंतरसुद्धा यश मिळवण्याकरिता आपल्याला सहाव्या मनोधारणेची गरज पडते आणि हा गुण आहे शिस्त!

आपल्या जीवनाची गुणवत्ता वाढवण्यात सगळ्यात महत्त्वाचा जादूचा शब्द कोणता असेल तर तो म्हणजे शिस्त. जगातली सर्व ग्रंथालये पालथी घालून ज्ञान आपण आपल्या डोक्यात साठवलेलं असतं; पण त्याची अंमलबजावणी करण्याची इच्छाशक्ती असल्याशिवाय त्याचा लाभ आपण उठवू शकणार नाही.

अशा प्रकारे उद्दिष्ट आणि सिद्धी, प्रेरणा आणि साध्य, ज्ञान आणि प्रात्यक्षिक यांच्यामधला शिस्त हा पूल आहे. योग्य ती गोष्ट कितीही अवघड असली तरी ती करण्यासाठी शिस्त आपल्याला ताकद देते. त्याचप्रमाणे हव्याशा वाटल्या तरी

इतर ज्या गोष्टी आपल्याला सुखाच्या वाटतात, अशा गोष्टींमध्ये गुंतण्यापासून ती आपल्याला रोखते.

स्व-नियंत्रण आणि यश यांमधला परस्परसंबंध

बऱ्याच वैयक्तिक आणि सामाजिक समस्यांचे केंद्र 'स्व-नियंत्रणाचा अभाव' हेच असते. शाळेत म्हणावी तशी प्रगती नसणे, कामात चालढकल, व्यसनाधीनता, व्यायामाचा अभाव, अपायकारक आहार, उद्धट वागणूक, उफाळून येणारा राग इत्यादी साऱ्या गोष्टी संयम नसल्याशी जोडल्या जातात. खरे तर सर्व प्रकारचे असंतुलन, व्यसनाधीनता, दुर्गुण, जिभेवर ताबा नसणे, गहाळपणा आणि सुस्तपणा या सगळ्या गोष्टींचा संबंध इच्छाशक्तीच्या अभावाशी असतो.

दुसरीकडे, जबरदस्त इच्छाशक्तीमुळे आपण जीवनात शिस्त आणू शकतो. इच्छाशक्तीमुळे मोहांना प्रतिकार करण्याची ताकद मिळते. भिरभिरत्या आकर्षणांना टाळता येते. सभोवताली असलेल्या अनावर चंचल गोष्टींवर मात करण्याची क्षमता स्व-नियंत्रणामुळे मिळवता येते. प्रत्येक वेळी मोहात पाडणाऱ्या गोष्टींवर विजय मिळवता येतो. सैरावैरा धावणाऱ्या मनाला असे लोक प्रतिबंध करू शकतात. हाती घेतलेल्या कामावर इच्छाशक्तीमुळे पूर्ण एकाग्रचित्त करून उत्तम परिणाम साधता येतात.

कोणत्याही क्षेत्रात मानवी प्रयत्नांनी यश मिळवणाऱ्या व्यक्तिमत्त्वांमधील वैशिष्ट्यांना वेगळे काढून समाज शास्त्रज्ञांनी अनेक प्रकारचे अभ्यास केले. ध्येयसिद्धी करण्यासाठी उपयुक्त ठरलेल्या सकारात्मकता, जबाबदारी, प्रेरणा इ. वैशिष्ट्यांमध्ये 'बुद्धिमत्ता' आणि 'स्व-नियंत्रण' या दोन गुणवत्तांचा सगळ्यात जास्त परस्परसंबंध असल्याचे दिसून आले. बुद्धिमत्ता आणि स्वतःवरील संयम यामध्ये जे उच्च स्तरावर असतात, त्यांना कोणत्याही मानवी प्रयत्नांनी साध्य होणाऱ्या क्षेत्रामध्ये अधिक यश मिळण्याची संधी असते.

आता बुद्धिमत्ता ही गोष्ट बहुतेकदा जन्मजात असते. आपल्याला बुद्धिमत्तेची एक पातळी दिली गेलेली असते आणि आपण त्यात इतकेच करू शकतो की, ती आपण वाढवू शकतो. मात्र स्व-नियंत्रण म्हणजेच इच्छाशक्ती, ही मात्र आपल्या हातात असते आणि आपल्या विचारांनी व कृतींनी आपण ती वाढवू शकतो किंवा कमी करू शकतो.

दुर्दैवाने, बरेच लोक यशाची ही पूर्वअट समजावून घेण्यात कमी पडतात. त्यांना जेव्हा त्यांची बलस्थाने कोणती आहेत असे विचारले जाते; तेव्हा ते दयाळूपणा, विनोदबुद्धी, शौर्य, प्रामाणिकता आणि अगदी सहनशीलतासुद्धा सांगतात; पण स्व-नियंत्रण असे काही सांगत नाहीत. सर्वेक्षणांमध्ये संशोधकांनी लोकांना दिलेल्या यादीतून त्यांची बलस्थाने कोणती आहेत ते ठरवायला सांगितले, तेव्हा स्व-नियंत्रण हा गुण फारच थोड्या जणांकडून निवडला गेला. उलट त्यांच्यामध्ये कोणत्या

गुणांची कमतरता आहे, हे त्यांना विचारले तेव्हा बऱ्याच जणांनी इच्छाशक्तीची कमतरता असल्याचे सांगितले. अशा प्रकारे हा गुण कमतरतेमध्ये सगळ्यात वरच्या स्थानावर होता.

मनुष्यस्वभावात मोठ्या प्रमाणात असलेल्या या कमतरतेमुळे आधुनिक काळात पटकन मोहवश होण्याचा कटू अनुभव येतो. काही शतकांपूर्वी मानसशास्त्राचे संशोधक नव्हते, त्यामुळे मध्ययुगीन काळात आपल्या पूर्वजांना कोणत्या इच्छांचे क्लेश झाले हे कळण्यास काही मार्ग नाही; पण एवढे मात्र आपल्याला माहीत आहे की, नव्वद टक्के लोक खेड्यांमधून राहत होते आणि ते शेती करीत होते. शेतांमधून दिवसभर कष्ट करून घरी आल्यावर त्यांच्याकडे मनोरंजनाची साधने फारशी नव्हती. प्रसारमाध्यमांचा गलबला नव्हता, चित्रपटांची आमिषे नव्हती किंवा आंतरजालांचे आकर्षण नव्हते. हुक्का, दारू, शरीरसुख आणि निद्रा यांखेरीज फारच थोडे मोह त्या काळात होते.

स्मार्टफोन्स, टेलिव्हिजन, चित्रपट, इंटरनेट आणि कॅसिनोज असलेल्या आजच्या युगात परिस्थिती मुळापासून बदलली आहे. स्व-नियंत्रण राखण्याचे आव्हान नाट्यपूर्ण रीतीने वाढले आहे. हाताशी असलेल्या आकर्षणांमुळे लोक सहजासहजी मोहात पडतात. हातात काम असतानासुद्धा ऑफिसच्या कंटाळवाण्या कामातून क्षणात मन सुटका करून घेऊ शकते. माऊसवरच्या एका क्लिकवर तुम्ही वर्ल्डवाइड वेबवर काय चालले आहे ते पाहू शकता. सतत हातात असलेल्या मोबाईलवर तुम्ही गप्पा मारू शकता किंवा मित्रमैत्रिणींशी व नातेवाइकांशी निरोपांची देवाण-घेवाण करू शकता. हातातले कष्टप्रद काम सहजपणे बाजूला ठेवून तुम्ही फेसबुकला भेट देऊ शकता. यू-ट्यूब पाहू शकता. गॉसिप साइट्सवर काय चालले य ते तुम्हाला कळू शकते किंवा तुम्ही व्हिडिओ गेम्सही खेळू शकता.

अशा परिस्थितीत, मनाची एकाग्रता साधण्यासाठी, भावनांचे संतुलन सांभाळण्यासाठी आणि जाणिवा ताब्यात ठेवण्यासाठी अधिक इच्छाशक्तीची गरज असल्याचे बऱ्याचशा लोकांनी ओळखले आहे, तरीही वाढत्या आकर्षणांना बळी पडू नये म्हणून कृती करण्यास बरेच जण असमर्थ ठरत आहेत. संयमाने वागता आल्यास, व्यावसायिक कारकीर्द, शारीरिक आरोग्य आणि परस्परसंबंध यांमध्ये दूरगामी फायदे मिळवता येतील, यावर पुष्कळांचा प्रामाणिक विश्वास आहे, तरीही इच्छाशक्ती टिकवून ठेवण्यात ते वेळोवेळी कमी पडताहेत असे त्यांना वाटते. अमेरिकन सायकॉलॉजिकल असोसिएशन यांच्या म्हणण्यानुसार बऱ्याच अमेरिकन नागरिकांनी ध्येयसिद्धी होण्यासाठी कराव्या लागणाऱ्या संघर्षात, स्व-नियंत्रणाचा अभाव हे पहिल्या क्रमांकाचे कारण असल्याचे सांगितले आहे.

मनात उत्पन्न होणाऱ्या इच्छांशी किती लढा द्यावा लागतो हे समजावून घेण्यासाठी, जर्मन सामाजिक संशोधक, रोगर बाऊमाइस्टर याने दोनशेपेक्षा जास्त

स्त्री-पुरुषांवर जर्मनीमध्ये एक प्रयोग केला. त्याने या सर्वांना इलेक्ट्रॉनिक गॅजेट्स दिली. ती दिवसभरात मधूनमधून बीप आवाज करीत असत. बीपर्स बंद झाल्यावर आपल्या मनात इच्छा निर्माण होतात का याचा अनुभव लोकांनी लिहून ठेवायचा होता. या अभ्यासातून निष्कर्ष निघाला की, जवळजवळ निम्मा वेळ लोकांना काही प्रमाणात इच्छा जाणवत होती. नंतर उरलेल्या वेळातील पाव भागात अगदी थोडी मिनिटे आधी त्यांना इच्छेचा अनुभव आला.

खाण्याची इच्छा सगळ्यात जास्त जणांना झाली. त्यानंतर झोपावेसे वाटले. मग आराम करावासा वाटू लागले. त्यानंतर कामामधून थोडा वेगळा वेळ काढून लिखापढीचे काम करण्याऐवजी इंटरनेटवर चक्कर मारून यावीशी वाटली. पुढे शरीरसुखाची भावना जागृत झाली. सामाजिक नेटवर्किंगमधून कोणाशी तरी संपर्क साधण्याचा मोह होऊ लागला. त्यानंतर संगीत ऐकावे आणि टीव्ही पाहावा अशी इच्छा झाली.

बऱ्याचशा इच्छांना ते प्रतिकार करण्याचा प्रयत्न करीत होते. बाऊमाइस्टरने असा निष्कर्ष काढला की, जागेपणीचा बराचसा काळ लोक इच्छांचा प्रतिकार करण्यामध्ये घालवतात.

इच्छांना लोक कशा प्रकारे विरोध करीत होते? संशोधकांना असे आढळून आले की, शरीरसुखाची कामना आवरून धरण्यात लोक बऱ्यापैकी कणखर होते. खाद्यपेयांचा मोह सोडून देण्यात ते मध्यम प्रतीचे होते; पण टेलिव्हिजन, इंटरनेट आणि इतर प्रसारमाध्यमे यांचे आकर्षण रोखून धरण्यात मात्र ते जवळजवळ निम्मा वेळ अयशस्वी ठरले.

मन आणि जाणिवा यांच्यावर नियंत्रण ठेवण्यासाठी मोठ्या प्रमाणात झगडण्याची प्रवृत्ती वरील आकडेवारीवरून दिसून येते. ज्यांनी यशस्वीरीत्या एकाग्रचित्त केले, त्यांना कामात होणारी चालढकल टाळता आली. निरर्थक गोष्टींपासून ते दूर राहिले. जे स्व-नियंत्रणात कमी पडले ते लक्ष विचलित होणे, आळशीपणा आणि दुर्गुण यांच्याशी झगडत राहिले.

मन आणि बुद्धी यांच्यातील लढाई

स्व-नियंत्रण करता यावे, यासाठी चाललेला झगडा हा आपल्या आयुष्याचाच एक भाग आहे. जाणिवा, मन आणि बुद्धिमत्ता यांचा अंतर्भाव असलेली अंतर्गत साधने ही माणूस म्हणून आपल्यामध्ये आहेतच. यातील बुद्धिमत्ता ही तर्कशुद्ध असते आणि गुणाच्या शोधात असते. ती असं विश्लेषण करते की, 'दूरगामी लाभांसाठी मी काम करणे गरजेचे आहे आणि क्षणिक सुखाने विचलित होता कामा नये; पण मन लहान मुलांसारखे बंड करून उठते आणि मजा करण्यासाठी उत्सुक होते. ते बुद्धिमत्तेला आपल्याकडे ओढून घेते आणि म्हणते, 'आत्ता तर आपण मजा करून घेऊ या. नंतरच्या परिणामांचा आत्ता विचार नको, तेव्हाचे तेव्हा पाहू.'

अशा तऱ्हेने बुद्धिमत्ता कृतीचे मोल जाणत असते, तेव्हा मन आणि जाणीव तात्पुरत्या सुखाचा शोध घेत असतात. चौथी जिलेबी खाण्यात मजा वाटत असेल तर ते त्यासाठी झुरत राहतात. अर्थात, प्रत्येकासाठी वेगवेगळी आकर्षणे असतात. सिगारेट ओढणाऱ्याला तलफ येईल; शॉपिंगचा नाद असणारा खर्च करण्यासाठी उत्सुक असेल; जुगारी रात्री जुगाराच्या अड्ड्यावर जाण्यासाठी रात्र केव्हा होते त्याची वाट पाहील... इत्यादी. आनंद शोधण्याच्या जाणिवांची आकर्षणे कितीही असली आणि मन मनोरंजनाचा कितीही शोध घेत असले तरीही लगाम घालण्याची भूमिका बुद्धी निभावत असते.

त्यामुळे अर्थातच, संघर्ष निर्माण होतो. बुद्धिमत्ता दूरगामी फायद्याची वागणूक सुचवते. क्षणिक सुखासाठी मन आणि जाणिवा ते कष्ट कसे टाळता येतील ते पाहते. अशाच ठिकाणी बुद्धिमत्तेची ताकद कशी वेगळी आहे ते ओळखणे आवश्यक आहे. सुखदायक असलेल्या गोष्टींविरुद्ध सुरक्षित असलेला लाभ यावरच ठाम राहायला हवे व मन आणि जाणिवा यांना त्यानुसार वागण्याची सक्ती करायला हवी.

वेदांमध्ये आनंदाचे दोन भागांत वर्गीकरण केले आहे. *श्रेय* आणि *प्रेय.* सुरुवातीस कटू विषासारखा भासणारा आणि नंतर त्याचे अमृतात रूपांतर होणारा आनंद म्हणजे श्रेय. उदाहरणार्थ, लवकर उठून व्यायाम करणे हे अतिशय कष्टदायक वाटेल; पण त्यामुळे आरोग्य सुधारले तर केलेला त्याग आणि मेहनत ही उचित होती हे आपल्या लक्षात येईल.

बरोबर याउलट प्रेय आनंद आहे. सुरुवातीला अमृताप्रमाणे भासणारा हा आनंद नंतर विषात रूपांतरित होतो. उदाहरणार्थ, आपण जर दररोज चॉकलेट तुकड्यांचे एक कप आइस्क्रीम खाल्ले तर त्या क्षणी मिळणारा अतीव आनंद लाभेल; पण शरीराचे चलनवलन अटळपणे बिघडेल, मग सुरुवातीचा आनंद म्हणजे वेदनादायक दुःख ठरेल.

श्रेय आणि प्रेय यांच्याबद्दल *कठोपनिषदात* सांगितले आहे :

अन्यच्छ्रेयोन्यदुतैव प्रेययस्तेयुभे
नानार्थे पुरुषमं सिनितः
तयोश्रेय आददानस्य साधु भवति
हियतेर्थाद्य यु प्रेयो वृणिते
श्रेयश्छा प्रेयश्छा मनुष्यामेत स्तौ
संपरित्यविविनक्ति धीरः
श्रेयो हि धीरोभि प्रेयसो वृणिते
प्रेयोमदो योगक्षेमाद् वृणिते (१.२.१-२)

'दोन मार्ग आहेत – एक फायदेशीर आणि दुसरा सुखद. हे दोन मार्ग माणसाला अगदी वेगळ्या टोकांना नेतात. सुखद मार्ग सुरुवातीला मजेशीर वाटतो; पण त्याचा शेवट दुःखात होतो. निष्काळजी लोक सुखद आणि अंताकडे नेणाऱ्या मार्गाकडे जातात व नुकसान करणाऱ्या आकर्षणामध्ये सापडतात; पण शहाणी माणसे अशा आकर्षणांना बळी जात नाहीत. ते लाभदायक मार्गच निवडतात आणि शेवटी खरा आनंद मिळवतात.'

जीवनाची वस्तुस्थिती अशी आहे की, मनाचे अधःपतन घडवून आणणारी आणि खाली खेचणारी सुखे सहज उपलब्ध असतात. मात्र अर्थपूर्ण सुखे कायम प्रवाहाविरुद्ध गेल्यावर मिळतात. तिथपर्यंत पोहोचण्यासठी मेहनत आणि मनःपूर्वक केलेले प्रयत्न यांची गरज असते आणि म्हणून शिस्तीची गरज आहे. शिस्त हा थोर गुण आपल्याला, बुद्धीने बरोबर ठरवलेल्या पद्धतीच्या वागणुकीमुळे होणारी गैरसोय स्वीकारण्याची क्षमता देतो. शिस्त असेल तर मन आणि जाणिवा यांची ओढाताण होत नाही. जीवनात यश आणि आनंद मिळवण्यासाठी असलेल्या महत्त्वाच्या घटकांपैकी शिस्त हा एक महत्त्वाचा घटक आहे.

यशाची किंमत

अलीकडच्या काळात अनेक व्यावसायिक त्वरित यश देणारे पॅकेज विकत देतात. हे जाहिरातदार तुम्हाला लॉटरीचे तिकीट खरेदी करून कोट्यधीश होण्यासाठी आर्जव करतात. हे अन्न खा आणि एका महिन्यात पंधरा किलो वजन कमी करा असे म्हणतात. इंटरनेटवर रोज दोन तास काम करून वर्षाला दहा लाख रुपये कमवा असेही सांगतात. वीस वर्षांनी तरुण दिसण्यासाठी एक विशिष्ट क्रीम विकत घेण्याची शिफारस करतात.

दुर्दैवाने, खऱ्या आयुष्यापासून हे दावे फार दूर असतात. कोणत्याही क्षेत्रात यश आणि प्रावीण्य मिळवायचे असेल तर अभ्यास, मेहनत आणि सातत्यपूर्ण धिमी प्रगती यांचीच गरज असते. टीव्हीच्या जाहिरातींमध्ये वरखाली आनंदाने उड्या मारणारा राष्ट्रीय लॉटरीचा विजयी उमेदवार चुकीच्या दिशेने नेत असतो. ज्यांनी पैसे गमावलेले असतात, त्यांच्याबद्दल ते कधीच बोलत नाहीत. लॉटरीमध्ये हरलेल्या प्रत्येक उमेदवाराला टीव्हीवर दहा सेकंद देऊन, 'मी लॉटरीचे तिकीट काढले होते; पण मी हरलो किंवा हरले' असे म्हणण्यास सांगितले तर त्या सर्वांचे बोलणे संपायला काही वर्षे लागतील.

जीवनात आपल्याला काही संपादन करायचे असेल तर ही जुगारी वृत्ती आपण सोडून दिली पाहिजे. जॅकपॉट लागेल म्हणून वाट बघत बसणे म्हणजे वेडेपणाच आहे. उलट यशस्वी होण्यासाठी त्याग, चिकाटी आणि सातत्यपूर्ण प्रयत्न यांचीच गरज आहे, हे आपण मान्य करायला हवे. एच. डब्ल्यू. लाँगफेलो या इंग्लिश कवीने पुढील ओळींमध्ये हे फार छान सांगितले आहे :

जी उंची मोठ्या लोकांनी गाठली आणि टिकवली,
त्यांनी ती काही अचानक एका उडीत मिळवलेली नाही;
मात्र त्यांचे सहकारी झोपले होते, तेव्हा
ते कष्टपूर्वक रात्रंदिवस चढत जात होते.

मानवी प्रयत्नांच्या सर्व क्षेत्रांत, **उत्कृष्टतेकडे जाण्याच्या दरवाजाची किल्ली अभ्यास व सराव हीच आहे**. स्वीडिश मानसशास्त्रज्ञ व फ्लोरिडा स्टेट युनिव्हर्सिटी येथील प्राध्यापक के. अँडर्स एरिकसन, यांनी एक अर्थगर्भ लेख १९९३मध्ये प्रकाशित केला. त्याचे नाव होते, *The Role of Deliberate Practice in the Acquisition of Expert Performance*. त्यांनी जागतिक स्तरावरील संगीत, खेळ आणि नृत्य या क्षेत्रांतील कलाकारांचा अभ्यास केला. पुढे जाण्यासाठी त्यांच्या प्रखर बुद्धिमत्तेला कशाचा उपयोग झाला हे त्यांनी समजावून घेतले. निष्कर्ष असा निघाला की, खूप वरच्या स्थानावरील यश मिळवणाऱ्यांना जन्मतःच तसे वरदान असते हा समज पूर्णपणे खोटा आहे.

एरिकसन यांनी आपल्या संशोधन पत्रिकेत असा निष्कर्ष काढला की, तज्ज्ञांची कामगिरी आणि सामान्य प्रौढांमधील फरक पुढील मुद्यावरून लक्षात येईल. हयातभर जाणीवपूर्वक केलेले प्रयत्न हे या दोघांमधील फरक दर्शवतात. याव्यतिरिक्त एखादी व्यक्ती जेव्हा दररोज जास्तीत जास्त वर्षे आणि दशकांपर्यंत जाणीवपूर्वक सराव करणे प्रेरणा मानते, जेव्हा बहुतेक मुले आणि किशोरवयीन मुले खेळणे आणि विरंगुळा यांमध्ये गुंतलेली असतात, तेव्हाच तज्ज्ञांच्या कामगिरीमधील सक्ती खऱ्या अर्थाने स्पष्ट होते. माल्कम ग्लेडवेल यांनी आपल्या लोकप्रिय प्रसिद्ध पुस्तक *आऊटलायर्समध्ये* सुमारे दहा हजार तासांच्या सरावाचा प्रमुख उल्लेख केला आहे. एखाद्याने काही लक्षणीय यशासाठी दहा वर्षे दररोज सुमारे तीन तास सराव केला पाहिजे. वास्तविक सरावाच्या तासांची संख्या भिन्न असते आणि हेच काही यशाचे एकमेव कारण नसते.

तसेच मनावर आध्यात्मिक प्रभुत्व असण्याची किल्ली हादेखील एक अभ्यास आहे. भगवद् गीतेमध्ये श्रीकृष्ण अर्जुनाला मनावर नियंत्रण ठेवण्यास आणि ईश्वराशी जोडून घेण्यास सांगतात. ही गोष्ट साध्य करणे आव्हानात्मक आहे असे आत्मविश्वासाने अर्जनाने कृष्णाला सांगितले आहे.

चंचलं हि मनः कृष्ण प्रमाथि बलवद्दृढम्
तस्याहं निग्रहं मन्ये वायोरिव सुदुष्करम् (६.३४)

अर्जुन म्हणतो, ‘हे कृष्णा, अस्वस्थ मन फार प्रक्षुब्ध आणि दुराग्रही आहे. हे तर वाऱ्यावर ताबा मिळवण्यापेक्षाही अवघड आहे.’ यावर श्रीकृष्ण म्हणतो,

असंशयं महाबाहो मनो दुर्निग्रहं चलम्
अभ्यासेन तु कौन्तेय वैराग्येण च गृह्यते (६.३५)

'हे बलवान कौंतेया, तू म्हणतोस ते बरोबरच आहे. मनावर ताबा ठेवणे खरेच मोठे कठीण आहे; पण अभ्यास आणि वैराग्य यांच्या योगे हे शक्य करता येईल.

संत पतंजली यांनीदेखील हेच तत्त्व सांगितले आहे :

अभ्यास वैराग्याभ्याम् तन्निरोधः (पतंजली योग दर्शन १.१२)

'प्रक्षुब्ध मन सातत्यपूर्ण अभ्यास आणि वैराग्य यांच्यामुळेच ताब्यात येते.'

वरील श्लोकांमध्ये *अभ्यास* हा महत्त्वाचा शब्द आहे. अभ्यास याचा अर्थ योजकतेने आणि सातत्याने जुन्या वागणुकीच्या सवयींची पद्धत बदलून नवीन विकसित करण्यासाठी केलेले प्रयत्न. पुनःपुन्हा प्रशिक्षण देऊन किंवा अभ्यासाने अनावर आणि हटवादी मनाला ताब्यात आणता येते. अशा प्रकारे आध्यात्मिक आणि भौतिक क्षेत्रांत प्रभुत्व मिळवण्यासाठी वरीलप्रमाणे किंमत मोजावी लागते. हा मुद्दा एका साध्या गोष्टीवरून लक्षात येतो का ते पाहा :

भावी पिढ्यांसाठी शहाणपणाचा अर्क मागे ठेवून जावा अशी एका राजाची इच्छा असते. त्याने त्यांचा मंत्र्यांना आताच्या युगातील शहाणपणा ग्रथित करण्यासाठी ते लिहून काढण्यास सांगितले. मंत्र्यांनी हे काम गांभीर्याने केले. त्यांनी एकत्रितपणे काम केले, पुस्तकांचा अभ्यास केला आणि आपसात चर्चा केली. अखेरीस साडेतीन पानांचा आपला अभिप्राय घेऊन ते राजाकडे आले.

राजाने त्यांनी लिहिलेल्या मसुद्याकडे पाहिले आणि म्हणाला, 'या लेखामध्ये अनेक अद्भुत ज्ञानरत्ने आहेत; पण मला वाटते की, हे फार शब्दबंबाळ झाले आहे. इतके वाचत बसायला लोकांना वेळ नसणार. कृपया, हे थोडक्यात सांगा.'

ते मंत्री पुन्हा त्यांच्या अभ्यासिकेत गेले. लिहिलेले होते, त्यावर पुन्हा संस्करण केले आणि एका पानात त्याचा सारांश बसवून ते राजाकडे आले. राजाने ते वाचून पुन्हा म्हटले, 'अजूनही ते लांबडेच झाले आहे. काही क्षणांत वाचून होण्यासारखा लहानसा संदेश मला हवा आहे. कृपया, तो आणखी लहान करा.'

मंत्र्यांनी एक आव्हान म्हणून हे स्वीकारले. त्यांनी चर्चा आणि विचारविनिमय केला आणि शेवटी ते चार शब्दांपर्यंत कमी केले. शहाणपणाचे हे सूत्र घेऊन ते राजाकडे गेले, तेव्हा राजा खूश झाला. 'हे एकदम बरोबर झाले!' तो उद्गारला. भावी पिढ्यांपर्यंत शहाणपणाचे हे शब्द पोहोचले पाहिजेत.

हे चार शब्द होते, 'फुकटची भाकरी मिळत नसते.'

कोणतीही गोष्ट फुकट नसते. काहीही मिळवण्याची आपली इच्छा असो; त्यासाठी नेहमीच एक किंमत मोजावीच लागते. एखाद्या कौशल्यामध्ये प्रावीण्य मिळवण्याचे आपले ध्येय असेल तर त्यासाठी अभ्यास, सराव ही किंमत आहे. हे अगदी अटळ आहे; पण मग नेत्रदीपक कामगिरी होणे हे इतके दुर्मीळ का असावे? आवश्यक तो अभ्यास अधिक जणांकडून का केला जात नाही?

कारण, हे आहे की, तपश्चर्या, त्याग आणि सहनशक्ती यांपासून बहुतेक जण पळ काढतात. त्यांना फुकट मिळाले तर हवे असते; पण त्यासाठी त्यांना खडतर श्रम करावे लागणार असतील तर त्यात त्यांना रस नसतो. उंच जागेवर पोहोचणारे जे असतात, त्यांनी स्वेच्छेने अभ्यासासाठी करावी लागणारी मेहनत स्वीकारलेली असते.

माजी अमेरिकन ॲथलेट एड्विन मोझेस हा सातत्याने जास्तीत जास्त विजय मिळवत असे. चारशे मीटर धावण्याच्या शर्यतीत १९७७ ते १९८७ या काळात त्याने १२२ शर्यती सलग जिंकल्या. त्यातले १०७ अंतिम सामने होते आणि पंधरा इतर. चार वेळा त्याने जागतिक विक्रम केला. १९७६ आणि १९८४ सालच्या ऑलिंपिक्समध्ये त्याने सुवर्णपदक मिळवले. १९८०मध्ये अमेरिकेने मॉस्कोवर बहिष्कार टाकल्याने मोझेसला त्या स्पर्धांमध्ये भाग घेता आला नाही.

लॉरेन्स वर्ल्ड स्पोर्ट्स ॲकॅडमीचा पहिला चेअरमन म्हणून मोझेसची निवड झाली. वर्षाभरातील उत्कृष्ट कामगिरीसाठी हा सन्मान वैयक्तिक व संघाला दिला जातो. खेळांच्या ताकदीचा उपयोग करून घेऊन जग बदलण्याच्या मोहिमेत शंभर सामाजिक प्रकल्पांना या बक्षिसांचा आधार मिळाला. मोझेसला पत्रकारांनी त्याच्या यशाचे गमक विचारले, तेव्हा तो म्हणाला, 'इतरांपेक्षा वेदना सहन करण्याची ताकद माझ्या अंगी जास्त आहे.'

मोझेसने जाहीर केलेली त्याची मते फार बोधप्रद आहेत. कठीण पायावरच प्रावीण्याची इमारत उभारता येते.

प्रतिकूल गोष्टी सहन करण्याची तयारी ही अशा तऱ्हेने जगभरात यशाची पूर्वअट मानली गेली आहे. अल्बर्ट ई.एन.ग्रे या लेखकाने द *न्यू कॉमन डिनॉमिनेटर ऑफ सक्सेस* या पुस्तकात म्हटले आहे की, एकदा त्याच्या आयुष्यात एक सर्वांत महत्त्वाची गोष्ट अचानक कळली. त्याने लिहिले आहे की, अपयशी लोकांना जे करण्यास आवडत नाही, ते करण्याची यशस्वी लोकांना सवय असते. यशस्वी लोकांनाही अशा गोष्टी करण्यास आवडत नाही; पण ध्येयसिद्धीच्या ध्यासाने ते आपल्या आवडीनिवडींना मुरड घालतात.

ग्रे यांचे शब्द नेहमीच्या अमेरिकन कारखान्यांमध्ये केल्या गेलेल्या अभ्यासामध्ये वैध ठरले आहेत. असे निरीक्षणात आले आहे की, सर्वसाधारणपणे उत्पादन करणारे कामगार आठवड्याला तीस तास टीव्ही पाहतात. सुपरवायझर

आठवड्यातून पंचवीस तास पाहतात. फोरमन वीस तास पाहू शकतात; तर प्लान्ट सुपरिन्टेंडन्ट केवळ पंधरा तास. कंपनीचा अध्यक्ष टीव्हीसमोर याहीपेक्षा कमी वेळ म्हणजे आठवड्यातून आठ ते दहा तास बसतो. अखेरीस चेअरमन हा तर दर आठवड्याला केवळ चार ते आठ तास टीव्ही बघत असे आणि त्यातला निम्मा वेळ तो प्रशिक्षणाचे व्हिडिओ पाहत असे.

वरील आकडेवारी पुरेशी बोलकी आहे. व्यावसायिक जीवनात उच्चपदावर पोहोचलेल्यांचा संबंध आत्मसंयमनाशी निर्विवादपणे जोडलेला असतो.

शिस्तीचे मोल प्रस्थापित केल्यानंतर आता आपण शिस्त जीवनात लहानपणापासून कशी विकसित होत गेली, याकडे एक नजर टाकू या. स्वतःमध्ये इच्छाशक्ती वाढवण्याचे गमक काय आहे, याची पुसट कल्पना त्यातून मिळेल अशी आशा आहे.

लहानपणापासून आत्मसंयमनाचे महत्त्व

आफ्रिकेतील गवताळ प्रदेशामध्ये जिराफाने एका बाळाला जन्म दिला. मात्र त्या वेळी ती जमिनीवर बसली नाही. त्याऐवजी ती तिच्या उंच पायांवर उभी राहिली आणि बाळ आठ-नऊ फुटांवरून खाली पडले. बिचारे बाळ कठीण जमिनीवर पडल्यावर वेदनेने कोलमडले.

पण बाळाच्या वेदना पाहूनदेखील आईचे हृदय काही द्रवले नाही. वेदनांनी ते बाळ घाबरले आणि जमिनीवर रांगू लागले; पण आईला ते आवडले नाही. त्याने उभे राहावे यासाठी तिने बाळाला एक लाथ मारून जमिनीवर झटकले.

जिराफ आईची ही वागणूक आपल्याला क्रूरपणाची वाटेल; पण त्या आईला माहीत आहे की, सिंह समोर येईल, तेव्हा बाळाला तिथून निघून जाण्यास अगदी थोडी मिनिटे मिळणार आहेत. तिथे सवड मिळणार नाही. जमिनीवर रांगण्याचा आनंद घेण्यास वेळ नाही. अस्तित्व टिकवण्यासाठी बाळाने वेदनांकडे दुर्लक्ष करण्यास शिकले पाहिजे.

लहान मुलांच्या आत्मसंयमनाचे महत्त्व आपण नेहमी कमी समजतो. नुकत्या चालू लागलेल्या मुलांचा संयम किती आहे हे अभ्यासण्यासाठी वॉल्टर मिशेल यांनी केलेला प्रयोग प्रसिद्ध आहे. या चाचणीस 'मार्शमॅलो टेस्ट' असे संबोधिले जाते.

दूरगामी अधिक अर्थपूर्ण बक्षीस मिळण्यासाठी तात्पुरते समाधान लहान मुले किती लांबणीवर टाकू शकतात, याचे निरीक्षण या चाचणीद्वारे केले गेले. फार दूरगामी बक्षिसांचे लहान मुलांना फारसे आकर्षण वाटणार नाही हे लक्षात घेऊन, थोड्या वेळासाठी त्यांनी दाखवलेली स्वयंशिस्त मापण्यासाठी, एक कल्पक चाचणी तयार केली.

समोर एक प्रकारची मिठाई ठेवून या लहान मुलांना एका खोलीत ठेवण्यात आले. त्यांना असे सांगितले गेले की, वीस मिनिटे त्यांनी जर ती मिठाई खाल्ली नाही

शिस्तीची मनोधारणा १५१

तर त्यानंतर त्यांना आणखी मिठाई देण्यात येईल म्हणजे त्यांना दुप्पट मजा घेता येईल. ते कसे वागतात त्याचे बाहेरून निरीक्षण करण्यात आले.

काही मुलांनी अशा कोणत्याही निर्बंधांचा विचार न करता लगेच मिठाई खाऊन टाकली. काही जण थोडा वेळ थांबले; पण त्यानंतर मोहवश होऊन त्यांनीही खाल्ली. मोहमुक्त होण्यासाठी ते कोणत्या युक्त्या करीत होते, ते पाहण्यासारखे होते. त्यांची सारखी चुळबुळ चालली होती. मिठाईकडे नजर जाऊ नये म्हणून ते दुसरीकडे बाहेर पाहत होते; पण अखेरीस त्यांचाही निश्चय मोडला. त्यांची इच्छाशक्ती कमी पडली आणि काही वेळ झगडा करून त्यांनी शरणागती पत्करली. शेवटी मिळणाऱ्या बक्षिसासाठी अगदी थोड्या मुलांनी वीस मिनिटे स्वतःस रोखून धरले.

सुरुवातीस लहान मुलांची इच्छाशक्ती आणि त्यांचे भावी यश यांचा परस्परसंबंध इतका बळकट असेल अशी कुणाला शंका आलेली नव्हती. तथापि, बऱ्याच वर्षांनंतर या संशोधन अभ्यासाने एक रोचक वळण घेतले. वॉल्टर मिशेल यांची मुलगी ही चाचणी घेतलेल्या बिंग नर्सरी स्कूलमध्ये होती. नंतर स्टॅनफोर्डमध्ये त्यांनी शिक्षण घेतले. त्यांचे काही सहकारी या चाचणीमध्ये सहभागी झालेले होते. संशोधनाचे निष्कर्ष पुन्हा एकदा पाहिले गेले आणि या मुलांची पुढील दहा वर्षे कशी वाढ होत गेली त्याचे निरीक्षण केले. अशा पद्धतीने या मुलांच्या जीवनाचे तीन तपांपेक्षा अधिक काळ निरीक्षण केले गेले.

या अभ्यासातून असे उघडकीस आले की, ज्या मुलांनी वीस मिनिटे मिठाई खाण्यास स्वतःला प्रतिबंध केला, त्यांचे प्रत्येक क्षेत्रात चांगले चालले होते. आत्मसंयमनाचा गुण त्यांना सर्व क्षेत्रांत उपयोगी पडला. तात्पुरते समाधान लांबणीवर टाकून दूरगामी लाभ पदरात पाडून घेण्यास ते सक्षम होते. त्यांनी शिक्षणात उत्तम प्रगती केली. आपापल्या करिअरमध्येही त्यांनी चांगली कामगिरी केली. नातेसंबंध चांगले ठेवण्यात ते यशस्वी झाले. दारू आणि इतर व्यसनांपासून ते बऱ्यापैकी दूर होते. निरोगी आणि आनंदी होते ते. ते कोणत्याही गुन्ह्यात कधी अडकले नाहीत.

पहिल्याच मिनिटाला मोहाला बळी पडलेल्यांपेक्षा पूर्ण वीस मिनिटे जे दम धरू शकले, त्यांना दोनशे दहा गुण एसएटी स्कोअर्सवर जास्त मिळाले. स्वतःच्या मनःस्थितीवर नियंत्रण ठेवू शकत असल्याने जास्त इच्छाशक्ती असलेले मान्यवरांमध्ये आणि शिक्षकांमध्ये प्रिय होते. ते चांगले पगारदार होते. त्यांचे वजन आटोक्यात होते आणि कोणताही गैरप्रकार त्यांच्याकडून कधी घडलेला नव्हता. इच्छाशक्ती आणि यश यांच्यामधला संबंध आश्चर्यकारक होता.

दुसरीकडे स्वतःवर अगदी कमी नियंत्रण असलेल्या मुलांमध्ये गुन्हेगारीचे चाळीस टक्के प्रमाण होते. ते कमी पगारावर काम करत होते आणि त्यांच्या खात्यात कमी पैसे होते. स्वतःचे घर बांधणे किंवा म्हातारपणासाठी पैसे राखून ठेवणे या गोष्टींची त्यांच्या बाबतीत फारच कमी शक्यता होती.

वॉल्टर मिशेलने केलेला हा अभ्यास 'टॉडलर्स टॉर्चर' म्हणून ओळखला जातो. हा प्रयोग इच्छाशक्ती आणि यश यांचा आपल्या जीवनात असलेला परस्परावलंबी संबंध चांगल्या तऱ्हेने अधोरेखित करतो; पण अगदी बालपणापासून मुलांची इच्छाशक्ती वाढवणे शक्य आहे काय? रिचर्ड फर्बर यांच्या म्हणण्यानुसार हे शक्य आहे.

फर्बरायझेशनचे तंत्र

स्वयंचलित वाहनांच्या टायर्सचे व्हल्कनायझेशन अनेकांनी ऐकले असेल. स्टीलचे गाल्व्हनायझेशन होते हेही आपण ऐकले आहे; पण फर्बरायझेशन हा काय प्रकार आहे? सहा महिन्यांच्या बाळांपासून आत्मसंयमन वाढवण्याचे हे तंत्र आहे.

मुलांना वाईट वाटले की ते रडणे साहजिक आहे. पालकांचा लगेच असा प्रतिसाद असतो की, त्यांना काय होतेय ते धावत जाऊन पाहणे आणि त्यांना शांत करणे. बोस्टन चिल्ड्रेन्स हॉस्पिटलच्या पेडिॲट्रिक स्लीप डिसऑर्डर सेंटरचे डायरेक्टर डॉ. रिचर्ड फर्बर म्हणतात की, ही चटकन होणारी पालकांची सहज प्रतिक्रिया मुलांना चुकीचा संदेश देते. मोठ्यांची मदत मिळण्यासाठी रडणे उपयोगी पडते हे ते ओळखतात; पण त्यामुळे आपल्यासंबंधीच्या गोष्टी आपणच हाताळाव्यात, यासाठी लागणारी ताकद विकसित होण्यापासून मुलांना रोखले जाते.

मूल रडले रे रडले की, प्रत्येक वेळी धावत जाण्याची सवय पालकांनी सीमित केली पाहिजे, असा डॉ. फर्बर पालकांना सल्ला देतात. त्याऐवजी ते अशी शिफारस करतात की, मुलाला गोष्टी सावरून घेण्याची मुभा द्यावी. काही मिनिटांनंतर बाळाकडे जाऊन 'मी आहे' असा तुम्ही त्याला भरवसा देऊ शकता. मात्र तरीही उचलून त्याला जवळ घेऊ नका. मुलाला दिलासा देण्यासाठी पालकांनी किती वेळाने, केव्हा त्यांच्याकडे जावे याविषयी त्यांनी सविस्तर कोष्टक दिले आहे. दिवस जातील तसे वेळेचा हा मध्यंतर हळूहळू वाढवत न्यावा.

अशा प्रशिक्षणाचे काय फायदे होतात? जोडी मिंडेलने २००६मध्ये फर्बरायझेशनच्या लाभांचा अभ्यास केला. पुढीलप्रमाणे तिला काही सकारात्मक निष्कर्ष मिळाले :

- ज्या मुलांनी झोपेचे प्रशिक्षण पुरे केलेले असेल ते झोपताना जास्त कुरबुर करीत नाहीत.
- ज्या मुलांचे फर्बरायझेशन झालेले असेल, ते रात्री दहा मिनिटांत स्थिर होण्याची शक्यता वाढते.
- ज्या मुलांनी हे प्रशिक्षण पुरे केलेले असेल, त्यांच्या पालकांना रात्रीच्या वेळी मुले कमी वेळा उठवण्याची शक्यता असते.

- ज्या पालकांनी त्यांच्या मुलांचे फर्बरायझेशन केलेले असेल, त्यांनी त्यांची ताणपातळी, मनःस्थिती आणि प्रतिक्रिया यांमध्ये सुधारणा झाल्याचे सांगितले.

या सकारात्मक परिणामांखेरीज, पालकांनी त्यांच्या मुलांच्या वागणुकीत दिवसाही चांगल्या सुधारणा झाल्याचे सांगितले. झोपेच्या प्रशिक्षणात आता लहान मुले पदवीधर झाल्याने पालकांनाही रात्री अधिक चांगली झोप मिळू लागली.

फर्बरायझेशनमधून लहान मुलांनाही आत्मसंयमनाची कला शिकवता आली ही गोष्ट लक्षणीय आहे. काही नियम समजण्यापूर्वीच किंवा काही कामे करावी लागण्याआधीच मुले लवचीक होतील आणि त्यांचे इच्छाशक्तीचे स्नायू विकसित करतील.

असे असले तरी लहानपणी जर आपले फर्बरायझेशन झालेले नसेल, तर आपण काय करायचे? मोठेपणीही इच्छाशक्तीचा साठा वाढवण्यासाठी आपण काही तंत्रे उपयोगात आणू शकतो का? नक्कीच; पण त्याआधी या इच्छाशक्तीचे स्वरूप कसे असेल याविषयीचे खोलवर आकलन आपल्याला असायला हवे.

मानवी शरीरामध्ये असलेला इच्छाशक्तीचा स्रोत जाणून घेऊ या. कदाचित, त्यातील रहस्यांची पुसट कल्पना आपल्याला त्यातून येईल.

इच्छाशक्तीचा स्नायू

सर्व सस्तन प्राण्यांमध्ये मानवाचा मेंदू त्याच्या वजनाच्या प्रमाणात सगळ्यात जास्त मोठा आहे. माणसाच्या शरीराच्या एक चाळीसांश इतका त्याचा मेंदू असतो. आपल्या ताकदीसाठी जी ऊर्जा खर्च होते, त्यातला एक पंचमाश भाग मेंदू घेतो असे म्हणणे जास्त अर्थपूर्ण होईल. आणखी महत्त्वाची गोष्ट म्हणजे मानवी मेंदूला हल्ल्यापासून संरक्षण करणारे मोठे बाह्यपटल (प्रीफ्रन्टल कॉर्टेक्स) असते. मेंदूचे हे पाळ (लोब) कपाळाच्या आणि डोळ्यांच्या बरोबर मागे असते.

हल्ल्यापासून संरक्षण करणाऱ्या या पटलाचे मुख्य कार्य हेच असते की, ते आपल्याला कठीण गोष्टी करण्याची आणि सुखद गोष्टींचा त्याग करण्याची क्षमता देते. सकाळच्या वेळी बिछान्यात लोळत राहणे हे सोपे असते; पण तेव्हा हा मेंदूचा भाग उठून आपल्या रोजच्या कामास लागण्याची ताकद देतो. दिवाणखान्यात बसून आरामात टीव्ही बघणे बरे वाटत असते, तेव्हा असे चुरमुऱ्याचे पोते बनण्याचे टाळून ते आपल्याला योगसाधना करण्यास मदत करते. **अशा तऱ्हेने आपल्याला माणूस बनवणाऱ्या अनेक गोष्टींपैकी हे हल्ल्यापूर्वी संरक्षण करणारे पटल सर्वांत महत्त्वाचे आहे. त्याच्यामुळे आपल्याला इच्छाशक्ती मिळते आणि स्व-नियंत्रण करता येते.** यातला रोचक भाग असा की, मेंदूमध्येसुद्धा हल्ल्यापूर्वीचे बाह्यपटल मोठ्या प्रमाणात ऊर्जा वापरते. आत्मसंयमन करण्याच्या आधी आणि नंतर माणसाच्या रक्तप्रवाहातील ग्लुकोजची पातळी मापून हे सिद्ध झालेले आहे. असे

दिसून आले आहे की, एखाद्याची इच्छाशक्ती उपयोगात आणल्यानंतर ग्लुकोजची पातळी बऱ्यापैकी घसरते.

इच्छाशक्तीचे तीन पैलू आहेत :

१. **मला हवे** : अशी कोणती दूरगामी उद्दिष्टे आहेत, जी आपल्या मनात आहेत आणि त्यावर आपण आपली शक्ती एकवटली पाहिजे?
२. **मी करेन** : जे केल्यामुळे आपल्या जीवनाची गुणवत्ता सुधारणार आहे, ते कष्टप्रद आणि त्रासदायक असले तरी ते करणे आवश्यक आहे.
३. **मी करणार नाही** : शरीराला क्लेश देण्याची सवय असेल, आनंद न घेण्याची सवय असेल तर सुखद वाटत असले तरी आपण ते थांबवले पाहिजे.

आपले प्रीफ्रन्टल कोर्टेक्स तीन प्रकारच्या शक्ती देते : 'मला पाहिजे', 'मी करेन' आणि 'मी करणार नाही'. या तीन शक्तींना आत्मसंयमन कामाला लावते. माणसाच्या मेंदूला असलेल्या बाह्यपटलामुळेच (प्रीफ्रन्टल कोर्टेक्स) या शक्तींचा उपयोग होतो.

मेंदूच्या प्रमाणात प्राण्यांना मिळालेले हे बाह्यपटल अगदीच नगण्य असते, त्यामुळे जरी एखादी गोष्ट आपल्याला लाभदायक ठरणार असली तरी ती सुखद वाटत असेल तर ते ती नाकारू शकत नाही. गाय काही असे म्हणणार नाही की, मला हिरवे गवत खायला आवडते; पण आध्यात्मिक लाभासाठी मी तपस्येचा सराव व्हावा म्हणून कोरडे गवत खाईन. माणसांना मात्र विवेकाची देणगी मिळालेली असते. भेद जाणण्याची ही जी बुद्धी आहे, त्यामुळे आपण जनावरांपेक्षा वेगळे ठरतो.

तत्त्व विस्मरणात भेकिवत असे म्हणूनच म्हटले जाते.

'ज्या क्षणी माणसाला शहाणपणाचा विसर पडतो, त्याच क्षणी तो जनावराच्या पातळीवर पोहोचतो.'

आता प्रश्न असे उभे राहतात की, आपली इच्छाशक्ती सकाळपासून संध्याकाळपर्यंत सारखीच असते का? दुसऱ्या दिवशीही ती शक्ती तशीच राहते का? गंमत म्हणजे आपली इच्छाशक्ती बरीचशी मानसिक स्नायूप्रमाणे काम करते. ती वापरल्यावर दमते. खूप स्व-नियंत्रण गरजेचे असलेले एखादे काम आपण केले तर काम होताच ती इच्छाशक्ती संपून जाते. झोप झाल्यावर किंवा दुसऱ्या दिवशी ती पुन्हा सहसा नव्याने तयार होत नाही.

इच्छाशक्तीची चाचणी घेण्यासाठी संशोधकांनी काही निकष-प्रक्रिया ठरवलेल्या आहेत. यातली एक चाचणी अशी आहे की, जे खरे तर सोडवता येत नाही, असे कोडे सोडवायला द्यायचे. हे कोडे सोडवता येतच नाही हे त्यांना माहीत नसल्याने त्यांची इच्छाशक्ती असेपर्यंत ते त्यावर काम करीत राहतात. प्रयत्न सोडून

देण्यापूर्वी त्यांनी किती वेळ प्रयत्न केला, त्याचे मापन करून त्यांची इच्छाशक्ती ठरवली जाते. दुसरी एक चाचणी अशी असते की, हॅन्ड एक्सरसाइज करण्याचे काही व्यायाम दिले जातात. यामध्ये हा व्यायाम करण्याचे थांबवेपर्यंतचा काळ मोजला जातो व त्यावरून त्यांच्या इच्छाशक्तीची ताकद मोजली जाते.

इच्छाशक्तीच्या एका चाचणीमध्ये मुलांना काही पदार्थ खाण्यासाठी बोलावले गेले. त्यांचे दोन गट करण्यात आले. एका गटाला एका खोलीत नेले व त्यांच्यापुढे कच्चा मुळा आणि चविष्ट पदार्थ ठेवण्यात आले. त्यांना त्या खोलीत थांबवून असे सांगण्यात आले की, हवे तर तुम्ही मुळा खा; पण चविष्ट पदार्थ खाण्यास परवानगी नाही. एका लहान खिडकीबाहेरून त्यांच्या प्रतिक्रियांचे निरीक्षण केले. त्यांना अर्थातच चविष्ट पदार्थांमधून येणारा सुवास खुणावत होता; पण मग ते जरा सावरले आणि कसेबसे मुळा कुरतडल्यासारखे करू लागले. मग त्यांना दुसऱ्या खोलीत नेले आणि तिथे त्यांना काही कोडी घालण्यात आली. त्यांना वाटले की, त्यांची हुशारी जोखण्यासाठी ही कोडी त्यांना घालण्यात आली आहेत; पण खरे तर ती कोडी सुटण्यासारखी नव्हतीच.

विद्यार्थ्यांच्या दुसऱ्या गटाला अशा खोलीत नेण्यात आले, जिथे काही खमंग पदार्थ ठेवले होते. हवे तेवढे पदार्थ त्यांनी खावेत असे त्यांना सांगण्यात आले. मग त्यांना काही कोडी सोडवायला दिली. दिलेल्या कूटप्रश्नांवर त्यांनी किती वेळ घालवला हेच याही वेळेस पाहण्यात आले.

विशेष गोष्ट अशी की, ज्यांना उत्तम पदार्थ खायला मिळाले होते, त्यांनी साधारणपणे वीस मिनिटे कोडी सोडवण्यासाठी दिली. ज्यांना खाण्यासाठी मुळा दिला होता, त्या गटाने कोडी सोडवण्यासाठी आठ मिनिटे प्रयत्न केला. स्वादिष्ट पदार्थांचा मोह आवरण्यासाठी त्यांनी आधीच स्व-नियंत्रण केले होते आणि कोडी सोडवण्यासाठी आवश्यक असणारी त्यांची इच्छाशक्ती आता संपून गेली होती.

शरीरातले स्नायू जसे दमतात तशी इच्छाशक्तीही दमते असा वरील अभ्यासावरून निष्कर्ष काढण्यात आला. कधी कधी असे होते की, जी माणसे जिमला जातात, ते आठवडाभर उत्तम व्यायाम करतात आणि दिलेला आहारही पाळतात; मग अचानक त्यांची इच्छाशक्ती संपल्यासारखी होते. आठवडाभर मोजका आहार घेतल्यानंतर ती व्यक्ती भरपूर खाऊ लागते. कारण, तोपर्यंत तिची इच्छाशक्ती थकून गेलेली असते.

वैवाहिक जीवनातही इच्छाशक्तीचा थकवा हे अनेकदा विवाहितांच्या वागण्यामागील कारण असते असे त्यातील तज्ज्ञ सांगतात. ज्या पती-पत्नीला नोकरीच्या ठिकाणी आव्हानात्मक कामे पार पाडावी लागतात, ते संध्याकाळी भेटल्यावर क्षुल्लक कारणांवरून भांडतात. स्व-नियंत्रणाचा साठा दिवसभराच्या कामाने वाहून गेलेला असतो हेच त्याचे कारण असते. ते जेव्हा कामावरून घरी परत येतात, तेव्हा जोडीदाराच्या अप्रिय सवयी सहन करण्याची जरासुद्धा सहनशक्ती

त्यांच्या अंगी राहिलेली नसते म्हणून कामाचा ताण वाढला की, त्या काळात वैवाहिक संबंधांमध्ये कटुता येते. लोकांकडची इच्छाशक्ती कार्यालयांमध्ये काम करून संपलेली असते आणि त्याचे परिणाम घरच्या आघाडीवर होतात.

याची महत्त्वाची परिणती अशी होते की, सकाळच्या वेळी आपली इच्छाशक्ती जास्त असते. मग जस जसे आपण दिवसभरातल्या कामांना भिडू लागतो, तशी ती हळूहळू संपू लागते. रात्रीपर्यंत तर स्व-नियंत्रण करण्याची इच्छाशक्ती जवळजवळ संपलेली असते आणि म्हणूनच रात्रीच्या वेळी माणसे सहजपणे मोहाला बळी पडतात; त्यांच्यातील दुर्गुण प्रकट होतात.

हेच उलट्या अर्थानेही खरे आहे. सकाळच्या वेळी आपले स्व-नियंत्रण चांगले असते म्हणून ज्या कामांमध्ये आव्हान असते, एकाग्रचित्त आणि स्व-नियंत्रण असण्याची गरज असते अशा कामांमध्ये आपण स्वतःला गुंतवू शकतो. उदाहरणार्थ, ध्यानधारणा, लेखन, सखोल चिंतन इत्यादी. दिवस जसा वर येऊ लागतो, तशी इच्छाशक्ती आणि एकाग्रता नाहीशी होऊ लागते.

सकाळच्या वेळी मेंदू पूर्ण विश्रांती घेऊन ताजातवाना झालेला असतो. याचा अर्थ असा नव्हे की, आपण मोहवश होण्याच्या धोक्यापासून दूर असतो. कठीण काम करण्याची **कार्यक्षमता** जरी आपल्या अंगी असली तरीसुद्धा आपल्याला आनंददायक वाटेल असे काम करण्याची आपली **इच्छा** असते, त्यामुळे इच्छाशक्ती कमी असण्याची जोखीम नेहमीच असते. मग दिवस असो किंवा रात्र!

आता यातून आपण एका अटळ प्रश्नापर्यंत येऊन पोहोचतो आणि त्यातच आपल्याला जास्त रस आहे. आपण आता पुढे त्याबाबत बोलू या.

आपल्या इच्छाशक्तीची वाढ

आपण हे पाहिलेच की, माणसाच्या मेंदूला असलेल्या बाह्यपटलामुळे (प्रीफ्रन्टल कोर्टेक्स) आत्मसंयमन करण्याची नैसर्गिक शारीरिक शक्ती व कार्यक्षमता आपल्याला मिळत असते. जीवनातील यश मिळवण्याच्या बाबतीत इतकी महत्त्वाची ठरलेली ही शक्ती वाढवण्याची काही साधने आहेत काय? आपल्या सुदैवाने ते शक्य आहे.

भगवत् गीतेमध्ये हजारो वर्षांपूर्वी जे सांगितले आहे, त्याचा आता मेंदूतज्ज्ञांनी शोध लावलेला आहे. त्यांना असा शोध लागला आहे की, मेंदू स्वतःला लक्षणीयरीत्या हवा तसा बदलू शकतो. आपण जर रोज मेंदूला गणिताच्या कामासाठी वापरले, तर गणितासाठी आवश्यक असलेला मेंदूचा भाग विकसित होऊ लागतो. जसा एखादा स्नायू व्यायाम केल्याने बळकट होतो, तसाच मेंदूचा संबंधित भागही घट्टपणे जोडला जातो आणि ग्रे मॅटरने गच्च होतो. याच पद्धतीने जे नियमितपणे टेनिस खेळतात त्यांचे स्नायू आणि ते अवयव मेंदूकडून प्रगत केले जातात. अशा तऱ्हेने खेळाडू पुनःपुन्हा केलेल्या सातत्यपूर्ण सरावाने अधिक तरबेज होतात.

अलीकडेच मज्जातंतूशास्त्रातील एक नवीन शाखा न्यूरोप्लॅस्टिसिटी या नावाने विकसित झाली आहे. मेंदू नव्या तऱ्हेने आकारणे किंवा नव्या तऱ्हेने घडवणे याबाबतीतली क्षमता त्यामुळे तयार होते. अशा प्रकारचे मेंदूचे प्लॅस्टिक स्वरूप आपल्या फायद्यासाठी वापरता येऊ शकते. मात्र याचा गैरवापर होण्याचीही शक्यता आहे. ज्यांच्या मेंदूला द्वेष, राग, चिंता इत्यादी नकारार्थी भावनांची सवय होते, ते नकारार्थी विचार तयार करण्यामध्ये अधिक तरबेज होतात.

ज्यांच्या मनात सतत व्यसने, दारू किंवा सिगारेट यांचेच विचार येत असतील, त्यांचा मेंदू पुनःपुन्हा तेच विचार करण्यास चटावेल. अशा विचारांनी मज्जासंस्थेसंबंधीची मळलेली वाट अधिकाधिक खोल होत जाईल आणि अखेरीस त्याचा दुर्गुण होऊन जाईल. याउलट, सातत्याने सकारात्मक विचार रुजवले, तर त्याचीही मज्जासंस्थेसंबंधीची मळलेली वाट अधिकाधिक खोल होत जाईल आणि सकारात्मक विचार करण्याची सवय लागून जाईल. अशा प्रकारे मेंदूचे न्यूरोप्लॅस्टिक स्वरूप सरावाने वेगळी तऱ्हा निर्माण करण्यास वाव देते. पाच हजार वर्षांपूर्वी श्रीकृष्णाने मेंदूतील न्यूरोप्लॅस्टिक स्वरूप पुढील श्लोकातून उलगडून दाखवले :

ध्यायतो विषयान्पुंसः सङ्गस्तेषूपजायते
सङ्गात्संजायते कामः कामात्क्रोधोभिजायते (भगवद् गीता २.६२)

'एखाद्या विषयाचे चिंतन करायला लागले की, त्याबद्दल आसक्ती निर्माण होते. आसक्तीतून कामना निर्माण होते आणि कामनेतून क्रोध उत्पन्न होतो.'

टेनिस आणि गणित या विषयांमध्ये मेंदूची क्षमता सरावाने जशी वाढवता येते, तशी स्व-नियंत्रणामधली क्षमताही वाढवता येते. वजनविषयक प्रशिक्षण स्नायूंच्या बाबतीत जे कार्य करते, तेच इच्छाशक्तीचे प्रशिक्षण मेंदूचे बाह्यपटल करते. आपल्यासाठी असलेली इच्छाशक्तीची दोन्ही प्रकारची आव्हाने आपण स्वीकारू शकतो. एक म्हणजे, 'मी करेन' आणि दुसरे, 'मी करणार नाही.' मग इच्छाशक्तीचा स्नायू वारंवार वाकवल्यावर आपले स्व-नियंत्रण विकसित होईल.

महान संत त्यांच्या स्वतःच्या मनाला प्रशिक्षण कसे देतात पाहा! स्वामी रामतीर्थ यांना सफरचंद फार प्रिय होते. ही आवड तोडण्यासाठी ते एक सफरचंद खोलीत ठेवत असत. दर वेळी ते तिथून जात तेव्हा जणू ते त्यांच्या मनाला कडक शिक्षा देत. सफरचंद खराब झाल्यावर ते फेकून देत आणि त्या जागी एक ताजे सफरचंद ठेवून देत. जोपर्यंत या बाबतीत मन अजिबात विचलित होत नाही, तोपर्यंत त्यांनी हा परिपाठ चालू ठेवला.

रामकृष्ण परमहंस यांना आपल्या मनातील पैशाविषयीची लालूच नष्ट करायची होती. ते एका हातात *नाणे* घेत आणि दुसऱ्या हातात *माती*. मग ते एकेका हातातले नाणे किंवा माती आळीपाळीने वर फेकत आणि म्हणत, *'पैसा... माती... पैसा... माती... पैसा... माती.'* मनाला प्रशिक्षण देण्याची त्यांची ही पद्धत होती.

अशीच एक गोष्ट अथेन्समधील ग्रीक साधू दिओगेन्स याच्याबद्दल सांगितली जाते. तो रोज एका पुतळ्यासमोर जाऊन विनवणी करीत असे, 'कृपा करून मला भिक्षा घाला... कृपा करा, भिक्षा घाला.' कोणीतरी त्याला त्याच्या या वागण्याविषयी प्रश्न विचारला, 'हा पुतळा तुला काहीच देऊ शकत नाही. तू तुझा वेळ त्याच्यापुढे भिक्षा मागण्यात का वाया घालवतो आहेस?'

दिओगेन्स उत्तरला, 'मी लोकांकडे भिक्षा मागण्यास जाईन, तेव्हा ते माझा अपमान करतील. त्या वेळी मी कमजोर पडता कामा नये, माझ्या मनाला ते सहजपणे सोडून देता आले पाहिजे. पुतळा काही माझी निंदानालस्ती करणार नाही म्हणून माझ्या मनाला बळकट करण्यासाठी मी त्याच्यासमोर रोज हा सराव करीत आहे.' असे दिसते की, दिओगेन्सला सरावाने मनाला कणखर करण्याचे रहस्य माहीत होते.

अर्थात अभ्यास किंवा सराव काही इतका नाट्यमय असण्याची गरज नाही. कोणावर ओरखडा काढण्याची इच्छा होऊ नये, फुरसतीच्या वेळा टीव्ही पाहण्यास मनाला परवानगी देऊ नये... अशा साध्या गोष्टींचा सरावही आपण करू शकतो. चांगली गोष्ट हीच आहे की, इच्छाशक्तीचा कोणताही व्यायाम मेंदूला असलेल्या बाह्यपटलास ताकद देतो आणि त्यामुळे कामावरून लक्ष विचलित होणे टाळता येणे, एकाग्रचित्त करता येणे, इंद्रियसुखाच्या मोहांचा प्रतिरोध करणे अशा विविध क्रियांना मदत होते.

आपली उभे राहण्याची पद्धत सुधारणे, गोड टाळणे, बरोबरीच्या लोकांना शरण जाण्याचे नाकारणे अशा स्व-नियंत्रणाच्या लहानसहान गोष्टी पाळूनही इच्छाशक्ती वाढवता येणे शक्य आहे. स्वयंशिस्तीचे असे छोटे प्रयत्नच चौरस आहार किंवा आरोग्यदायी व्यायामाचा आहार अशा जास्त महत्त्वाच्या असलेल्या मोठ्या आव्हानांना तोंड देण्यास साह्यभूत ठरतील.

विपश्यनेचे तंत्र वरील तत्त्वावर आधारलेले आहे. त्यासाठी एकाच स्थितीत सकाळपासून संध्याकाळपर्यंत न हलता बसण्याची सवय हवी. कुणाला आसनस्थिती बदलावीशी वाटते. कुणाला खाजवावेसे किंवा हालचाल करावीशी वाटते; पण अभ्यासाने या गरजांना कोणतीही प्रतिक्रिया न देता त्याकडे अलिप्तपणे पाहणे शक्य होते. यामुळे परिणामतः इच्छाशक्तीत वाढ होते आणि अनेकांच्या असे लक्षात आले आहे की, आठवडाभराच्या विपश्यनेच्या अभ्यासानंतर काही दुर्गुणांवर मात करता येते.

मात्र तरीसुद्धा विपश्यना ही मेंदूला असलेल्या बाह्यपटलास कणखर करण्याचा एक ओबडधोबड आणि स्मार्ट नसलेला मार्ग आहे. एक तरल आणि अधिक परिणामकारक पद्धत म्हणजे ध्यानधारणेचा अभ्यास. ध्यानधारणेमध्ये व्यवधानांना टाळत मनाला एकाग्र करण्याचे उद्दिष्ट असते. त्याठी आमिषांनी मन विचलित

शिस्तीची मनोधारणा १५९

होऊ नये म्हणून स्व-नियंत्रणाचा अभ्यास करण्याची गरज आहे. अशा प्रकारे ध्यानधारणेमध्ये मेंदूला असलेल्या बाह्यपटलाच्या, 'मला हवे', 'मी करेन' आणि 'मी करणार नाही' या तिन्ही कार्यांची पूर्ती होते.

- ध्यानधारणेमध्ये आपल्या ध्येयाबाबत सावध राहण्यासाठी आपण झगडतो.
- कोणत्याही व्यवधानापासून आपले मन वाचवण्याचा आपण प्रयत्न करतो.
- ध्यानधारणेच्या उद्दिष्टापर्यंत मनाला नेण्याचे आपण प्रयत्न करीत राहतो.

या साऱ्यासाठी स्व-नियंत्रणाचा अभ्यास आवश्यक आहे म्हणून ध्यानधारणा चालू असताना स्व-नियंत्रणाच्या व्यायामांचा अभ्यास केल्यास मेंदूच्या बाह्यपटलातील ग्रे मॅटर वाढते. परिणामी ध्यानधारणा करणाऱ्या लोकांचे सखोल चिंतन होतेच; पण वासनांना काबूत ठेवता येते; एकाग्रचित्त करण्यामध्ये सातत्य ठेवता येते; ध्येयाबाबत सावध राहता येते... इत्यादी.

संशोधनात असे सिद्ध झाले आहे की, महिनाभर दररोज एक तास ध्यानधारणा केल्यास मेंदूचे स्वरूप बदलते. किमान तीन तास ध्यानधारणा केल्यास एकाग्रपणे काम करण्याचा अवधी चांगल्या प्रमाणात वाढतो आणि अभ्यासकांचे आत्मसंयमनही सुधारते असेही संशोधनांती सिद्ध झाले आहे. ज्या गतीने हा बदल होतो, तो आश्चर्यजनक आहे; पण त्यात नवल वाटण्यासारखे काही नाही. कारण, वजन उचलण्याच्या सरावामुळे बाहूंमधील स्नायूत रक्त वाढते, त्याचप्रमाणे ध्यानधारणेने मेंदूच्या बाह्यपटलात रक्ताचा प्रवाह वाढतो.

नोंद घ्यावी अशी गोष्ट म्हणजे ध्यानधारणेमध्ये आपले लक्ष अगदी एकाग्र होऊ शकले नाही, तरी इच्छाशक्तीमध्ये सुधारणा होण्याचा हेतू साध्य होतो. याचे कारण असे की, ध्यानधारणेमध्ये विचलित होण्यापासून स्वतःला दूर ठेवणे गरजेचे असते आणि मग आपल्या ध्येयाप्रती विचार परत आणायचे असतात. हे आपल्या खऱ्या जीवनातील परिस्थितीसारखेच होत असते. मनाला कष्टाच्या, कंटाळवाण्या कामापासून दूर जावेसे वाटत असते आणि बुद्धी त्यापासून मागे खेचत असते. हातातील कामाकडे नीट लक्ष देता यावे यासाठी मन विचलित होते, तेव्हा अधिक सावध होण्यासही ध्यानधारणा मदत करते.

आध्यात्मिक प्राप्ती होण्याचे ध्यानधारणा म्हणजे केवळ एक तंत्र नाही, तर दैनंदिन जीवनातील दृश्य आणि अगदी व्यवहार्य लाभ ध्यानधारणेमुळे होतात. छोट्या ध्येयांकडे जाणारे सोपे रस्ते असल्याने, उच्च ध्येयाकडे होणारा आपला प्रवास वाटेत दबा धरून बसलेल्या अडथळ्यांनी कुंठित होत नाही, याची येथे नोंद घेणे उचित ठरेल. या साऱ्यामध्ये आपल्या उद्दिष्टांपासून दूर नेणारे मोह आणि आळस यांच्याविरुद्धची इन्शुअरन्स पॉलिसी असल्यासारखा स्व-नियंत्रणाच्या स्नायूचा विकास काम करीत असतो.

सवयींचे मोल

मागील भागात इच्छाशक्ती हा अत्यंत आवश्यक असणारा गुण कसा वाढवता येईल, याविषयी आपण चर्चा केली. आपण त्याचा अभ्यास करून तो विकसित केला तरी आपल्याकडे इच्छाशक्तीचा साठा मर्यादित असतो आणि त्यामुळे अर्थातच तो संपुष्टात येतो. आपण जे काही खातो त्यावर आपल्या जिभेचा लगाम आवळला पाहिजे; पण नंतर एक दिवस आपल्याला असे आढळून येते की, मिष्टान्न आणि फास्ट फूड यांवर आपण चांगला ताव मारतो आहोत. आपण अनेक दिवस काटकसरीत काढतो, खर्च करण्यावर बंधन घालून घेतो आणि एक दिवस एखाद्या शॉपिंग सेंटरमध्ये जाऊन भरपूर उधळमाधळ करून येतो. दुसऱ्या शब्दांत सांगायचे तर स्व-नियंत्रण एका विशिष्ट क्षणानंतर संपू लागते आणि मग ते कोसळून पडते. यातून आपल्यापुढे असा प्रश्न उभा राहतो की, आपला कोसळण्याचा क्षण आपण आतापेक्षा पलीकडे ढकलून कसा वाढवू शकतो?

यावर उपाय हाच आहे की, लाभदायक गोष्टींमध्ये आपली इच्छाशक्ती गुंतवून ठेवणे. आठवड्याच्या आठवड्याला आपल्या मिळकतीतील काही भाग भावी काळासाठी आपण गुंतवत असतो; याच्याशी या गोष्टीची तुलना करून पाहा. शहाणी नसलेली माणसे आपली सगळी मिळकत खर्च करून टाकतात आणि पुढेही मग तशीच जगू पाहतात. उलट शहाणी माणसे भविष्यासाठी उपयोगी पडतील म्हणून कमाईतील काही थोडे वाचवतात आणि निवृत्त झाल्यावर आरामात जगतात.

त्याचप्रमाणे एक तर आपण दररोज तासातासाला होणारे मोह आणि समोर येणारी आमिषे यांसाठी आपण आपले स्व-नियंत्रण उपयोगात आणू शकतो किंवा आपल्या इच्छाशक्तीचा काही भाग आपण सवय निर्माण करण्यात खर्ची घालू शकतो. चांगल्या सवयींचा सगळ्यात उत्तम फायदा म्हणजे त्यांचे रूपांतर नेहमीच्या कृतींमध्ये मोठ्या प्रमाणात गरज असलेल्या शिस्तीमध्ये होते. एकदा आपण चांगल्या सवयींची रुजवण केली की, नको असलेल्या गरजांना प्रतिकार करणे हे एक साधे नित्यकर्म होऊन जाते. 'पुरे करणे कठीण' या वर्गवारीतून गोष्टी 'करण्यास सोपे... विचार करण्याची गरज नसलेले' इथपर्यंत पोहोचतात.

सवयी म्हणजे काय? शब्दकोशामध्ये या शब्दाचा एक अर्थ 'परिचारकांनी परिधान करावयाचा वेश' असा दिला आहे. आपणही आपल्या व्यक्तिमत्त्वावर असाच अपल्या सवयींचा वेश घालत आहोत. सवयीचा दुसरा अर्थ असा आहे की, फारसा विचार किंवा प्रयत्न न करता वारंवार आपण जी गोष्ट करतो ती म्हणजे सवय.

सवयीचा फायदा वरील व्याख्येतील या शब्दांमध्ये आहे की, त्यासाठी फारसे विचार किंवा प्रयत्न लागत नाहीत. यामुळे आपण अगदी सहजपणे आपल्याला हव्या असलेल्या विचारांमध्ये आणि वागणुकीमध्ये गुंतून जाऊ शकतो. अशा तऱ्हेने चांगल्या सवयी लावून घेण्यामुळे निरोगी जीवन, सकारात्मक विचार आणि लाभदायक दृष्टिकोन यांच्याकडे जाण्याची वाट सोपी होते.

या पुस्तकात आपण चर्चा करीत असलेल्या मनोधारणा यादेखील विचारांच्या सवयींचा प्रकार आहे. उदाहरणार्थ, नकारात्मक वातावरणास तुम्ही जेव्हा सकारात्मक प्रतिसाद देऊ लागता, तेव्हा सकारात्मक विचारांची सवय लावून घेत असता आणि त्यामुळे तुमचा दृष्टिकोन सुधारतो. सकारात्मक विचारसरणीचा परिणाम असा होतो की, काहीही झाले तरी, तुमच्या मनातून आनंदी विचारच प्रसवतात. त्याचप्रमाणे जबाबदारीची मनोधारणा हीदेखील आपल्या मनात स्थापित केलेला एक सवयीचा विचार आहे. एकदा तो विचार निर्माण झाला की, समस्यांनी कुढत बसणे आपले मन नाकारते आणि त्याऐवजी हातात असलेल्या उपायांवर लक्ष देते.

वाईट दृष्टिकोनदेखील वैयक्तिक विचारांच्या पुनरावृत्तीमुळे निर्माण होतात. एकदा ते सवयीच्या रूपात घट्ट झाले की मग काही कारण नसताना दुःख, चिंता आणि भय याच भावना मनात येत राहतात.

वाईट सवयी टाळण्याचा सगळ्यात उत्तम मार्ग म्हणजे त्यांची सुरुवातच न करणे. तुम्ही जर पहिला एकच प्याला घेतला नाहीत, तुम्ही पहिली सिगारेट टाळली, तुम्ही पहिला अश्लील चित्रपट पाहिला नाहीत, तर तर तुम्ही वाईट सवयींमध्ये अडकण्याचा काही संभवच राहणार नाही. समजा, तुम्ही आधीच या वाईट सवयींच्या गल्लीत चुकीच्या दिशेने शिरला असाल, तर मात्र त्यातून बाहेर पडण्यासाठी तुम्हाला पुष्कळच प्रयत्न करावे लागतील. असे म्हणतात की, वाईट सवयी आपणहून कधी सोडून जात नाहीत. 'अमुक एक गोष्ट करायची नाही' हा तुम्ही स्वतःच अमलात आणण्याचा प्रकल्प आहे. सवयींसंबंधी आणखी शिकण्यासाठी माझे द *सायन्स ऑफ माइंड मॅनेजमेंट* हे पुस्तक वाचा.

आपल्याला असलेल्या सवयी एक तर फायदेशीर असतात किंवा त्रासदायक. कॉम्प्युटर प्रोग्राम्सशी याची तुलना करून पाहा. कॉम्प्युटर प्रोग्राम्स दिलेल्या कमांड्सप्रमाणेच तंतोतंत चालत असतात. काही जास्तीचे नाही ना काही कमी. मग ते चुकीचे असो की बरोबर...त्यांना त्याची तमा नसते. एखादा विशिष्ट कॉम्प्युटर प्रोग्राम चुकीचा असेल तर त्यातून येणारे परिणाम गोंधळाचेच असणार. याच पद्धतीने सवयी चांगल्या किंवा वाईट असू शकतात. चुकीच्या सवयींमुळे वाईट चारित्र्य आणि दुःखी जीवन वाट्याला येते; तर चांगल्या सवयी हा उत्तम व्यक्तिमत्त्वाचा आणि आनंदी जीवनाचा पाया असतो. सॅम्युएल स्माइल्स नावाचा एक स्कॉटिश लेखक एकोणिसाव्या शतकात होऊन गेला. तो म्हणतो,

तुम्ही जसा विचार पेराल, तसे कृतींचे पीक हाती येते;
जशी कृती कराल, तसे त्यांस सवयींचे पीक येते;
जशी सवय पेराल, तसे तुमच्या चारित्र्याचे पीक येईल;
चारित्र्य पेराल तसे तुमचे विधिलिखित बनेल.

चांगल्या सवयींना पुढे कसे नेता येईल?

विचार करण्याच्या आणि वागणुकीबाबतच्या चांगल्या सवयी आपल्यामध्ये स्थापित करणे ही सगळ्यात मोठी गोष्ट आपण स्वतःबाबत करू शकतो. सवय नीटपणे लावून घेण्यासाठी ती गोष्ट वारंवार करायला हवी आणि मग एकदा एखादी सवय लागली की, हवी असलेली वर्तणूक किंवा विचारांचा प्रकार अंमलात आणणे सोपे जाते.

कणखर सवय लावून घेण्यास किती वेळ लागतो, याविषयी भिन्नभिन्न सिद्धान्त आहेत. वेगवेगळ्या संशोधकांकडून तीन आठवड्यांपासून (एकवीस दिवस) ते अंदाजे नऊ महिन्यांपर्यंत (दोनशे चौपन्न दिवस) अंदाज वर्तवले गेले आहेत. जी सवय अंगवळणी पाडून घ्यायची आहे, तिच्या स्वरूपावर हा कालावधी अवलंबून आहे. सर्वसाधारणपणे सवय लावून घेण्याची प्रक्रिया दोन महिन्यांपेक्षा थोडा अधिक वेळ घेते (सहासष्ट दिवस). काहीही असो; पण जीवनभराची शांतता, वेळ आणि पैसा यांची बचत, अपराधगंडातून मुक्तता, जाणिवा व मन यांवर प्रभुत्व अशा चांगल्या सवयींमधून मिळणाऱ्या बक्षिसांच्या मोबदल्यात ही तपश्चर्या तशी छोटीच आहे असे म्हणावे लागेल. हंसपक्षी आणि शहामृग त्यांची पिल्ले जन्माला घालण्यासाठी चाळीस दिवस अंडी उबवण्यासाठी देतात. मग चांगली सवय हळूहळू अंगी बाणवली जावी यासाठी आपण का नाही तेवढा धीर दाखवू शकणार?

मोगल सम्राट अकबर याने एकदा त्याच्या दरबारातील मंत्र्यांना विचारले की, 'गवत न खाण्याचे प्रशिक्षण बकऱ्यांना कोणी देऊ शकेल काय?' बिरबल नावाच्या सर्वांत चतुर मंत्र्याने उत्तर दिले, 'बादशाह, मी ते करू शकतो; पण त्यासाठी मला साठ दिवस लागतील.'

'बकऱ्याला प्रशिक्षण देण्यासाठी मी तुला दोन महिने देतो,' अकबर म्हणाला.

बिरबलाने मग एक बकरा घरी आणला. तो त्याच्यासमोर हिरवेगार रसाळ गवत टाकत असे; पण जेव्हा केव्हा बकरा ते हुंगून त्याचा घास घेण्यासाठी पुढे होई, तेव्हा बिरबल त्याच्या तोंडावर चाबकाचा एक फटकारा मारत असे. असे तो दोन महिने करीत राहिला. दोन महिने असे झाल्यावर तो बकरा घेऊन राजाच्या दरबारात आला. त्याच्या एका हातात बकऱ्याला बांधलेला दोर आणि दुसऱ्या हातात काठी होती.

'गवत खाण्यापासून परावृत्त झालेला हाच तो बकरा आहे का?' अकबराने विचारले.

'होय महाराज!' बिरबल उत्तरला.

अकबराने त्याच्या नोकरांना चांगले लुसलुशीत गवत कापून आणण्यास सांगितले. मग त्याने ते गवत बकऱ्यासमोर जमिनीवर ठेवले.

शिस्तीची मनोधारणा

बकऱ्याने गवत पाहिले. बिरबलाने फक्त काठी हवेत फिरवली. बकऱ्याने काठीकडे पाहिले आणि मागे सरकला. गवत खायला गेले की वेदना होतात हे तो शिकला होता.

बकऱ्यासारख्या निर्बुद्ध प्राण्याची वागणूकही बिरबलाने हवी तशी बदलून दाखवली, याबद्दल अकबराने त्याचे अभिनंदन केले.

प्राण्यांनासुद्धा जर सवयी शिकवता येत असतील तर आपण माणसे चांगल्या सवयी अंगी बाणवून वाईट सवयींवर मात का करू शकणार नाही? समस्या अशी होते की, चांगल्या सवयी बाणवण्यासाठी आपल्या इच्छाशक्तीचा जास्तीत जास्त वापर करावा लागतो. अवकाशात रॉकेट सोडण्यासारखे आहे हे! रॉकेट जेव्हा जमिनीवरून झेप घेते, तेव्हा पृथ्वीच्या गुरुत्वाकर्षणातून बाहेर पडताना सुरुवातीच्या काळात ते जास्तीत जास्त इंधन वापरते. त्यानंतर त्याचा वेग एका सेकंदाला हळूहळू ११.२ किलोमीटर होतो. हा वेग टिकवून ठेवण्यासाठी लागणारी ऊर्जा त्या मानाने कमी होते.

याच प्रकारे आधीच्या सवयींच्या गुरुत्वाकर्षणातून बाहेर पडताना आपल्याला सुरुवातीला प्रचंड प्रमाणात इच्छाशक्तीची आवश्यकता असते. मात्र त्यानंतर हळूहळू त्यास चालना मिळू लागते. मुले मेरी-गो-राउंड हा खेळ खेळतात. त्याच्याशी याची तुलना करून पाहा. सुरुवातीला ते चक्र स्थिर असते, तेव्हा मुलाला ते हलण्याची सुरुवात होण्यासाठी भरपूर शक्ती खर्च करावी लागते. नंतर एकदा त्याने वेग पकडला की, ते चक्र फिरवणे हळूहळू सोपे होऊ लागते. अखेरीस मेरी-गो-राउंड स्वतःच्या गतीने चांगले फिरू लागते. मग या गतीचा आनंद घेताना मूल उड्या मारू लागते. समजा त्या चाकाची गती कमी झाली तर मूल केवळ एकदा पाय मारते, पुढे ढकलते आणि पुन्हा त्या मेरी-गो-राउंडला वेग येतो.

याच पद्धतीने आपण जेव्हा चांगला विचार वर्तणूक करण्यास सुरुवात करतो, तेव्हा आपल्याला सारी शक्ती पणाला लावायला लागते. एकदा योग्य दिशेने वेग चालू झाला की, ते सुलभ होऊ लागते आणि अखेरीस वर्तणूक किंवा दृष्टिकोन हा तुमचा दुसरा स्वभाव बनून जातो. आपण जर वाईट सवयींची पुनरावृत्ती करीत राहिलो तर त्याही त्यांची गती घेतात आणि मग त्या थांबवणे कठीण होते.

चांगली सवय आत्मसात करण्याची इच्छा असो किंवा वाईट सवय तोडण्याची इच्छा असो; आपल्याला ते प्रयत्न धीमेपणानेच करावे लागतील. वाईट सवयीपासून सुटका करून घ्यायची असो किंवा चांगली सवय अंगी बाणवायची असो; सुरुवातीचा काळ कठीण असणार. हा भाग सगळ्यात अवघड असतो आणि याच काळात बरेचसे लोक धीर सोडतात आणि प्रयत्न करण्याचे सोडून देतात.

नवीन सवय अंगी बाणवायची असेल, तेव्हा सरावाचे सातत्य सर्वाधिक महत्त्वाचे आहे. आपल्याकडून खाडा झाला की केलेल्यावर पाणी पडते आणि असाच जर काही वेळा खंड पडत राहिला तर चांगली सवय कधीही अंगी बाणवता येणार नाही. लाकडापासून अग्नी निर्माण करण्यासारखे आहे हे. काही थोडी लाकडे अशी असतात की, ती पेटवण्यासाठी बाहेरून अग्नी आणावा लागत नाही. काही वेळा दोन ओंडके एकमेकांवर घासले तर जाळ दिसू लागतो. अट एवढीच आहे की, तोपर्यंत सातत्याने लाकडांचे घर्षण झाले पाहिजे. आपण थोडाच वेळ ओंडके एकमेकांवर घासले आणि मग सोडून दिले, पुनःपुन्हा असेच करत राहिलो, तर लाकूड घासून घासून झिजून जाईल; पण त्यातून जाळ काही निर्माण होणार नाही. तसेच सवयी आत्मसात करण्यासाठी दररोज सराव करणे आवश्यक आहे. अगदी दोन-तीन वेळा जरी त्यात खंड पडला तरी ती त्या सवयीने आत्महत्या केल्यासारखेच होईल म्हणून चांगल्या सवयी आत्मसात करण्यासाठी शिस्तीच्या दृष्टिकोनातून आलेली समर्पणभावना व मेहनत गरजेची आहे.

निष्कर्ष

तात्पर्य असे की, शिस्तीची मनोधारणा म्हणजे आपल्याला आवडत नसले तरी योग्य गोष्ट करणे. शिस्त ही जेव्हा आपला जीवनशैली ठरते, तेव्हाच जीवनात खरे स्वातंत्र्य अवतरते. बुद्धिमान लोकांचा उच्च हेतू साध्य करण्यासाठी अशा तऱ्हेने मन आणि जाणिवा यांना प्रशिक्षित करणे पूरक ठरते. त्यानंतरच केवळ चांगले असणे, चांगले करणे आणि चांगले वाटणे यांची संधी मिळू शकते.

मन जिकडे ओढ घेत आहे ते नाकारण्यास जे शिकलेले नसतात त्यांना नेहमीच उत्तेजना शोधण्याची समस्या येते. त्यांचे मन सतत विचलित करणाऱ्या गोष्टींवरून उड्या मारत असते, त्यामुळे त्यांना मेंदूला तरतरी आणण्यासाठी डोपाइन मिळण्याच्या ते प्रयत्नात असतात. मनाच्या आणि इंद्रियांच्या क्षणिक सुखासाठी ते लालचावलेले असतात, त्यामुळे ते चॅनेल सर्फिंग, वेब ब्राऊजिंग, मद्यपान, गप्पा, अशासारख्या विविध अनुत्पादक गोष्टींमध्ये रमतात. कंटाळवाण्या कामापासून सुटका मिळवण्यासाठी त्यांचे मन दुसरीकडे भरकटत राहते.

अशा तऱ्हेने सखोल आणि विशिष्ट कामावर लक्ष देऊन काम पुरे करण्याची क्षमता हवी असेल तर शिस्तीची मनोधारणा आश्यक असते. मनोधारणांची ताकद चाचपून पहात आपण आतापर्यंत यशाच्या प्रवासात जिथपर्यंत पोहोचलो आहोत, तिथून आता आपण शेवटच्या टप्पापर्यंत पोहोचू या. हा टप्पा म्हणजे यशाच्या मार्गात जे अनेक अपरिहार्य अडथळे येत असतात ते होय.

प्रकरण सात

समोर उभे ठाकलेल्या समस्यांवर मात करण्याची मनोधारणा

समस्या हाताळण्याचे पक्के धोरण असल्याशिवाय जीवनात यश मिळवण्याची चर्चा पूर्ण होऊ शकत नाही. सुप्रसिद्ध मर्फी लॉ असे म्हणतो की, 'जर काही चुकीचे घडायचे असेल तर ते घडणारच.' जर काही प्रसंग अचानक उद्भवला आणि तो उद्भवणारच, तर त्याबाबत आपली मनोधारणा कोणती असायला हवी? आपण मोडून पडणार आणि सोडून देणार की, वृद्धी आणि प्रगती यांसाठी लागणाऱ्या नैतिक बळाचे ते साधन आहे असे समजून ती संधी आहे असे मानणार? समस्यांचे आव्हान समोर उभे राहते, तेव्हा भिन्न प्रकारचे लोक त्यांना कसा प्रतिसाद देतात, हे संत कबीर यांनी फार छान वर्णन केले आहे :

सोनो सज्जन साधुजन, टूटे जुरे सौ बार
दुर्जन कुंभ कुम्हार के, एके धका डरार

'सोने, गुणी माणसे आणि संत हे मुळात आनंदी वृत्तीचे असल्याने तुम्ही त्यांना शंभरदा तोडले तरी ते पुन्हा जुळून येतात. मात्र दुष्ट लोक आणि मातीची मडकी एकदा धक्का दिला की सहज मोडून पडतात, तुटून जातात.'

यशस्वी लोकांचे वैशिष्ट्य हे नाही की, त्यांच्या मार्गात त्यांना अडचणींचा सामनाच करावा लागत नाही. उलट प्रतिकूल परिस्थितीतही ते आशावादी राहतात आणि नकारात्मक परिस्थिती ते आपल्या फायद्यासाठी वापरतात.

या प्रकरणात अडथळ्यांशी यशस्वी वाटाघाटी करण्यासाठी आवश्यक असणारा दृष्टिकोन आणि प्रतिकूल परिस्थितीतही वाढत राहणे यांविषयी आपण चर्चा करणार आहोत.

समस्या अटळ आहेत

दिल्लीमध्ये असलेल्या सर्व्हिस इंजिनिअरने आपला ई-मेल तपासून पाहिला आणि त्याच्या असे लक्षात आले की, त्याला दोन ठिकाणी बोलावले आहे. एक ग्राहक प. बंगालमधील कोलकात्याचा होता. त्यांची अशी तक्रार होती की, त्यांनी विकत घेतलेले मशिन तुटले आहे आणि त्यामुळे त्यावर असलेला त्यांचा प्रकल्प अगदी अडचणीत सापडला आहे. पहिले विमान गाठून त्याने ताबडतोब दुसऱ्या दिवशी पोहोचावे, अशी त्यांची इच्छा होती. दुसरा निरोप केरळमधील कोची येथून आलेला होता. ते म्हणत होते की, त्यांचे मशिन काम करीत नसल्याने त्यांची संपूर्ण प्रॉडक्शन लाइन बंद पडली आहे. दुसऱ्या दिवशी त्याने लंचची वेळ होईपर्यंत त्यांच्याकडे पोहोचावे अशी त्यांची अपेक्षा होती.

या दोन्ही आणीबाणीच्या स्थितीत काय करावे, असा विचार करीत बिचारा इंजिनिअर झोपी गेला. सकाळी तो फोनकडे गेला तेव्हा दोन व्हॉइसमेल्स येऊन पडलेल्या होत्या. त्यांनीही त्याला शक्य तेवढ्या लवकर भेट देण्यास सांगितले होते. एक ओडिशामधील कटकमधून आली होती; तर दुसरी मध्य प्रदेशातील इंदूरहून आलेली होती. या दोन व्हॉइसमेल्स ऐकल्यावर खूप मोठ्या वजनाखाली आपण दबले जात आहोत, असे त्याला वाटू लागले. खिन्न मनःस्थितीत त्याने कसाबसा नाश्ता संपवला.

नाश्ता झाल्यावर त्याने त्याचे व्हॉट्सअॅप मेसेजेस पाहिले आणि पाहिले की, आणखी दोन ठिकाणी जाऊन त्याला सर्व्हिस देणे भाग होते. गुजरातमधील राजकोट येथे आणि दुसरे कर्नाटकमधील बंगळुरूमध्ये. सर्व्हिस इंजिनिअरने आपली ब्रीफकेस उचलली, कोटटाय घातला आणि बाहेर पडला. एका कॅबला थांबवले.

'कुठे घेऊन जायचे सर तुम्हाला?' ड्रायव्हरने विचारले.

'कुठेही घेऊन जा. मला त्याची फिकीर नाही. कुठेही गेलो तरी समस्याच आहेत.'

जीवनाचे हेच वास्तव आहे. सर्व दिशांना समस्या आहेत. त्यातून कोणीही सुटलेला नाही. किंबहुना, काही वेळा यशाची व्याख्या अशी केली जाते, 'समस्या सोडवण्याची क्षमता म्हणजे यश'. जे समस्या सोडवण्यात तरबेज असतात, त्यांना जीवनाच्या प्रत्येक क्षेत्रात सगळ्यात जास्त किंमत असते, त्यामुळेच कठीण परिस्थिती हाताळण्याची विशेष योग्यता ज्यांच्या अंगी आहे, तेच चांगले पुढारी

होऊ शकतात. कामामधील अडचणींबद्दल जे तक्रार करतात, त्यांना हेच कळालेले नसते की, प्रश्न सोडवण्याच्या कामासाठीच त्यांना ही नोकरी दिलेली आहे. ज्या कामामध्ये सोडवण्यासाठी काही घोटाळे झालेले नाहीत, असे कामच नसते.

या प्रकारे प्रत्येक व्यवसायात जोखीम, समस्या या अटळ असतात. ग्राहकांच्या प्रश्नांवर उपाय शोधण्याचेच सगळे व्यवसाय असतात. प्रश्न नसेल असा कोणताही धंदा व्यवसाय असू शकत नाही.

एकदा एक गृहस्थ पार्किंगमधून कार काढल्यावर त्यातून उतरले. कारचे टायर पंक्चर झालेले होते. डिकीमधून दुसरे टायर काढून ते तिथे बसवू लागले. कारमध्ये बसलेला त्यांचा पाच वर्षांचा मुलगा या परिस्थितीवर नाराज होऊन वडिलांना म्हणाला, 'बाबा, असे का झाले आपल्या बाबतीत?'

'जीवन असेच असते बाळा,' बाबा उत्तरले, 'एखादा कार्यक्रम आवडला नाही तर बंद करायला तो काही टीव्ही नाही.'

जीवनाचे तात्त्विक सत्यच बाबा बोलले. नको असलेले अनुभव येऊ नयेत म्हणून आपण सर्वतोपरी प्रयत्न करू शकतो; पण तरीसुद्धा ते आपला पाठलाग करत येतातच. अमेरिकन कार्टूनिस्ट ॲश्ले ब्रिलिअन्ट याने हे फार चांगल्या रीतीने सांगितले आहे, 'एका दिवसात एकच दिवस असावा असा माझा प्रयत्न असतो; पण काही वेळा एकाच वेळी अनेक दिवस माझ्यावर हल्ला करतात.'

मग आता, आपल्याला जी कामे करायची असतात आणि जीवन पुढे न्यायचे असते; त्यात येणाऱ्या अडचणी आणि गुंतागुंतीचे प्रश्न आपण कसे सोडवायला हवेत?

समस्यांची अपेक्षा करा

समस्यांना हाताळण्यामधला पहिला मुद्दा अर्थातच हा आहे की, समस्यांचीच अपेक्षा करा. आपल्या भाबड्या अपेक्षा ही आपली सगळ्यात मोठी अडचण असते. लहान मूल जन्मल्याबरोबर पालक अशी अपेक्षा बाळगतात, आपले मूल मोठे झाल्यावर अगदी श्रावणबाळासारखे होणार. ते आज्ञाधारक असेल, आपला आदर करेल. म्हातारपणी आपली सेवा करेल. मात्र मूल मोठे झाले की, तो चक्क राक्षस कुमार बनतो. उर्मट आणि स्वैर, बेफिकीर. पालकांना मग मोठाच धक्का बसतो आणि त्यांना वाटते, 'हा असा कसा काय झाला?

मुलाच्या जन्मापासूनच यातून कोणतीही निष्पत्ती होण्याच्या सर्व शक्यता आहेत ही गोष्ट ते का नाही ध्यानात ठेवीत? मुले मोठी झाली की, सर्व प्रकारच्या व्यक्ती होऊ शकतात हे त्यांना जगात आजूबाजूला दिसलेले नसते का? त्यांनी एकतर्फी विचार केलेला असल्याने गोष्टी मनासारख्या झाल्या नाही की, आश्चर्याचा धक्का बसतो आणि त्यांना निराशा सहन करावी लागते.

आपण वास्तवात येऊन समस्या येणार असे समजू या. पर्वत चढत असताना आपला मार्ग चढणीचा असणार अशी साहजिकच आपली अपेक्षा असते. तसेच आपल्या जीवनात पुढे जायचे असेल, प्रगत व्हायचे असेल तर साहजिकच प्रतिकूल परिस्थिती आणि खडतर समस्या येणार हे आपण समजून असले पाहिजे. आपण चांगले आहोत म्हणजे आपल्या काही अडचणी येणार अशी अपेक्षा करणे म्हणजे आपण प्राण्यांपासून बनलेले कोणतेही पदार्थ खात नाही (आपण व्हीगन आहोत) म्हणून समोरचा बैल आपल्यावर हल्ला करणार नाही असे समजण्यासारखे आहे.

समस्येसाठी तयार राहा

समस्या असणार आहेत हे आपल्याला माहीत असेल तर त्यासाठीची तयारी आपण कशी करायला हवी? सगळ्यात उत्तम मार्ग म्हणजे आधीच समस्येचा वेध घ्या. ती समस्या कशी हाताळता येईल, त्यासाठी तयार राहा किंवा काही घडण्यापूर्वीच खबरदारी घ्या. अर्थात आपल्या अंदाजांनाही मर्यादा आहेतच. काही बाबतीत आपण बेसावध असू शकतो; पण पुढील काळाचा अंदाज घेऊन अडचणीचा विचार करणे नेहमीच उपयोगी ठरते. एक छोटा किस्सा पाहा :

माध्यमिक शाळेत शिकणारा एक विद्यार्थी त्याच्या आईला शाळेतून एक गूढ संदेश पाठवतो, 'गणितात दैवाने चांगलाच हात दिला आहे (गुण चांगले मिळालेत). बाबांच्या मनाची तयारी कर.'

आईने उत्तरादाखल त्याला लिहिले, 'बाबा तयार आहेत. तू स्वतःला तयार कर.'

हा अर्थातच विनोद आहे; पण ज्यांनी आधी समस्यांचा मागोवा घेतला असेल ते नेहमीच फायद्यात राहतात. बुद्धिबळाच्या खेळाचे पाहा. पुढचा विचार केल्यास तुम्हाला चांगला भरीव फायदा होतो. जिंकण्याची इच्छा असेल तर तुमच्यासमोर बसलेला प्रतिस्पर्धी कोणती चाल खेळणार आहे हे तुम्हाला आधी कळले पाहिजे म्हणून समोरच्या भिडूकडे कोणते पर्याय उपलब्ध आहेत आणि पुढील खेळ तो कशा प्रकारे खेळू शकतो, याची संपूर्ण रूपरेषा तुम्ही जाणून घ्या. जीवनातही तसेच आहे. समस्या घडण्यापूर्वी त्यांचा अंदाज घेता आला तर समस्या सोडवण्याची तयारी तुम्ही अधिक चांगली करू शकाल.

बॉक्सिंगमध्ये तुम्हाला लगावलेला ठोसा कदाचित फार जोराचा नसेल; पण तो आपल्याला ठोसा मारतोय हेच तुमच्या लक्षात आले नसेल. याचमुळे अनेक उच्चश्रेणीच्या कंपन्या कोलमडून पडल्या. विकसित देशात नवीन तंत्रज्ञानाचा होत असलेला परिणाम त्यांना आधी जाणून घेता आला नाही. मोटोरोला हे यातले ठळक उदाहरण. ऐन भरात असताना ही मोबाईल बनवणारी कंपनी जगात सगळ्यात मोठी गणली जात असे. पीडीएच्या (पर्सनल डिजिटल असिस्टंट्स) काळात ती पहिल्या

स्थानावर होती; पण आयफोन, अ‍ॅन्ड्रॉइड फोन्स यांमध्ये वापरल्या जाणाऱ्या नवीन टेक्नॉलॉजीची त्यांना आधी कल्पना आली नाही आणि त्यामुळे या कंपनीचा व्यवसाय बंद पडला. त्या मोठ्या कंपनीचे अनेक लहान विभाग करण्यात आणि ते वेगवेगळ्या कंपन्यांना विकण्यात आले.

अर्थात समस्येचा आधी विचार करणे म्हणजे सतत त्याच विचाराने चिंताग्रस्त होणे नव्हे. हा पुढील विनोद पाहा :

बायकोने रात्री दोन वाजता नवऱ्याला उठवले आणि म्हणाली, 'बाहेरच्या खोलीत घरफोडी करणारा चोर आला आहे असे मला वाटतेय.'

नवरा बिछान्यातून धडपडत उठला आणि डोळे चोळत चाचपडत बाहेरच्या खोलीत गेला. बाहेर चोर होता आणि त्याने बंदूक रोखलेली होती. घरातल्या वस्तू याच्याकडून चोराने ताब्यात घेतल्यावर तो निघाला.

तेवढ्यात नवरा त्या चोराला म्हणाला, 'जाण्यापूर्वी तुम्ही एकदा माझ्या बेडरूममध्ये या आणि माझ्या बायकोला भेटा. गेली तीस वर्षे तुम्ही याल अशी ती दररोज अपेक्षा करीत होती.'

अतिकाळजीचे हे एक उदाहरण झाले. समस्या उद्‌भवण्यापूर्वी तिचा वेध घेणे याचा अर्थ असा आहे की, आपण समस्येच्या शक्यतेची पडताळणी करून पाहावी आणि मग त्यानुसार तयारी करावी.

समस्येला तोंड द्या

समस्या उद्‌भवते, तेव्हा आपण काय करायला हवे? सगळ्यात आधी आपल्यापुढे ही समस्या उभी ठाकली आहे हे मान्य करा.

काही लोक परिस्थितीची वास्तवता मान्य करण्याचेच नाकारतात. तुम्ही 'द एलेफन्ट इन द रूम' हा वाक्प्रचार ऐकला असेल. समोर समस्या उभी असतानाही तिची दखल न घेण्याचा लोकांचा जो प्रकार आहे, त्यासंबंधी असे म्हटले जाते. काही वर्षांपूर्वी टीव्हीवर हे फार चांगल्या तऱ्हेने दर्शवले होते. हत्ती चक्क त्यांच्या घरात येऊन उभा राहतो; पण घरातले सदस्य सर्व जण असे वागतात की, जणू काही त्यांनी त्याला पाहिलेच नाही. आई, वडील, मुलगा, मुलगी सर्व जण आपापली कामे करीत राहतात आणि समोर उभा असलेला एवढा मोठा प्रश्न मात्र मान्य करण्याचे नाकारतात.

वादळ आले की, वाळूत डोके खुपसून बसणाऱ्या शहामृगासारखे आपण जर आलेल्या प्रसंगाला तोंड देण्याचे नाकारले तर प्रश्न सुटणार नसतो. उलट हा त्याचा अटळ परिणाम आहे की, हा प्रश्न अधिकच चिघळून तो मोठा होतो. त्याऐवजी आपण समस्या नीट जाणून घेतली आणि त्यावर वेळीच कृती केली तर भावी काळातील मोठ्या अडचणीपासून आपण वाचू शकतो.

काही वेळा प्रश्नांना सामोरे जाणे म्हणजे आपल्या मनातले मांडे असतात. त्यातून काहीही निष्पन्न होत नाही. इंग्लिशमध्ये एक म्हण आहे, 'ईफ विशेस वेअर हॉर्सेस, बेगर्स वुड राइड'. मी एका मासिकामध्ये अशीही जाहिरात पाहिली की, 'सिंहाला माणसाळणाऱ्या माणसाला, माणसाळलेला सिंह पाहिजे.' याला म्हणतात, विशफुल थिंकिंग. आपल्या इच्छेप्रमाणे घडणार आहे असा विचार करणे!

म्हणून केव्हाही प्रश्न उभा राहतो, तेव्हा तो अस्तित्वात आहे हे आधी आपण मान्य करायला हवे. मग तो सोडवण्यासाठी काहीतरी हिकमत लढवली पाहिजे. प्रतिकूलतेला घाबरून जाता कामा नये. तो काही आपला सगळ्यात मोठा शत्रू नाही. उलट येणाऱ्या आपत्तींना तोंड देताना माणसाला त्याचे सगळ्यात उत्कृष्ट कर्तृत्व दाखवता येते.

प्रश्नाकडे योग्य दृष्टिकोनातून पाहा

समस्या मोठी असणे आणि ती मोठी करणे यात बराच मोठा फरक आहे. बहुतेकदा आपले मन राईचा पर्वत करते. दृष्टिकोनातला हा फरक बऱ्याचदा वैवाहिक समुपदेशन करताना दिसून येतो. सर्व जोडप्यांना एकमेकांशी जुळवून घेण्यात अडचणी येतात. हे मतभेद फारसे महत्त्वाचे नाहीत असे समजून काही जण ते दूर ठेवतात तर काही जण बारीकसारीक गोष्टीसुद्धा अतिकठीण करून ठेवतात.

माझ्याकडे लोक येतात आणि म्हणतात, 'स्वामीजी, मी फार निराश झालो आहे.'

'काय झाले?' मी विचारतो.

'माझ्या जोडीदाराने फार कटू शब्द वापरले माझ्याशी बोलताना.'

मी एकदा म्हणालो, 'खरंच? तुझा जोडीदार फार कटू बोलला. निराश होण्यास हे कारण पुरेसे आहे? काहीच वर्षांपूर्वी लक्षावधी सैनिक दुसऱ्या महायुद्धात लढले, त्यांचा जरा विचार कर. त्यांची परिस्थिती तर किती कठीण होती! ते खंदकात राहत होते. परिस्थिती धोकादायक होती. आजूबाजूला बंदुकांच्या गोळ्या उडत होत्या. त्यांच्या मानाने आपले प्रश्न अगदीच किरकोळ आहेत.'

फार गंभीर प्रश्न आहे असे वाटून आपण जेव्हा निराश होतो, तेव्हा ज्यांना फार मोठ्या अडचणींना तोंड द्यावे लागते, त्यांचा विचार करा. आपण असाही विचार करू शकतो की, यापेक्षा किती मोठे संकट येऊ शकले असते आणि मग स्वतःला प्रश्न विचारा, आपण समजतो तेवढा हा प्रश्न खरेच गंभीर आहे का?

शाळेतून बाहेर पडल्यावर एक मुलगी कॉलेजमध्ये जाऊ लागली. एखाद्या समस्येकडे पाहण्याचा आपला दृष्टिकोन कसा ठेवायला हवा, हे आपण तिच्या गोष्टीतून शिकून घेऊ या. ती कॉलेजच्या होस्टेलवर तिच्या वर्गमैत्रिणीबरोबर राहत होती. तीन महिन्यांनंतर तिने आपल्या आईला पत्र लिहिले,

समोर उभे ठाकलेल्या समस्यांवर मात करण्याची मनोधारणा १७१

'प्रिय आई,

मला हे सांगायला दुःख होते की, होस्टेलमध्ये राहायला लागल्यावर एक महिन्याभरानी मी एक चूक केली. माझ्या खोलीत राहणाऱ्या मैत्रिणीचे पन्नास रुपये मी चोरले. ते देऊन मी एक मोटरसायकल भाड्याने घेतली. दुर्दैवाने ती चालवत असताना मी दिव्याच्या खांबावर जाऊन आदळले आणि माझ्या पायाला मोठीच दुखापत झाली.

पण आई, तसे काळजीचे कारण नाही. त्याच गल्लीत एक देखणा डॉक्टर राहत होता. त्याने मला त्याच्याकडे नेले आणि बरे केले. तुला सांगायला आनंद वाटतो की, आम्ही एकमेकांच्या प्रेमात पडलो आणि आम्ही लग्न करण्याचे ठरवले आहे. एकच अडचण अशी आहे की, ब्लड टेस्टमध्ये रोगाचा प्रादुर्भाव झाल्याचे लक्षात आले आहे. आम्हाला बाळ होण्यापूर्वी या प्रश्नाचे निवारण होईल, अशी मला आशा आहे.

आणि आई, लग्न झाल्यावर आम्ही दोघे, तू आणि बाबा यांच्याबरोबर राहायला येत आहोत. कारण, मला बरे करण्याच्या नादात त्याची नोकरी गेली; पण आई, ते काही तू फारसे मनावर घेऊ नकोस. मला खात्री आहे की, तो वेगळ्या धर्माचा असला आणि तो तुझे धर्मांतर करण्यासाठी सारखा प्रयत्न करणार असला तरी तुला त्याचा सहवास आवडेल.

खरं सांगू का आई, यातले काहीच खरे नाहीय. खरे इतकेच आहे की, मी बीजगणितात नापास झाले आहे. माझी अशी इच्छा होती की, तू त्याकडे योग्य त्या दृष्टिकोनातून पाहावेस म्हणून मी वरील सर्व गोष्टी लिहिल्या.'

अनेकदा आपल्यापुढे उभ्या असलेल्या समस्या डोंगराएवढ्या मोठ्या वाटतात; पण आपल्या हे लक्षात येत नाही की, आपण त्याकडे कसे पाहतो, यावर सारे अवलंबून आहे. आपले मन 'राईचा पर्वत' करीत असते. वरील गोष्टीतील मुलीला फक्त एका विषयात नापासाचा शिक्का बसला आहे. यामुळे एवढी काही जगबुडी झालेली नाही, हे आईच्या लक्षात आणून देण्यासाठी काय काय वाईट होऊ शकले असते ते ती आईला सांगते. संकटांनी भांबावून जाण्यापेक्षा आपणही या प्रकारे समस्येकडे पाहायला शिकू या. लहानग्या मनोजकडूनही आपण प्रेरणा घेऊ शकतो.

चौथीत असलेला मनोज बुटका होता. वर्गात तो सगळ्यात बुटका होता. उंचाड्या मुलाकडून त्याच्या छोट्या आकाराबद्दल त्याला नेहमीच हिणवले जाई.

एक दिवस संध्याकाळी त्याचे वडील जेव्हा बाहेरून घरी आले, तेव्हा त्यांना मनोज दुर्बिणीतून खाली रस्त्यावर पाहत असल्याचे दिसले. 'तू चुकीच्या टोकाकडून दुर्बीण पाहतो आहेस,' वडील म्हणाले.

'नाही बाबा,' मनोज उत्तरला. 'माझ्या वर्गातला एक उंचाड्या खाली रस्त्यावर उभा आहे. मला त्याच्याकडे योग्य दृष्टिकोनातून पाहायचे आहे.'

आपल्या पुढच्या समस्या फार मोठ्या दिसत असतील, तर त्यांच्याकडे पाहण्याचा असा दृष्टिकोन आत्मसात करा. समोरच्या आव्हानांचा सामना करण्यासाठी अंतर्मनाची शक्ती ही आपल्याकडे असलेली सगळ्यात मोठी ताकद आहे आणि योग्य मनोधारणेमुळे आपण अर्धी लढाई जिंकू शकतो हे नेहमी लक्षात ठेवा. हे लक्षात ठेवून अवघड गोष्ट असली तरी तिचा फार बाऊ करू नये. अडचणींचा सामना करण्यासाठी आपल्या आतील साधनांना कमी समजू नका.

अडचणींचे मोल स्वीकारा

अडचणी आणि अडथळे यांना एक सकारात्मक बाजू आहे. त्यांचा सामना केल्याने आपण आतून वाढत जातो. हिऱ्याला घासूनच पैलू पाडावे लागतात. जाळात तावून घेतल्यावरच उत्तम स्टील बनते. तद्वत् जितक्या जास्त अडचणींना आपल्याला तोंड द्यावे लागेल, तितके आपण कणखर होत जाऊ. याचा अर्थ असा नव्हे की, आपण संकटांना आमंत्रण द्यावे; पण संकटे आली... आणि ती येणे अटळ आहे; तर आपल्या वाढीसाठी त्याकडे एक संधी म्हणून पाहा. फ्रँकलिन डी. रुझवेल्ट यांनी म्हटले आहे, 'शांत सागर कौशल्यपूर्ण खलाशी बनवू शकत नाही.'

अवघड परिस्थिती आली की, माणसांची पहिली प्रतिक्रिया तिचा द्वेष करण्याची असते; पण अडथळे हेसुद्धा आपली आतून वाढ करण्यासाठी आलेले प्रसंग असतात. **वस्तुस्थिती अशी आहे की, प्रतिकूलतेत संधी दडलेली असते आणि संधी ही कधीही समस्या आल्याशिवाय मिळत नसते.** संकट आणि संधी हातात हात घालून येत असतात. या मूळ तत्त्वावर आपला विश्वास असेल तर तो आपल्याला अडथळ्यांवर सकारात्मकतेने मात करण्यास आणि भराभर प्रगती करण्यास मदत करेल.

कष्टाचे फायदे पुढील गोष्टीवरून आपल्या लक्षात येतील.

आठ वर्षांच्या अक्षयने त्याच्या विज्ञानाच्या वर्गात नुकते फुलपाखरूच्या जीवनचक्राविषयी वाचले होते. तो असे शिकला होता की, सुरवंट आपल्याभोवती कोष विणतो, त्यात सुप्तावस्थेत राहतो आणि मग सुंदर फुलपाखरू होऊन बाहेर पडतो.

एक दिवस अक्षयला त्याच्या बागेत, गुलाबाच्या रोपावर एक कोष लटकत असलेला दिसला. तो एकदम उत्साहित झाला. 'मी आता माझ्या डोळ्यासमोरच ही निसर्गाची जादू घडत असताना पाहू शकेन,' असा त्याने विचार केला.

तो दररोज शाळेत जाता-येताना तिथे जाऊन फुलपाखरू बाहेर येण्यास सुरुवात झाली का ते पाहत असे. एक दिवस सकाळी अक्षयने त्या कोषाला एक बारीक

भोक पडलेले पाहिले. तो भलताच हुरळून गेला. पुढे काय होतेय ते पाहण्यासाठी तो दर तासाला त्या कोषापाशी जाऊ लागला.

दुपारी उशिरा फुलपाखरू त्याचे डोके बाहेर ढकलू लागले. अशा प्रकारे फुलपाखरू बाहेर येण्यासाठी आतून स्वतःला ढकलत असताना अक्षय नजर खिळवून पाहू लागला. ते निम्मेअर्धे दिसू लागले, तेव्हा ते अडकल्यासारखे झाले. आता बाहेर पडणे त्याला मुश्किल झाले. फुलपाखराच्या हलण्याने तो कोष वरखाली हेलकावे खाऊ लागला.

अक्षयला फुलपाखराची फार दया आली. तो पटकन आत गेला आणि एक छोटी कात्री घेऊन आला. फुलपाखराची कणव येऊन त्याने कोष कापून उघडला. आज त्याने एक सत्कृत्य केले होते आणि त्या लहान जिवाला मदत केल्याचे त्याला समाधान वाटत होते.

मात्र कोष कापला जाताच फुलपाखरू खाली पडले आणि जमिनीवर वळवळू लागले. अक्षयच्या असे लक्षात आले की, त्याचे पोट सुजल्यासारखे झालेय आणि पंख सुकून गेले आहेत. त्याला वाटले की, हे लगेचच ठीक होईल. पोट आकसेल आणि पंख भरून येतील; पण त्याला हे कळले नव्हते की, आता हे कधीच होणार नव्हते. पोटातील द्रव पंखांकडे जाण्यासाठी त्याची स्वतःला कोशाबाहेर ढकलण्याची खटपट आवश्यक होती. ही हालचाल झाली नाही तर पोट फुगलेलेच राहणार आणि पंख सुकलेले.

आपलीही इच्छा अशी असते की, या फुलपाखराप्रमाणे दुसऱ्याच कुणीतरी आपल्याला संकटातून बाहेर काढावे; पण आपल्याला हे कळलेले नसते की, संकटांचा सामना केला तरच आपली प्रगती होणार असते. आध्यात्मिक उंचीवर पोहोचण्यासाठी आपल्या पंखात बळ यावे म्हणून संकटे ही आपल्याला मदत करण्याचा देवाचा मार्ग आहे, त्यामुळे शहाणपणा, चिकाटी, धीर, सहनशक्ती, इत्यादी उच्च गुणांचा विकास होतो. जीवनाच्या श्रेष्ठ ध्येयापर्यंत पोहोचण्यासाठी ते आवश्यक आहे. जीवनात आव्हाने नसतील तर या चांगल्या गुणांचा विकास कसा होणार?

शाळेतदेखील शिक्षक आधी आपल्याला ज्ञान देतात आणि मग शेवटी परीक्षा घेतात. त्या वेळी ती आपल्याला अगदी अनावश्यक क्रूरता वाटते पण तसे नसते. शिकवलेल्या ज्ञानावर आपण प्रभुत्व मिळवलेय का, याचे मूल्यमापन करण्याचा त्यामध्ये हेतू असतो. पुढच्या वर्गात शिकण्यास पाठवता यावे यासाठी ही परीक्षा असते. त्याचप्रमाणे जीवनाच्या प्रवासात देवाने आपल्या मार्गात कष्ट पाठवलेले असतात. आपल्याला थांबवण्याचा त्यात हेतू नसतो; आंतरिक उकल आणि वाढ होऊन उच्च पातळ्यांवर आपली प्रगती होण्यासाठी आपण पुढे जावे म्हणून या परीक्षा असतात.

बऱ्याचदा लोक विचारतात, 'भूकंप, त्सुनामी, वावटळी, चक्रीवादळे, मोठी वादळे देव का होऊ देतो? तो इतका क्रूर आहे का? हेतूपूर्वक आपल्याला इतके क्लेश देतो? की हे सारे 'त्या'च्या नियंत्रणाबाहेर असते आणि 'त्या'च्या इच्छेविरुद्ध घडते?

परमेश्वर हा सर्वशक्तिमान असल्याने ही नैसर्गिक संकटे त्याच्या इच्छेविरुद्ध घडू शकत नाहीत. 'त्या'ला जर या नैसर्गिक आपत्तींपासून जगाला मुक्त ठेवायचे असते तर त्याला पृथ्वीच्या भौतिक गुणधर्मांना फक्त थोडेसे हलवावे लागले असते. मग नैसर्गिक आपत्तींचा कायमसाठीच अंत झाला असता; पण अशा नैसर्गिक दुःखद घटना त्याच्या अधिपत्याखालीच घडतात. याचा अर्थ 'त्या'नेच त्या पृथ्वीवर बेतलेल्या आहेत. इतका चांगला देव असे का करतो बरे?

याचे तर्कशुद्ध उत्तर असे की, देव आपल्याला घडवण्यासाठी मुद्दाम अशी संकटे आणतो. आयुष्यातील आपली आध्यात्मिक प्रगती थांबावी असे त्याला वाटत नाही. आपण मोठे होत जावे म्हणून आपली भावनिक, बौद्धिक आणि आध्यात्मिक ताकद उपयोगात आणता यावी यासाठी तो आपल्यापुढे आव्हाने उभी करतो. **आपली वाढ भौतिक सुखे अधिक मिळण्यातून व्हावी असे त्याला वाटत नाही; तर सर्वश्रेष्ठ परिपूर्णतेकडे पोहोचण्यासाठी आपल्या आत्म्याचे जन्मभर निरंतर उन्नयन व्हावे, अशी त्याची इच्छा असते.** आपल्याला हे मान्य करणे कठीण जाते. कारण, वाढ होणे म्हणजे आपल्या सुखसुविधांमध्ये आणि मालमत्तांमध्ये वाढ होणे असे आपण समजत असतो; पण ईश्वराच्या दृष्टीने प्रगती म्हणजे सद्‌गुणांमध्ये वाढ आणि दोषांवर मात.

> एका शहाण्या माणसाने म्हणून ठेवले आहे :
>
> मी देवाकडे शक्तीसाठी प्रार्थना केली; त्याने मला ज्यामुळे मी शक्तिमान बनेन असे, तरून जाण्यासाठी कठीण प्रसंग दिले.
>
> मी देवाकडे शहाणपणा मिळावा म्हणून प्रार्थना केली; मी शहाणा होण्यासाठी त्याने मला काही प्रश्न दिले सोडवायला.
>
> मी देवाकडे धैर्यासाठी प्रार्थना केली; त्याने मी धैर्यवान व्हावे, यासाठी मला धोकादायक प्रसंगातून जायला लावले.
>
> मी देवाकडे धीरोदात्त होण्यासाठी प्रार्थना केली; त्याने माझ्यावर असा प्रसंग आणला की, मला वाट पाहायला लागली आणि मी धीराचा झालो.
>
> मी देवाकडे प्रेम मागण्यासाठी प्रार्थना केली; मला प्रेमळ हृदय लाभावे म्हणून त्याने माझ्याकडून गरिबांची आणि वंचितांची सेवा करून घेतली.
>
> मी देवाकडे उपहारासाठी प्रार्थना केली; त्याने संधीत रूपांतर होतील असे माझ्यावर प्रसंग आणले.
>
> मला जे हवे होते त्यातले मला काहीच मिळाले नाही, मला ज्याची गरज होती अशी प्रत्येक गोष्ट मला मिळाली.

शिकण्याचा दृष्टिकोन ठेवा

मोठे होताना, आपली प्रगती होत असताना काही वेळा आपण अपयशी ठरणार हे तर साहजिकच आहे; पण त्याचे दुःख मानून न घेता, आपण धडा शिकायचा आणि पुढे निघायचे. जपानी लोक म्हणतात, 'सात वेळा पडा, आठव्यांदा उभे राहा.' एवढी मात्र खात्री करून घेतली पाहिजे की, गेल्या वर्षी चूक पुन्हा या वर्षी होता कामा नये. पुढील गोष्टीत लिहिलेल्या दारुड्याप्रमाणे आपण वागता कामा नये.

माझ्या बाजूने एकदा एक दारुड्या चालला होता. त्याच्या दोन्ही कानांच्या बाजूला भाजल्यासारखे मोठमोठे फोड दिसले म्हणून मी विचारले, 'अरे बापरे, तुमच्या कानांवर कसले फोड आहेत हे? अरेरे, काय झालं?'

'माझी बायको इस्त्री गरम ठेवून तिथून गेली.' तो उत्तरला, 'फोन वाजल्यावर मी चुकून इस्त्री उचलली आणि कानावर ठेवली.'

'अस्सं; पण दुसऱ्या कानावरही कसं काय भाजलं?' मी विचारलं.

'त्या मूर्खाने पुन्हा फोन केला!' तो म्हणाला.

चूक होणे हा काही फार मोठा गुन्हा नाही... पण आपण त्यापासून काही शिकायचे नाकारत नाही तोपर्यंतच! विश्वास ठेवणे अवघड आहे; पण यशस्वी लोकांनादेखील अयशस्वी लोकांइतकेच अपयशाला सामोरे जावे लागते. फरक इतकाच की, ते त्यांच्या अनुभवांतून शिकतात आणि पुढे जातात.

आयबीएमचे माजी सीईओ आणि चेअरमन थॉमस जे. वॅट्सन यांना एकदा त्यांच्या यशाचे रहस्य विचारले. ते म्हणाले, 'तुम्हाला यशाचे प्रमाण वाढवायचे असेल तर अपयशाचे प्रमाण वाढवा.' त्यांना हेच म्हणायचे होते की, तुम्ही जितका जास्त प्रयत्न कराल तितके तुमच्या वाट्याला अपयश येणार. जितक्यांदा तुम्ही अपयशी ठराल तितक्या वेळा तुम्हाला शिकायला मिळेल आणि तुम्ही जितके शिकाल तितके तुम्ही यशस्वी व्हाल.

अशा प्रकारे यश हे अपयशाशेजारीच असते. सर्व यशस्वी लोक त्यांच्या जीवनप्रवासात अनेकदा अपयशी होतात पण त्यांचा विरस होत नाही. उदाहरणार्थ, अल्बर्ट आइनस्टाइन हा आधुनिक इतिहासातील फार मोठा शास्त्रज्ञ समजला जातो. मात्र १८९५मध्ये तो म्युनिचच्या शाळेत शिकत असताना त्याच्याबद्दल शिक्षकांनी लिहिले होते, 'हा कशातही काही करून दाखवू शकणार नाही.' वुल्फगँग मोझार्ट हा संगीतातला मोठा प्रतिभावंत माणूस. एम्परर फर्डिनन्ड याने त्याला सांगितले होते की, त्याचा ऑपेरा हा फार गोंगाटयुक्त असतो आणि त्यात फारच नोट्स असतात. द कॅन्सस सिटी स्टार या वृत्तपत्रातील संपादकाला वॉल्ट डिस्नेकडे कल्पकता आणि चांगल्या कल्पना यांचा अभाव आहे असे वाटल्याने त्याने वॉल्ट डिस्नेची चांगली हजेरी घेतली होती.

मीराबाई ही फार मोठी संत कवयित्री. ती विधवा होती आणि तिला तिच्या नातेवाइकांनी इतके छळले की, तिला चितोडगडचा आपला राजवाडा सोडून वृंदावनचा आश्रय घ्यावा लागला. संत कबीर यांना त्यांचे आई-वडील माहीत नव्हते. ते अल्पशिक्षित होते. मात्र काशीच्या मोठ्या वैदिक विद्वानांसमवेत ते राहत होते. काही उपद्रवी लोकांनी संत तुलसीदास यांना ठार मारण्याचा प्रयत्न केला आणि त्यांनी लिहिलेले रामायण त्यांनी चोरून नेले. तरीसुद्धा या वैशिष्ट्यपूर्ण व्यक्तिमत्त्वांनी प्रतिकूल परिस्थितीचे संधीमध्ये रूपांतर करून स्वतःची आंतरिक प्रगती करून घेतली.

अशा तऱ्हेने हे दिसून येते की, प्रतिकूल परिस्थिती हा काही आपला सगळ्यात मोठा शत्रू आहे असे नाही. उलट शिकण्यासाठी तो साह्यभूत ठरतो. योग्य मनोधारणा ठेवून आपण जर त्याकडे पाहिले तर ते आपल्याला फायद्याचे ठरेल. वस्तुतः प्रतिकूलता ही स्वतःची भाषा बोलत असते. समस्येचे दिसणारे लाभ असे आहेत :

- ती नेहमी आपले लक्ष वेधून घेते. आपण तिच्याकडे दुर्लक्ष करू शकत नाही.
- आपल्या परिस्थितीचे मूल्यमापन करण्यास ती कारणीभूत ठरते. स्व-शोध घेण्याची ती एक संधी आहे.
- ती अपयशास आव्हान देते आणि जे कोणते मार्ग आपल्याकडे असतील ते एकूण एक पडताळून पाहायला लावते, त्यामुळे आपल्यातील सगळ्यात उत्तम बाहेर येते.
- समस्या ही आपल्याला आतून कणखर बनवते. अमेरिकन धर्मगुरू आणि लेखक रॉबर्ट एच. शूलर म्हणतो, 'कठीण वेळ काही टिकून राहत नाही; पण कठीण लोक मात्र नक्की टिकून राहू शकतात.'

स्टीव्ह जॉब्ज यांना सर्व अभावांचा सामना करावा लागला. त्यांची कहाणी अद्‌भुत आहे.

स्टीव्ह जॉब्ज हा अविवाहित महिलेचा मुलगा होता. त्याच्या जन्मापूर्वीच तिने त्याला दत्तक देण्याचे ठरवले होते. जे पालक त्याला दत्तक घेतील ते पदवीधर असावेत, अशी तिची अट होती. त्यानुसार एक जोडपे निवडले गेले.

मात्र स्टीव्ह जॉब्जने जन्म घेतला तेव्हा हे मूल अपेक्षेप्रमाणे मुलगी नसून मुलगा असल्याचे लक्षात आले, तेव्हा त्या जोडप्याने त्यास दत्तक घेण्याचे नाकारले. मग पुन्हा त्याला दत्तक देण्याचे त्याच्या आईने ठरवले. तीन महिन्यांनी दुसरे एक जोडपे निवडण्यात आले. ते स्वतः पदवीधर नव्हते; पण मुलाला पदवीधर करण्याच्या अटीवर स्टीव्हची आई त्यांना दत्तक देण्यास तयार झाली.

समोर उभे ठाकलेल्या समस्यांवर मात करण्याची मनोधारणा १७७

स्टीव्हचे दत्तक पालक गरीब होते; पण त्यांनी त्यांचा शब्द पाळला. शालेय शिक्षण झाल्यानंतर त्यांनी त्याला ओरेगॉनमधील पोर्टलंडच्या रीड कॉलेजमध्ये घातले. ते फार खर्चिक कॉलेज होते. पालकांचे पैसे कशाला घालवायचे म्हणून थोड्याच महिन्यांनी स्टीव्ह कॉलेजमधून बाहेर पडला. मित्राच्या व्हरांड्यात तो राहू लागला. उदरनिर्वाहासाठी तो सोड्याच्या बाटल्या गोळा करून विकू लागला.

गतगोष्टींचा विचार केल्यावर जे काही झाले ते बरेच झाले असे स्टीव्हला वाटू लागले. कॉलेजमधल्या उपस्थितीचे बंधन राहिले नसल्याने तो आता दुसरे काहीही करण्यास मोकळा होता. अमेरिकेत रीड कॉलेजचा हस्ताक्षराचा (कॅलिग्रॅफी) उत्तम कोर्स होता. तिथेच तो सेरिफ आणि सॅन्स सेरिफ फॉन्ट्समधला फरक शिकला. त्या वेळी त्याच्या आयुष्याशी या ज्ञानाचा थेट संबंध आला नाही; पण नंतर त्याने जेव्हा पर्सनल कॉम्प्युटर विकसित केला, तेव्हा कॉम्प्युटर सॉफ्टवेअरमध्ये फॉन्ट्सचे विविध पर्याय वापरले. त्याच्या म्हणण्यानुसार विंडोजने त्याचेच अनुकरण केले, त्यामुळे त्याला जर फॉन्ट्सचे ज्ञान नसते तर ॲपल कॉम्प्युटर्सला एकाच प्रकारच्या फॉन्टचा पर्याय उपलब्ध होता आणि तेच विंडोलाही करावे लागले असते. स्टीव्हने म्हटले आहे की, कॉलेजमधून बाहेर पडण्याची घटना म्हणजे वाइटातून चांगले निघाले.

विसाव्या वर्षी जॉब्जने त्याच्या पालकांच्या गराजमध्ये कॉम्प्युटर तयार करायला सुरुवात केली. तो तेहेतीस वर्षांचा झाला, तेव्हा कंपनी इतकी मोठी झाली होती की, तिची वार्षिक विक्री चारशे कोटींपर्यंत पोहोचली होती; पण नंतर एक अनपेक्षित घटना घडली. ॲपल कॉर्पोरेशनमधून त्याला काढून टाकण्यात आले. जी कंपनी स्टीव्ह जॉब्ज याने स्थापन केली होती, त्या कंपनीतून त्याला कसे काय बाहेर काढले गेले? कारण, त्यांनी कॉर्पोरेशनच्या बोर्डवर नवीन गुंतवणूकदारांना संचालक म्हणून घेतले. त्यांच्याशी मतभेद झाल्यावर परिणामी स्टीव्ह जॉब्जला त्यांनी कंपनीतून मुक्त केले.

स्टीव्हच्या दृष्टीने लोकांमध्ये त्याचा झालेला हा फार मोठा अपमान होता. सिलिकॉन व्हॅलीमधील असंख्य गुंतवणूकदारांसमोर त्याला हा कमीपणा वाटला. स्टीव्हने त्यांची वैयक्तिक माफी मागितली.

त्यानंतर अगदी थोड्याच महिन्यांत त्याच्या लक्षात आले की, आपल्याला नवीन तंत्रज्ञान निर्माण करण्याचेच काम आवडतेय म्हणून मग त्याने नेक्स्ट कॉर्पोरेशन स्थापन केली आणि ल्यूकास कॉर्पोरेशनकडून पिक्सर कॉर्पोरेशन घेतली. या वेळी त्याला आता कुणाचेही बंधन नव्हते. कायदा किंवा नियम आडवे येणार नव्हते. त्याचा तो स्वतंत्र होता. मनासारखे काम करू शकणार होता. त्या वेळी नेक्स्टमध्ये जे तंत्रज्ञान विकसित झाले, ते आजही सध्याच्या मॅक या सॉफ्टवेअरच्या कामासाठी महत्त्वाचे अंग आहे. सुरुवातीचे नऊ ॲनिमेशन चित्रपट पिक्सरकडून तयार करण्यात आले आणि त्याने सातशे वीस कोटींचा जबरदस्त धंदा मिळवून दिला.

हा प्रसंग स्टीव्ह जॉब्ज याने वाइटातून चांगले निष्पन्न झाल्याचे आणखी एक उदाहरण म्हणून सांगितला आहे. तो जर ॲपलमधून बाहेर पडला नसता, तर त्याला इतके यशस्वी करणारे नवीन तंत्रज्ञान शोधून काढण्याचे स्वातंत्र्य त्याला मिळालेच नसते. त्यानंतर ॲपलने नेक्स्ट ही कंपनी घेतली आणि मग स्टीव्ह पुन्हा आपल्या आधीच्या कंपनीत आला. संकटाचे संधीत रूपांतर केल्यावर बहरून येण्याचे स्टीव्ह जॉब्ज हे एक उत्तम उदाहरण आहे.

चुका करणे हे वाईट आहे असे आपल्यापैकी बहुतेक जणांना शिकवलेले असते. आपण जर त्या चुका मुद्दाम करीत असू, तर ते बरोबरच आहे; पण शिकण्याच्या प्रक्रियेमध्ये अहेतुकपणे चुका होणे स्वाभाविक आहे. तुम्ही पहिल्यांदा गरम स्टोव्हला हात लावला असेल तेव्हाचे आठवा. या प्रसंगानंतर तुम्ही हे शिकलात की, गरम वस्तूला हात लावल्यास पोळते म्हणून चूक नेहमीच वाईट नसते; कारण शिकण्याची प्रक्रिया चुकांमुळेच सुकर होते.

हे लक्षात ठेवा की, शिकण्यासाठी चुका ही संधी असेल तर ती हानिकारक नसते. प्रसिद्ध अमेरिकन धर्मगुरू आणि लेखक एडविन ल्युइस कोल म्हणतो की, 'पाण्यात पडलात म्हणून तुम्ही बुडत नाही; तर तिथेच राहता म्हणून तुम्ही बुडता.'

इतिहासात शास्त्रज्ञांची चुका केल्यानेच त्यांना मोठमोठे शोध लागल्याची असंख्य उदाहरणे आहेत. १८३९ साली चार्ल्स गुडइअर रबरावर काही प्रयोग करीत होता. लोकांनी रबराचा नाद सोडून दिला होता. कारण, ते उन्हाळ्यात वितळायचे आणि थंडीत गोठून कडक होऊन बसायचे; पण गुडइअरला खात्री होती की, या अडचणीवर तो काहीतरी उपाय शोधून काढेल. एक दिवस गुडइअरकडून चुकून रबर सांडले आणि स्वयंपाकघरातल्या स्टोवर ते सल्फरमध्ये मिसळले. उष्णतेमुळे रबर वितळू लागले. ते चांगले मऊ आणि लवचीक झाले, त्यामुळे गारठ्यातदेखील ते नंतर तुटले नाही. अपघातानेच गुडइअरला रबराच्या व्हल्कनायझेशनच्या प्रक्रियेचा शोध लागला आणि आज असे रबर अनेक उद्योगांमध्ये वापरले जात आहे.

आपल्याकडून चुका होतील या भीतीने काही लोक कोणतेही नवे धाडस करण्यास कचरतात. उदाहरणार्थ, एखादी विद्यार्थिनी विचार करेल की, माझ्या हातून चुका होतील अशी मला भीती वाटते. जितके कमी कोर्सेस घेणे शक्य आहे, तेवढेच मी या कॉलेजमध्ये शिकण्यास घेईन, त्यामुळे प्रश्न असा निर्माण होतो की, चुका होण्याची भीती असलेले लोक कोणतेही नवीन काम करण्याचा प्रयत्न करायला तयारच होत नाहीत. अनोळखी आणि आव्हानात्मक गोष्टींना हात घालायला ते बिचकतात आणि हीच त्यांची मोठी चूक होते. पुढील माहिती किती प्रेरणादायक आहे, पाहा :

बऱ्याच यशस्वी लोकांच्या मुलाखती घेणाऱ्या एका बातमीदाराला असे आढळून आले की, त्या सर्वांनी त्यांच्या एका मोठ्या अपयशानंतर पुन्हा एक

पाऊल पुढे टाकले होते. वरवर पाहता जेव्हा असे दिसत होते की, आता यशाची काहीही आशा नाही, तेव्हाच ते त्यांच्या ध्येयाच्या अगदी जवळ पोहोचलेले होते. शेवटची फळी फोडून पुढे घुसण्याची गरज होती फक्त. जणू काही त्यांच्या ध्येयाप्रत पोहोचण्यापूर्वी देवाने त्यांची घेतलेली ती शेवटची परीक्षा होती.

वस्तुस्थिती अशी आहे की, अपयश हे यशाच्या अगदी जवळचे आहे. आयुष्यात हानी तर नेहमीच होत असते. काही वेळा आपल्याला बरेच काही गमवावे लागते तर काही वेळा थोड्यावर भागते; पण काही लोकांच्या दृष्टीने तोटा किंवा हानी म्हणजे जगाचा अंत. असे झाले की, त्यांच्या मानसिक आरोग्यावर परिणाम होतो. निराशेवर मात करून झालेल्या हानीला योग्य प्रकारे तोंड देण्यामुळेच यशस्वी लोक अयशस्वी लोकांपेक्षा वेगळे ठरतात. आधुनिक काळात होणाऱ्या वाढत्या आत्महत्या, व्यसनाधीनता आणि वैफल्यग्रस्तता हे सारे; अपयशाला कसे हाताळावे ते अजून लोक शिकलेलेच नाहीत याचा पुरावा आहे.

अपयश आणि यश हे दोन्ही जीवनप्रवासाचे अंगभूत घटक आहेत. आपण जर यशस्वी झालो तर विजय, स्वीकार आणि आनंद मिळतो. अपयशी ठरलो तर त्यातून येणाऱ्या पराभवास तोंड द्यावे लागते. त्याचबरोबर वंचना, वेदना आणि नकार आपल्या वाट्याला येतो. आता यशाकडे जाण्याच्या प्रवासात आपल्याला साहजिकच अपयशाचा सामना करावाच लागणार. अपयश टाळायचे असेल, तर आयुष्यभर स्वस्थ बसणे हाच एकमेव मार्ग आहे. ते साधले तर वेदना आणि नकार यांच्यातून पुष्कळच मुक्त होता येईल; पण मग आनंद आणि यश हेही आपल्याला मिळणार नाहीत.

अडथळ्यांना तोंड देणे हीच सुधारणेची किंमत आहे

मागील प्रकरणात शिकलेले एक सूत्र आपण कायम लक्षात ठेवले पाहिजे : 'फुकटची भाकरी मिळत नसते.' आपल्याला जर कठीण निर्णय घ्यायचा असेल तर आपल्यापुढे दोनच पर्याय आहेत : एक तर आत्ताच खेळा आणि त्याची किंमत नंतर मोजा किंवा आत्ता किंमत मोजा आणि मग खेळा; पण किंमत मोजावीच लागेल. आपण ही गोष्ट जितकी लांबणीवर टाकू तितकी जास्त किंमत आपल्याला मोजावी लागेल.

कोणत्याही गोष्टीत सुधारणा करण्याची इच्छा असेल तर धोके पार करण्याची तयारी ठेवावी लागणार. अडथळे पार करावे लागतील. कष्ट करावेच लागतील आणि वेदना सहन कराव्या लागतील. स्वतःमध्ये सुधारणा घडवून आणण्यासाठी ही किंमत आपल्याला मोजावीच लागेल.

आपले मन आणि आपल्या जाणिवा ऐषआराम मागत असतात; पण त्यांना नकार देण्यासाठी जी तपश्चर्या करावी लागते, त्याचा सराव करण्याची वेळ म्हणजे

कष्ट आणि अडचणी आहेत. नेहमी वृद्ध माणसे माझ्याकडे अशी तक्रार करतात की, त्यांना वेदना आणि त्रास फार अनुभवायला लागतात. अर्थातच मला त्यांच्या दुःखाबद्दल सहानुभूतीच आहे. *योग फॉर द बॉडी, माइंड अँड सोल* आणि *सायन्स ऑफ हेल्दी डाएट* या माझ्या दोन पुस्तकांवर आधारित मी त्यांच्या आरोग्यासाठी आणि सुखासाठी उत्तम सल्ला देतो. मी त्यांना याचीही आठवण करून देतो की, म्हातारपण ही जीवनाची अटळ वस्तुस्थिती आहे आणि तिला तोंड द्यावेच लागते. त्यांच्याप्रमाणेच मीही एक दिवस म्हातारा होणार आहे. अशा परिस्थितीसाठी आपण कशी तयारी करायला हवी?

तपश्चर्येच्या सरावाची संधी म्हणून या अटळ कठीण परिस्थितीकडे पाहा. आध्यात्मिक उन्नतीसाठी ही *तपस्या* आहे, अशा सकारात्मक विचाराने त्याकडे पाहा. जुन्या काळात वृद्धपणी लोक साक्षात्काराच्या शोधात, रानावनात, डोंगरांमध्ये, गुहांमध्ये तपस्येसाठी जात असत. असे तर काही आपल्याला करावे लागत नाही. असा विचार करा की, ईश्वराने आपल्याला अशा परिस्थितीत ठेवले आहे की, जिथे म्हातारपणी जुन्या काळातील तपश्चर्या किंवा साधना करण्याचा हा एक मार्ग आहे. या दृष्टिकोनातून पाहिल्यास अटळ दुःखातून बाहेर पडण्यास हा दृष्टिकोन आपल्याला मदत करेल.

याबाबतचे धडे गरुडाकडून शिकण्यासारखे आहेत. वादळ सुटते तेव्हा गरुड त्याला दबत नाही. तो आणखी उंच जाऊन वारे वर वाहत येण्याची वाट पाहतो. वादळ स्थिर झाल्यावर गरुड त्याचे पंख पसरतो आणि वाऱ्याचेच साधन करून आकाशात आणखी आणखी उंच भरारी मारत जातो. तो कधी वादळापासून पळ काढत नाही. उलट वादळाचा तो फायदा करून घेतो. वादळ उतरले की, गरुड त्याच्यापेक्षा वर उडत जातो.

अशाच प्रकारे जीवनाची वादळे जेव्हा धक्का देतात तेव्हा अपयश, शोकांतिका आणि निराशा यांचा अनुभव येतो; पण म्हणून त्याकडे पाठ फिरवून धूम ठोकण्याची गरज नाही. त्याऐवजी संकटांचा धैर्याने सामना करा आणि त्यांच्यावर स्वार व्हा.

कावळ्यांसारखे लहान पक्षी बऱ्याचदा छोट्या छोट्या गिरक्या घेऊन, चटचट हालचाली करून गरुडांना त्रास देतात. काही वेळा तर ते गरुडाच्या जोरात मागे लागतात; पण गरूड त्यांच्या नादाला लागत नाही. तो फक्त स्वतःला आणखी उंच नेतो, जिथे कावळे पोहोचू शकणार नाहीत. कटकट्या कावळ्यांना प्रतिटोला देण्याच्या भानगडीत गरुड पडत नाही. कावळे मागे पडण्यासाठी आपली उंची वाढवण्याचे रहस्य त्याला माहीत असते.

लोकांकडून जेव्हा आपल्याला त्रास होतो, तेव्हा या उदाहरणाची प्रेरणा घेऊन आपणही तसे वागायला हवे. आपण इतके पुढे जावे की ते मागे राहतील.

थोडक्यात, अडचणींना तोंड देताना योग्य दृष्टिकोन ठेवणे हा सगळ्यात महत्त्वाचा मुद्दा आहे. रुडयार्ड किपलिंग या ब्रिटिश कवीने नकारार्थी परिस्थितीत ठेवण्याचा योग्य दृष्टिकोन ईफ (जर) या कवितेत फार सुंदर तऱ्हेने व्यक्त केला आहे. त्या रोचक ओळींचा उतारा पुढे देत आहे :

तुम्ही स्वप्न पाहू शकत असाल – आणि त्या स्वप्नांना तुमचे मालक
बनू देत नसाल;
तुम्ही विचार करू शकत असाल – आणि विचार हेच तुमचे ध्येय करीत
नसाल;
तुम्हाला विजय आणि वैफल्य यांचा सामना करताना
दोन्ही सारखेच मिथ्या आहे असे त्यांकडे पाहता आले;

तुम्ही जर तुमचे डोके ताळ्यावर ठेवू शकत असाल जेव्हा सर्व जण
बेतालपणे तुम्हाला दोष देत असतील,
सर्वांना तुमच्याबद्दल शंका असताना तुमचा स्वतःवर विश्वास असेल,
आणि तरीही त्यांना त्यांचा संशय घेण्यास मुभा देत असाल;

तुम्ही जर तुमचे हृदय, नसा आणि तंतू यांना सक्ती करू शकत असाल
त्यांच्यातील त्राण संपल्यावरही तुमच्या उपयोगी पडण्याची,
आणि ते जर तुम्हाला टिकवून ठेवता आले, तुमच्यात काहीही नसताना
एक फक्त इच्छा सोडून की, जी त्यांना म्हणेल : 'थांबा!'

अक्षम्य असे मिनिट तुम्ही जर भरून काढू शकत असाल
साठ सेकंदांच्या किमतीचे अंतर पळून,
ही पृथ्वी तुमचीच आहे आणि त्यावर असलेली प्रत्येक गोष्ट,
आणि – आणखी एक – तू पुरुष असशील, माझ्या मुला!

प्रतिकूल परिस्थितीकडे योग्य दृष्टिकोन ठेवून कसे पाहावे हे ही कविता फार सुंदर तऱ्हेने व्यक्त करते. आता अडचणींचा सामना करताना देवाची कृपा त्यात कशी पाहावी यावर आपण चर्चा करू या.

अडचणींचा सामना करताना देवाची कृपा पाहा

कोणत्याही परिस्थितीत देवावर श्रद्धा ठेवण्यासाठी आपला दृष्टिकोन कसा वळवावा याचे स्पष्टीकरण *नारद भक्ती दर्शन* या ग्रंथात दिले आहे. त्यात म्हटले आहे :

लोक-हानो सिंता न कार्या निवेदितात्म-लोक-वेदत्वात् (सूत्र ६१)

'जेव्हा आपले ऐहिक नुकसान होते, तेव्हा अस्वस्थ होऊ नका; त्यात देवाची कृपा पाहा.'

उदाहरणार्थ, तीन वर्षांपूर्वी आपल्या बाबतीत एखादी शोकांतिका घडली असे समजू या. घरातले माणूस निवर्तले किंवा घरात चोरी झाली किंवा व्यवसायात खोट आली. आता, हा प्रसंग भूतकाळात झाला; पण त्यासाठी आपण अजूनही शोक करीत असलो तर आपले मन भूतकाळातच रमेल. परिणामी वर्तमानकाळात सर्वस्वाने चिंतन करण्याचे थांबेल.

युगपत ग्यानानुपात मानसो लिंगं

'मन हे असे भांडे आहे की ते एका वेळी एकाच जागी जोडता येते.' आपण जर पूर्वीच्याच गोष्टींबद्दल विलाप करीत राहिलो, तर आताच्या क्षणात आपण पूर्ण जाणिवेनिशी राहू शकणार नाही.

मग आता यावर उपाय काय? संत नारद आपल्याला सांगतात की, तो जुना आघात ही कृपा होती असे मनात खोलवर रुजवून घ्या. असे समजा की, ऐहिक गुंतागुंतीपासून दूर होण्यासाठी ती एक संधी आहे. अशा सकारात्मक विचारांची काही उदाहरणे पाहा :

- 'मी माझ्या नातेवाइकांशी फार जोडला गेलो होतो. माझ्याजवळची प्रिय व्यक्ती देव घेऊन गेला आणि त्याने मला शिकवले की, हे नातेसंबंध तात्पुरते असतात. त्याऐवजी मी देवावर प्रेम करावे.'
- 'मी वेड्यासारखी ऐहिक सुखांमागे धावत होते; पण माझी तब्येत बिघडली आणि मला आठवण झाली की, इथे पूर्ण सुख नाही. त्यासाठी मला आध्यात्मिक सुखाचा शोध घ्यावा लागेल.'
- 'व्यवसायामधील चढ-उतारांनी मला शिकवले की, आयुष्य इतके गंभीरपणे घ्यायचे नसते. मी जीवनामध्ये आध्यात्मिक ध्येयासारख्या अधिक उच्च आणि कायमस्वरूपी ध्येयावर लक्ष दिले पाहिजे.'

अशा प्रकारे जीवनातील परागतीकडे देवाची कृपा म्हणून पाहिले तर आपण आपले मन शोकमुक्त ठेवू शकू.

मनात अढी ठेवू नका

जर कुणी आपल्याला दुखावले तर त्या व्यक्तीचा राग येणे साहजिक आहे; पण समस्या अशी उद्‌भवते की, कटुतेमुळे मन नकारात्मकतेशी आणि त्यातून द्वेषाशी

घट्ट जोडले जाते. असे म्हटले जाते की, 'क्रोध म्हणजे स्वतः विष घेऊन दुसऱ्याने मरण्याची वाट पाहण्यासारखे आहे.' मनात अढी बाळगल्याने आपले मन मलीन होते आणि ते जाणिवा विखारी करते म्हणून जगातील सर्व धर्मांमध्ये क्षमा करण्याचा गुण प्रामुख्याने सांगितला जातो. जीझस क्रूसावर असताना जे वाक्य म्हणाला, ते प्रसिद्ध आहे :

> 'परमेश्वरा, यांना क्षमा कर. कारण, ते काय करीत आहेत, ते त्यांना कळत नाही.' (ल्यूक २३:३४)

संतापावर मात करण्याचा कोणता मार्ग आहे? आपण आधी हे समजून घेतले पाहिजे की, या भौतिक जगात भौतिक संस्कारांनी तयार झालेले आत्मे राहतात. ते मायेच्या (ईश्वराची भौतिक ऊर्जा) प्रभावाखाली असल्याने त्यांच्यामध्ये पुरेपूर भौतिक अपूर्णता आहे, त्यामुळे स्वार्थापोटी काही वेळा ते आपल्याला दुखावतील किंवा फसवतीलसुद्धा. असे घडते तेव्हा आपण आश्चर्य वाटून घ्यायला नको. त्यावर हीच युक्ती आहे की, ते शल्य आपण आशीर्वाद म्हणून स्वीकारावे. कशा प्रकारे विचार करता येईल ते मी पुढे दिले आहे :

- 'भौतिक जगात जगताना मी माझ्या जीवनाचे ध्येय विसरले. भावना दुखावल्याने माझे डोळे उघडले व जगाचे वास्तव दर्शन घडले.'
- 'मी तिच्याशी/त्याच्याशी फार गुंतलो होतो. आता तिने/त्याने मला फसवले आहे. मला कळलेय की, जग स्वार्थी असते. फक्त देवच माझ्यावर निःस्वार्थी प्रेम करतो आणि तो माझा खरा आप्त आहे.'
- ही व्यक्ती वारंवार मला डिवचण्याचा प्रयत्न करते; पण मी माझ्या मनाची शांती टिकवून ठेवणार आहे. सहनशक्ती, क्षमाशीलता आणि धीर हे गुण मी अंगीकारावेत म्हणून त्याचे/तिचे डिवचणे ही देवाने माझी घेतलेली परीक्षा आहे.

अशा प्रकारे इतरांच्या प्रतिकूल वागण्यातून आध्यात्मिक लाभ मिळवण्यासाठी असे विचार मनात आणण्याने मदत होते. उदाहरणार्थ,

एकदा एक महात्मा तीर्थक्षेत्राच्या ठिकाणी आला आणि एका धर्मशाळेत रात्री राहण्यासाठी उतरला. दुर्दैवाने, त्या धर्मशाळेत प्रचंड डास होते आणि त्यांनी रात्रभर त्या संताला चावून त्याच्या शरीराची चाळण केली.

आपण आता झोपू शकणार नाही हे जेव्हा त्या संताच्या लक्षात आले, तेव्हा त्याने विचार केला की, या जागेतील डाससुद्धा फायदेशीर आहेत. रात्री मी न झोपता साधना करावी असे ते मला शिकवत आहेत.

डासांच्या चावण्यावर उपाय तर काही नव्हता आणि त्या संतमाणसाला रात्र तर त्या धर्मशाळेतच घालवावी लागणार होती. सकारात्मक विचार करून त्याने त्याचा विवेक जागा ठेवला. त्याऐवजी तो नकारार्थी विचारही करू शकला असता. 'किती भयानक! इथले सफाई कामगार करतात तरी काय? धर्मशाळेच्या व्यवस्थापकाने डास मारण्याचे औषध का नाही फवारले?' अशा प्रकारे विचार केल्याने डासांनी काही त्याला चावण्याचे थांबवले नसते आणि त्याचे मन कटुतेने भरून गेले असते.

अमुक एक गोष्ट कटू आहे असे जेव्हा तुमच्या मनाने घेतलेले असते, त्यापेक्षा वाईट कोणतीही गोष्ट नाही असे म्हटले जाते ते यामुळेच. त्याऐवजी आपण आपला दृष्टिकोन योग्य प्रकारे उंचावला तर आपल्या वैयक्तिक आध्यात्मिक प्रवासात आपण एक पाऊल पुढे जाऊ. मनात राग न ठेवल्याने होणारा फायदा कसा वाढवता आला, याविषयीची मला तुम्हाला एक छान गोष्ट सांगायची आहे :

भारतातील उत्तर प्रदेशातील एका गावात एक भटका कुत्रा राहत होता. त्याचे आयुष्य खडतर झाले होते. गावातील दारोदारी जाऊन त्याला काही ना काही खाण्यासाठी शोधावे लागत होते. त्यात जर काही मिळाले तर त्याची भूक कशीबशी भागत असे; पण बऱ्याचदा त्याची उपासमार होत असे.

एक दिवस तिथून जवळच असलेल्या अलाहाबाद या एका मोठ्या शहरातून तिथे दुसरा कुत्रा येतो. तो कुत्रा या गावातल्या मित्र झालेल्या कुत्र्याला म्हणतो, 'असले खडतर आयुष्य इथे कशाला घालवत बसला आहेस? तुला जेमतेम एक वेळेला जेवण मिळते. माझ्याबरोबर अलाहाबादला चल. मिठाईच्या दुकानाबाहेर फेकून दिलेल्या जिलब्या, गुलाबजाम, रसगुल्ले यांचे मिष्टान्न भोजन तुला तिथे भरपूर मिळेल.'

गावातल्या कुत्र्याला वाटले, ही चांगली कल्पना आहे. त्या दोघांना ठरवले की, दोघे मिळून अलाहाबादला जाऊ या. साठ किलोमीटरचा रस्ता पाच दिवसांत सहज पार होईल.

दुसऱ्या दिवशी सकाळी आठ वाजता ते गावातून निघाले. संध्याकाळी सहा वाजता ते एका गावाबाहेर पोहोचले. त्यांनी विचार केला, आपण आता दमलो आहोत; विश्रांती घेण्यासाठी हे गाव चांगले वाटतेय. आजची रात्र इथेच काढू या आणि बघू या जेवण कुठे मिळाले तर!

मात्र गावात प्रवेश करताच गावातली कुत्री भुंकत आली आणि ती या दोघांच्या मागे लागले. कुत्र्यांची संख्या जास्त होती. या दोन कुत्र्यांनी विचार केला, या गावातली कुत्री चांगली नाहीयत. आपल्याला काही ते इथे राहू देणार नाहीत. पुढचा मुक्काम चोवीस किलोमीटरवर आहे; तर उद्याची रात्र आपण तिथे घालवू या.

त्यांनी पुढचा प्रवास चालू ठेवला आणि पहाटे चार वाजण्याच्या सुमारास ते दुसऱ्या गावापाशी पोहोचले; पण तिथल्याही कुत्र्यांनी त्यांना तिथून हुसकले. दुर्दैवाने

सर्व कुत्रे स्वतःला त्या भागाचे राजा समजत होते. बाहेरून कोणताही कुत्रा आला की, ते सिंहासारखे त्याच्या अंगावर धावून जात.

या दोन कुत्र्यांनी आपसात चर्चा केली, 'इथले कुत्रेही तसलेच दिसतायत. आपण पुढच्या मुक्कामी राहू या.' ते कुठेही थांबले नसल्यामुळे त्यांचा पाच दिवसांचा प्रवास दोनच दिवसात संपला. शिवाय 'अरे काय आहे? समजता कोण स्वतःला. तुम्हाला आता धडाच शिकवतो' असले काहीही म्हणून कोणाशी ते भांडलेही नाहीत. ते जर तसे वागले असते तर तेच जखमी झाले असते, त्यांचा प्रवास पूर्ण होऊ शकला नसता.

याच प्रकारे आपल्या मार्गात लोक अडथळा बनून येतच राहणार. ते आपल्याला विरोध करून थांबवण्याचा प्रयत्न करणार. आपण जर त्यांच्याशी उगाच वादविवाद करत बसलो आणि चिडत राहिलो, तर बाकी कुणाहीपेक्षा आपलेच नुकसान होणार. आपले मन राग, द्वेष आणि चीड यांनी मलीन होणार. त्याऐवजी आपण जर योग्य दृष्टिकोन अनुसरला तर आपली आतून वाढ होण्यासाठी अटळ विरोधाचे संधीत परिवर्तन होऊ शकते.

टीकाकारांना हाताळण्यास शिका

विरोधकांचा विचार करताना टीकाकारांच्या विषयावरही बोलणे उचित ठरेल. कारण, तेही आपल्या आयुष्याचा भाग आहेत. संशोधकांनी गोळा केलेल्या आकडेवारीवरून असे दिसते की :

- तुम्हाला भेटलेल्या लोकांपैकी पंचवीस टक्के लोक तुम्हाला आवडत नाहीत.
- पंचवीस टक्के माणसे आवडत नाहीत; पण त्यांच्याबद्दल तुमची आवड बदलू शकते.
- तुम्हाला भेटलेल्या लोकांपैकी पंचवीस टक्के लोक तुम्हाला आवडतात; पण नंतर ते आवडेनासे होऊ शकतात.
- पंचवीस टक्के लोक आवडतात आणि बाकीचे काहीही म्हणाले तरी ते तुमच्या बाजूने उभे राहतात.

ही आकडेवारी आपल्याला लोकांनी आपल्याला स्वीकारावे या भावनेपासून थोडे मोकळे करू शकेल. त्यासाठी फक्त ही वस्तुस्थिती मान्य करून टाका की, तुम्ही काहीही करा, काही लोकांना ते आवडणारच नाही. मग त्यांना जिंकून घेण्यासाठी कशाला आपली शक्ती खर्च करायची? शक्य असलेल्या सर्व खुशामती तुम्ही करा... त्यांची स्तुती करा, त्यांना सहानुभूती दाखवा, त्यांना काही भेटी द्या... पण तरीही त्यांना तुम्ही पसंत पडणारच नाही आहात.

नियमभंग होत नाही तोपर्यंत प्रत्येकाला, त्याला काय हवे आहे हे सांगण्याचा अधिकार आहे. त्याबद्दल वाईट वाटून न घेण्याचा आपल्यालाही अधिकार आहे. त्यांना त्यांच्या मताचा अधिकार आहे, आपल्याला ते मनावर न घेण्याचा अधिकार आहे. लोक काय बोलतात आणि आपल्याबद्दल काय विचार करतात यावर आपण कोण आहोत हे ठरत नसते. त्यांचे दृष्टिकोन कसे आहेत, यावर आपली किंमत ठरत नाही. त्यांना आपल्यावरून कमलपत्रावरून पाणी जसे घरंगळून जाते, तसे जाऊ द्यावे.

आपल्याला हे मान्य करायला हवे की, काही लोक आपल्यावर कचरा टाकणार. कारण, त्यांच्या मनात पुष्कळ राग, उद्विग्नता, अस्वस्थता आणि निराशा भरलेली असते. त्यांच्यात हा कचरा खूपच साचतो, तेव्हा तो टाकून देण्यासाठी ते जागा शोधतात म्हणून त्या व्यक्तीचे भले चिंता आणि निघा. पुढील कथेतून हे कसे सांगितले आहे, पाहा :

शेजारीच असलेल्या एका मनोऱ्यावर चढून जाण्याची शर्यत असते. त्यात बारा बेडूक भाग घेतात. ही शर्यत पाहण्यासाठी आणि उमेदवारांना प्रोत्साहन देण्यासाठी लोकांची बरीच मोठी गर्दी जमते.

शर्यत सुरू होते; पण मनोऱ्याच्या शेवटापर्यंत त्या बेडकांपर्यंत कोणी पोहोचू शकेल असे कोणालाच वाटत नसते. त्यांची अशी शेरेबाजी चाललेली होती :

'अशक्य!'

'काही आशा दिसत नाही!'

'त्यांच्या नशिबात हरण्याचेच आहे.'

एकेक बेडूक कोसळून पडू लागला; पण काही बेडकांनी चढणे चालूच ठेवले. जमाव ओरडतच राहिला :

'त्यांना नाहीच जमणार.'

'मनोरा फार उंच आहे आणि चढण अगदी उभी आहे.'

आणखी काही बेडूक दमून खाली कोसळले.

अखेरीस सर्व बेडकांनी चढण्याचा नाद सोडला; फक्त एका बेडकाने मात्र जिद्द सोडली नाही. तो उंच उंच जातच राहिला. अखेरीस एका मोठ्या उडीनंतर तो त्या मनोऱ्याच्या टोकापर्यंत पोहोचला.

या एका बेडकाच्या यशाचे रहस्य जाणून घेण्यास इतर बेडूक उत्सुक होते. त्यांनी विचारले, 'सर्व जण ही शर्यत तू सोडून देण्यासारखे बोलत असताना तू तुझे चढणे कसे काय चालू ठेवू शकलास?'

तेव्हा सर्व बेडकांना कळले की, हा तर पूर्णपणे बहिरा आहे. तिथे जमलेल्या लोकांची नकारार्थी शेरेबाजी त्याने ऐकलेलीच नव्हती. त्याला तर वाटले होते की, तो जमाव त्याचे कौतुकच करत असणार.

या कथेचे तात्पर्य असे की, लोक जेव्हा तुम्हाला सांगत असतात की, तू तुझे ध्येय साध्य करू शकणार नाहीस, तेव्हा कान बंद करून घ्या. तुमच्या हृदयात जर स्वप्न असेल तर सभोवतालचे प्रत्येक जण जरी नकारात्मक बोलले तरी सकारात्मक राहा, आशावादी राहा. स्वतःलाच सांगा, 'मी सर्वस्वाने प्रयत्न करेन आणि मग देवाच्या कृपेने मला यश मिळेल.'

अंतिम परिपूर्णतेकडे जाण्याचा रस्ता

सांगायचे इतकेच की, हे जग म्हणजे टकरा आणि धडका यांचे विद्यापीठ आहे. इथे आपत्ती, विरोध किंवा अडचणी येणार नाहीत, अशी अपेक्षा भाबडेपणाची ठरेल. आपल्याला जीवनात जर यशस्वी व्हायचे असेल आणि आनंदी व समाधानी राहायचे असेल तर समस्यांना तोंड देण्याची योग्य ती मनोधारणा विकसित करणे गरजेचे आहे. परिस्थितीमध्ये आध्यात्मिक मूल्ये शोधण्याने असा योग्य दृष्टिकोन मिळतो.

आपले ध्येय भौतिक सुख–सुविधा वाढवण्याचे असेल तर साहजिकच आपण प्रतिकूल परिस्थितीने अस्वस्थ होतो; पण जर आपल्याला आध्यात्मिक प्रगती साधायची असेल, तर आपण हे शिकून घेतले पाहिजे की, प्रतिकूलता ही वाढीसाठी संधी असते. **लक्षात ठेवा, कष्टांमधून येणाऱ्या वेदना या तात्पुरत्या असतात; मात्र समस्यांना तोंड दिल्यास त्या सोडवल्याने आपली जी उन्नती होते, ती कायमस्वरूपी असते.**

शहाणे पालक मुलांचे सारे संघर्ष काढून घेत नाहीत. उलट ते मुलांना काही आव्हाने स्वीकारू देतात आणि कठीण परिस्थितीस तोंड देण्यास त्यांना खंबीर करतात. पालक जर त्यांना कोणत्याच गोष्टीला 'नाही' म्हटले नाहीत, तर त्यांची मुले मोठेपणी फाजील लाडामुळे केवळ लाडोबा बनून जातील. त्यांच्या अगदी स्वार्थी इच्छासुद्धा जगाने पुऱ्या कराव्यात अशी ते अपेक्षा करतील म्हणून चांगले पालक मुलांना हव्या असलेल्या प्रत्येक गोष्टीस 'हो' असे म्हणत नाहीत. ते मुलांना त्यांचे त्यांना अडथळे पार करू देतात आणि भावनिकदृष्ट्या त्यांना खंबीर बनवतात.

याच पद्धतीने आपले आध्यात्मिक वडील जगामध्ये, समस्यांचे एक भारी आरेखन करून ठेवतात. त्या सर्व समस्या दूर करणे 'त्या'ला शक्य असते. 'तो' ते लगेच करू शकतो; पण त्यामुळे आपली प्रगती होण्याच्या संधींपासून आपण वंचित होऊ. मला या संदर्भात लाकडाच्या तुकड्याची एक उत्क्रांतीवादी कथा आठवते :

एक लाकडाचा ओंडका एक मूर्तिकाराकडे गेला आणि त्याला त्याने विनंती केली, 'तू मला सुंदर बनवू शकशील का?'

'हो, सुंदर करणे हे तर माझे कामच आहे,' मूर्तिकार उत्तरला. 'मी तर तयार आहे; पण तू तयार आहेस का?'

'मीपण तयार आहे,' लाकूड म्हणाले.

मूर्तिकाराने त्याची हत्यारे काढली. त्याने करवत, हातोडा, छिन्नीने लाकडास आकार देण्यास सुरुवात केली, 'आई गं... काय करतोयस तू?' लाकडाचा ओंडका किंचाळला. 'किती वेदना होतायत. थांब जरा.'

'तुला जर सुंदर व्हायचे असेल, तर तुला वेदना सहन कराव्याच लागतील,' मूर्तिकार म्हणाला.

'बरं, बरं... कर तू; पण जरा हळू. रोज थोडं थोडं छिलत राहा.'

मूर्तिकाराने पुन्हा कामाला सुरवात केली. लाकूड रडू लागले, 'थांब, थांब. आज इतकेच पुरे. मला जरा विश्रांती घेऊ दे. तू हे उद्या कर आता.'

लाकडाचा 'नको नको'चा आक्रोश चालूच राहिला; पण मूर्तिकाराने आपले काम चालू ठेवले. अखेरीस एक दिवस त्या लाकडाच्या ओंडक्याचे एका सुंदर मूर्तीमध्ये रूपांतर झाले. देवळाच्या चबुतऱ्यावर त्याची स्थापना झाली. इतके कष्ट घेतले, त्याचे चीज झाले.

या लाडकी ओंडक्यापासून शिकण्याचा धडा म्हणजे या ओंडक्याप्रमाणेच आपणही आतून कुरूप आहोत. राग, लोभ, संताप, दुर्बलता इत्यादी अनेक वैगुण्ये आपल्या अंगी आहेत. आपल्यामधील या कमतरता कमी व्हाव्यात आणि अंतर्मनातील सौंदर्य खुलून यावे, अशी जर आपली इच्छा असेल तर सर्वश्रेष्ठ मूर्तिकाराला (भगवंताला) आपल्यावर काम करण्याचे स्वातंत्र्य द्यावे लागेल, तेव्हा आपल्यापुढे संधी तर अमाप आहेत. देवाने निर्मिलेल्या या महान विश्वात आपण सामावून जायला हवे आणि आपल्या इथल्या अस्तित्वाचा हेतू सार्थ केला पाहिजे. एका वेळी एक पाऊल असे करीत त्या अंतिम परिपूर्णतेकडे जाण्यासाठी आपण एकेक पाऊल उचलले पाहिजे; कारण यश, आनंद आणि समाधान मिळवण्याची तीच वाट आहे.

सारांश

ज्या तऱ्हेने विचार करण्याची आपल्याला सवय असते, ती पद्धत म्हणजे मनोधारणा होय, हे शिकण्याची चर्चा करण्यापासून आपण सुरुवात केली होती. हा आतून आधारभूत ठरणारा मार्ग सर्वांना उपलब्ध असतो. आपण केवळ जर स्वतःमध्ये फायदेशीर ठरणारे दृष्टिकोन रुजवले तर यश, आनंद आणि आतून होणारी उन्नती यांकडे नेणारे ते देदिप्यमान मार्ग ठरतील.

आपण त्यांची पुन्हा एकदा थोडक्यात उजळणी करू या :

१. पहिली मनोधारणा होती *सकारात्मकता*. आनंद, कामातली उत्कृष्टता आणि चांगले आरोग्य यांचा हा पाया आहे. सकारात्मकता म्हणजे आनंदी विचार आणि आशावादी दृष्टिकोन. विश्वाकडून सर्व आशीर्वाद मिळावेत म्हणून आपण आपल्या हृदयात कृतज्ञता बाळगतो, तेव्हा असा दृष्टिकोन विकसित होतो.

मात्र अनेक कारणांमुळे आपल्या मनात नकारार्थी विचार नकळत प्रवेश करतात. तेव्हा आपण काय करावे? त्यासाठी पुढच्या मनोधारणेकडे जावे लागते.

२. *आपल्या भावनांची जबाबदारी घेणे* ही दुसरी मनोधारणा आहे. इथे आपण इतरांना दोष देण्याचा खेळ थांबवतो. त्याऐवजी आपल्या मनात रुजलेल्या भावनांची आपण जबाबदारी घेतो. बाहेर कोणतीही परिस्थिती असो; आपल्या भावना निवडण्याचे स्वातंत्र्य आपल्याला असते म्हणून आपली मनःस्थिती आणि भावना यांना आपण एकटे जबाबदार असतो. देव, नियती किंवा काळ यापैकी कुणीही त्यास जबाबदार नसते.

आपण जेव्हा आपल्या सदोष विचारांची आणि दृष्टिकोनांची जबाबदारी उचलतो, तेव्हा आपल्या मनात स्वतःला सुधारण्याची ठिणगी पेटते. आता ही ठिणगी सदासर्वकाळ पेटती राहावी आणि तळमळीने पुढे जाता यावे; यासाठी आपल्याला पुढच्या मनोधारणेची गरज आहे.

३. तिसरी मनोधारणा म्हणजे *प्रेरणा*. उत्कृष्टतेकडे नेण्यास ताकद पुरवणारे इंधन प्रेरणेतून मिळते. आपण जे काही करीत असू, त्यात आपल्यातले उत्तम देण्याचा उत्साह ती आपल्या मनात निर्माण करते.

४. चौथी मनोधारणा म्हणजे *हेतूची शुद्धता*. या मनोधारणेमध्ये आपले विचार, शब्द आणि कृतींनी ईश्वराला प्रसन्न करण्याची इच्छा मनात धारण करता येते. असा शुद्ध हेतू आपल्याला ताण, अस्वस्थता आणि चिंता यांपासून त्वरित मुक्ती मिळवून देतो. कर्मयोगाच्या अभ्यासाने आपल्या हेतूस शुद्धता देता येते.

कर्मयोगासाठी ईश्वराच्या प्रेमळ उदात्ततेशी आपले मन जोडणे गरजेचे असते. याचा सराव करण्यासाठी ज्ञानाची आवश्यकता असते; जी आपल्याला पुढील मनोधारणेतून मिळते.

५. *ज्ञानाची पेरणी* ही आपली पाचवी मनोधारणा आहे. कोणत्याही शास्त्रशुद्ध पद्धतीचा आधी सराव करावा लागतो आणि कोणतेही तंत्र अमलात आणण्यास शिकायचे असेल तर त्यासाठी ज्ञानाची आवश्यकता असते. जीवनात आपण दोन प्रकारचे ज्ञान मिळवायला हवे. एक भौतिक व दुसरे आध्यात्मिक. भौतिक ज्ञान अनेक मार्गांनी मिळवता येते. आध्यात्मिक ज्ञानासाठी मात्र ईश्वराला ओळखणाऱ्या संतांकडे जावे लागते आणि काही ग्रंथांवरून आपल्याला ते ज्ञान मिळू शकते.

मात्र उत्तम ज्ञान मिळाल्यावरदेखील आपण आपल्या जीवनात अपयशी का ठरतो? स्व-नियंत्रणाच्या अभावामुळे आणि हे नियंत्रण स्वयंशिस्तीने आणता येते.

६. सहावी मनोधारणा आहे *शिस्तीची*. ज्ञान आणि त्याची अंमलबजावणी यांच्यामधला पूल म्हणजे ही शिस्त होय. तिच्यामुळे योग्य ती गोष्ट करण्याची शक्ती मिळते आणि काही गोष्टी सुखद वाटत असल्या तरी त्या चुकीच्या गोष्टींपासून आपला बचाव होतो.

असे असले तरी ठाम काही धोरण असल्याशिवाय कोणताही निर्णय पूर्णत्वास नेता येत नाही. त्यासाठी आपल्याला शेवटच्या मनोधारणेकडे जावे लागेल.

७. ही सातवी मनोधारणा म्हणजे *समोर उभ्या ठाकलेल्या समस्यांना तोंड देणे*. आतून आपली वृद्धी व्हावी आणि प्रगती व्हावी यासाठी आपण समस्यांकडे

संधी म्हणून पाहायला हवे. जीवनात कितीही कठीण परिस्थिती आली तरी सकारात्मक राहण्यासाठी याचा उपयोग होतो. प्रतिकूल परिस्थितीतही आशावादी दृष्टिकोन ठेवल्यास प्रतिकूलतेचे रूपांतर फायद्यात होते आणि त्याचा उपयोग आपण आपल्या आध्यात्मिक प्रगतीसाठी करून घेऊ शकतो.

या सात मनोधारणांचा वापर करून आपण आपल्या मनाचे मालक होऊ शकतो. या मनःशक्तीचा आपली मुख्य साधन म्हणून वापर केल्यास आपण ईश्वरी कृपेचे महाद्वार उघडू शकतो आणि आपले मानवी जीवन 'त्या'च्या दिव्य योजनेनुसार यशस्वी करू शकतो.

प्रत्येक मनोधारणेचे महत्त्व कळणे सोपे जावे अशा क्रमाने या सात मनोधारणा या पुस्तकात वर्णन केलेल्या आहेत. मात्र त्यांचा विकास याच क्रमाने झाला पाहिजे असे काही नाही; उलट यश, आनंद आणि समाधान मिळवण्यासाठी या सर्व मनोधारणांची एकाच वेळी आपणास आवश्यकता असते.

समारोप

अनंत संभाव्यतेचा कायदा

मध्यम प्रतीच्या विचारांच्या पद्धती, भावना आणि दृष्टिकोन यांच्या जागी सर्वश्रेष्ठ विचारपद्धतींची स्थापना करण्याचे महत्त्व आपण या पुस्तकातील प्रकरणांमधून समजावून घेतले. आपल्या जीवनप्रवासात भरपूर आनंद आणि समाधान देण्यासाठी गरजेच्या असलेल्या मनोधारणा विकसित करण्यास या कल्पना आणि विचारांची बैठक यांचा सातत्यपूर्ण सराव मदत करतील.

आता अनंत सुप्तगुणांचा कायदा स्पष्ट करून सांगायला मला आवडेल. आपल्यापैकी प्रत्येक जण केवळ रसायनांची एक थैली नसून त्यास आध्यात्मिक अस्तित्व आहे. जगातील इतर वस्तूंप्रमाणे पृथ्वी, जल, अग्नी, हवा आणि अवकाश या पाच भौतिक घटकांपासून आपला आत्मा बनलेला नाही. भगवद् गीतेत सांगितल्यानुसार, अस्तित्वात असलेले सर्व आत्मे हे परमात्म्याचे शाश्वत भाग आहेत म्हणून आपण सर्व जण ईश्वराप्रमाणेच दैवी आहोत. हे आश्चर्यजनक आणि अद्‌भुत नाही काय?

देवाचे आपण लहानसे अंश असल्यामुळे आपली वाढण्याची सुप्तशक्तीदेखील अनंत आहे. कारण, प्रत्येक दृष्टीने आपले मूळ अमर्याद आहे. पाण्याच्या एका थेंबातदेखील, तो अगदी लहान भाग असला तरी समुद्राचे सर्व गुणविशेष त्यात प्रतिबिंबित झालेले असतात. एका ठिणगीमध्ये, ती ज्या अग्नीपासून उद्‌भवली, तिची सर्व गुणवैशिष्ट्ये आहेत. त्याचप्रमाणे आपला आत्मा सच्चिदानंद म्हणजे शाश्वततेच्या मालकीचा आहे. देवाप्रमाणेच ज्ञान आणि शाश्वतता यांचा बनलेला आहे.

महासागरासमोर उभे राहा आणि त्याच्या विशालतेसमोर आपण कसे विनम्र होतो ते पाहा. पृथ्वीदेखील पाच महासागर आणि सात खंड यांनी बनल्याने पुष्कळ मोठी आहे. मात्र सूर्यमालेच्या तुलनेत आपली पृथ्वी म्हणजे एक लहान बिंदू आहे. सूर्याप्रमाणे जवळजवळ चाळीस हजार कोटी तारे दूधगंगेमध्ये आहेत (माझ्या आधीच्या पुस्तकापर्यंत विज्ञानाने अंदाज सुधारित केलेले आहेत), तरीही दूधगंगा ही एकच आकाशगंगा नाही. तिच्याप्रमाणे जवळजवळ वीस हजार कोटी दूधगंगा विश्वामध्ये आहेत.

मनाला चक्रावून टाकणारे हे खगोलीय निष्कर्ष इथेच संपत नाहीत. वेदांनुसार आपण ज्या विश्वात राहतो ते अस्तित्वात असलेल्या अनेक विश्वांपैकी एका लहान विश्व आहे. प्रत्येक विश्वामध्ये एक ब्रह्मदेव, एक विष्णू आणि एक शिव आहे. निर्मिती आणि त्याचा निर्माता याचा हा असा अचाट आहे म्हणून वेदाने देवाला ना अंत ना आदि असा अनंत असल्याचे म्हटले आहे.

'त्या'च्या निर्मितीच्या प्रत्येक पैलूबाबत हा अगाध परमेश्वर अत्यंत उदार आहे. 'तो' असे काही म्हणू शकेल अशी तुम्ही कल्पना तरी करू शकता का? 'आता माझ्याजवळची सर्व साधने संपल्याने मी यापेक्षा अधिक सूर्यप्रकाश पृथ्वीवरील गोष्टींसाठी निर्माण करू शकत नाही.' 'तो' असे कधीतरी म्हणू शकेल का की, 'माझ्याकडचा सर्व प्राणवायू आता संपला आहे. मी आता इतका दमलो आहे की, हा घटक मी निर्माण करू शकत नाही.' या दोन्ही प्रकारच्या दृश्यांची आपण कल्पनाही करू शकत नाही म्हणून 'त्या'ची कृपाही अमर्याद आहे.

ही कृपा अशा अमर्याद विपुलतेतून निर्माण झाली आहे की, आपण सर्व जण त्यातून उत्पन्न झालो आहोत. आपल्या जीवनात जर कोणत्याही प्रकारची उणीव किंवा अभाव असल्याचे आकलन आपल्याला होत असेल तर ते त्या दैवी कृपेच्या कमतरतेमुळे नसून ते स्वीकारण्याची आपल्यामध्ये पुरेशी पात्रता अजून आलेली नाही म्हणून होय. वेदांमध्ये अशी माहिती दिली आहे की, आपला शाश्वत पिता कंजूष नाही. त्याने आपल्यासाठी दैवी प्रेम, ज्ञान आणि शाश्वत आनंदाचा खजिना राखून ठेवला आहे. त्यासाठी जेव्हा आपण पात्र ठरू, त्या दिवशी तो आनंद आपलाच आहे असा आपण त्यावर दावा करू शकतो.

आत्म्याच्या उत्क्रांत होत जाणाऱ्या प्रवासाचा हेतू, असंख्य जन्मांनंतर निष्क्रिय राहण्याचा नसून, ईश्वराने आपल्यासाठी ठेवलेल्या परिपूर्णतेच्या सर्वोच्च उंचीवर पोहोचण्याचा आहे म्हणून अनंत सुप्तगुणांचा कायदा हेच सांगतो की, आपल्यापैकी प्रत्येकाच्या वाढीच्या ताकदीला शेवट नाही.

या कायद्याच्या जाणिवेच्या अभावामुळे आपल्यामध्ये कमतरतेची मानसिकता तयार होते, त्यामुळे आपण आपापसात एखाद्या लहानशा गोष्टीवर प्रभुत्व मिळवण्याची स्पर्धा करू लागतो. अशा प्रकारच्या दृष्टिकोनामुळे आपण असे गृहीत

समारोप

धरतो की, ही एकच गोष्ट अशी आहे की, जिच्यासाठी आपण सर्वांनी अहमहमिकेने प्रयत्न केले पाहिजेत; पण खरे तर देवाच्या राज्यात अशा असंख्य गोष्टी आहेत आणि जर 'त्या'ची इच्छा असेल तर तो आणखी अशा अनेक गोष्टी निर्माण करू शकेल म्हणून स्वतःशी स्पर्धा करणारा माणूस होणे गरजेचे आहे. आपली सगळ्यात प्राधान्याची गोष्ट हीच असायला हवी की, शक्य तितकी उत्तम व्यक्ती बनणे आणि आपला जीवनप्रवास यशस्वी करणे.

तुमच्या आतील साधनांची तुम्हाला जाणीव करून देण्यास मदत करण्याचा प्रामाणिक प्रयत्न या पुस्तकातून केला आहे. आत्तापर्यंतच्या काळात प्रगतीकडे वाटचाल करण्याच्या मार्गात तुमच्या सदोष दृष्टिकोनामुळे किती अडथळे आले असतील याची तुम्हाला जाणीव करून द्यावी, हा माझ्या लेखनाचा उद्देश आहे. त्या जागी फायदेशीर मनोधारणा आल्यास देवाने तुमच्यासाठी राखून ठेवलेल्या अमर्याद कृपेचा लाभ होण्यास तिची किती मदत होईल हा हेतू हे पुस्तक लिहिण्यामागे आहे. या पुस्तकातील शहाणपणाचा हातभार लागल्याने तुमचा जीवनप्रवास थोडा जरी समृद्ध होऊ शकला तर माझे प्रयत्न सार्थकी लागले असे मी समजेन.

शब्दसूची

अभ्यास	सराव
अपौरुषेय	मानवनिर्मित नसलेले
ब्राह्मण	देवासाठीचे आणखी एक संबोधन
भक्ती	एकनिष्ठ प्रेम
चिंतन	मन आणि बुद्धी यांमध्ये एखादा विचार, कल्पना किंवा ज्ञानअंश यांचे वारंवार स्मरण
देवता	इंद्र, अग्नी (अग्निदेव), वायू (वायुदेव) इत्यादींसारखे स्वर्गीय देव
धर्मशाळा	प्रवासींसाठी मोफत निवासस्थान
गुण	भौतिक स्वभावाचे तीन प्रकार
गुणातीत	भौतिक स्वभावाच्या तीन प्रकारांचे अलौकिकत्व
इष्ट देव	पूजेसाठी निवडलेला देवाचा प्रकार
कर्म	व्यक्तीकडून केल्या गेलेल्या शारीरिक किंवा मानसिक कृती
कर्मयोग	भगवद् गीतेत सांगितल्यानुसार रोजची दैनंदिन कामे करीत असताना सर्व वेळ सर्वश्रेष्ठ शक्तीशी मन जोडलेले ठेवण्याचा अभ्यास
क्रियामान कर्म	या जन्मात स्वेच्छेने केलेल्या कृती
माया	देवाची भौतिक ऊर्जा
मूर्ती	देवाचे प्रतिनिधित्व करणारे, पूजा करीत असलेले देवत्व
पारस	दंतकथेतील तत्त्वज्ञाचा दगड

परिक्रमा	पूज्य व पवित्र गोष्टीला पूजेचा प्रकार म्हणून घातलेली प्रदक्षिणा
प्रारब्ध कर्म	पूर्वकर्मांनुसार जन्मवेळी वाट्याला आलेली नियती
प्रायोजक कर्ता	कृती करण्याची शक्ती ज्याने बहाल केलेली असते असा देव
प्रायोज्य कर्ता	प्रायोजक कर्त्याने मंजूर केलेली शक्ती जो वापरतो, तो विशिष्ट आत्मा
प्रेय	श्रेयाच्या विरुद्ध. सुरुवातीस मधुर वाटणारे; पण नंतर विषात रूपांतर होणारे सुख
पुरुषार्थ	निवडीचे स्वातंत्र्य उपयोगात आणून केलेल्या कृती
राजसिक	आसक्तीच्या प्रकाराचा, राजसी, भौतिक स्वभावाच्या तीन प्रकारांपैकी एक
साधक	आध्यात्मिक आकांक्षा असलेले
साधना	निष्ठेने केलेला सराव
संचित कर्म	जन्मोजन्मीची गोळा झालेली व्यक्तीची एकूण कर्मे
सात्त्विक	चांगुलपणाच्या प्रकाराचा; भौतिक स्वभावाच्या तीन प्रकारांपैकी एक
शास्त्रे	पवित्र ग्रंथ
श्रेय	सुरुवातीस कटू विष वाटणारे; पण नंतर गोड अमृत झालेले सुख
श्रुती	मौखिक परंपरेतून चालत आलेले ज्ञान; वेदांसाठी हे आणखी एक नाव वापरले जाते
तामसिक	अज्ञानाच्या प्रकाराचा, तामसी; भौतिक स्वभावाच्या तीन प्रकारांपैकी एक
तपस्या	ऐच्छिक उपासना; कठोर तपश्चर्या
विपस्सना	श्वास आणि शरीर यांच्या जाणिवेवर एकाग्रचित्त करण्याचे बुद्धवादी तंत्र, विपश्यना
विवेक	सूक्ष्म भेद ओळखण्याची शक्ती; यात बुद्धिमत्ता मनावर नियंत्रण ठेवते.

आमच्याशी जोडलेले राहा

तुम्हाला हे पुस्तक आवडलं असेल आणि स्वामी मुकुंदानंद यांच्याशी जोडलेलं राहावं असं तुम्हाला वाटत असेल, तर खालीलपैकी कोणत्याही माध्यमाचा वापर तुम्ही करू शकता :

Websites: *www.jkyog.org, www.jkyog.in, www.swamimukundananda.org*

YouTube Channels: 'Swami Mukundananda', 'Swami Mukundananda Hindi'

Facebook: 'Swami Mukundananda', 'Swami Mukundananda Hindi'

Instagram: 'Swami Mukundananda', 'Swami Mukundananda Hindi'

LinkedIn: Swami Mukundananda

Podcasts: Apple, Google, SoundCloud, Spotify, Stitcher JKYog

Radio: TuneIn Radio app for iOS (Apple App Store), Android (Google Play Store)

JKYog App: Available for iOS (Apple App Store) and Android (Google Play Store)

WhatsApp Daily Inspiration: We have two broadcast lists. You are welcome to join either or both.

USA: +1-346-239-9675

India: +91 84489 41008

Email: deskofswamiji@swamimukundananda.org

गूगल, वेरिझॉन, इंटेल, ऑरॅकल, युनायटेश नेशन्स, स्टॅनफोर्ड युनिव्हर्सिटी, येल युनिव्हर्सिटी, आयआयटी, आयआयएम या संस्थांनी आयोजित केल्याप्रमाणे, तुमच्याही संस्थेत '7 माइंडसेट्स' हा कार्यक्रम आयोजित करण्यासाठी किंवा स्वामी मुकुंदानंद यांना आमंत्रित करण्यासाठी या ई-मेल आयडीवर संपर्क साधा :
deskofswamiji@swamimukundananda.org

लेखकाची अन्य पुस्तके

Bhagavad Gita, The Song of God

Essence of Hinduism

Science of Healthy Diet

The Science of Mind Management

Spiritual Dialectics

Yoga for Mind, Body, and Soul

Books for Children

Bal-Mukund Wisdom Book

Festivals of India

Healthy Body, Healthy Mind: Yoga for Children

Inspiring Stories for Children (set of 4 books)

Mahabharat

My Best Friend Krishna

Ramayan

Saints of India

www.ingramcontent.com/pod-product-compliance
Lightning Source LLC
Chambersburg PA
CBHW032043150426
43194CB00006B/401
9789390085705